அவலங்கள்
சிறுகதைத் தொகுப்பு

சாத்திரி

அவலங்கள்

சிறுகதைத் தொகுப்பு

சாத்திரி

எதிர் வெளியீடு

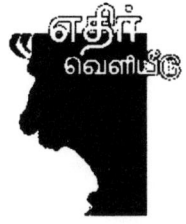

அவலங்கள்
சாத்திரி

முதல் பதிப்பு : டிசம்பர் 2016
எதிர் வெளியீடு,
96, நியூ ஸ்கீம் ரோடு, பொள்ளாச்சி - 642 002.
தொலைபேசி : 04259 - 226012, 99425 11302.

விலை: ரூ. 180

Avalangal
sathiri
sathiri ©

First Edition : December 2016
Published by
Ethir Veliyedu, 96, New Scheme Road, Pollachi - 2.
email : ethirveliyedu@gmail.com
www.ethirveliyedu.in

Price : Rs. 180

உள்ளே

- முன்னுரை: உண்மை மனிதர்களின் கதைகள் 07
- 01. ராணியக்கா 15
- 02. மல்லிகா 23
- 03. சிமிக்கி 33
- 04. மலரக்கா 44
- 05. அலை மகள் 70
- 06. கடைசி அடி 80
- 07. கைரி 95
- 08. அகதிக் கொடி 105
- 09. பீனாகொலடா 123
- 10. முகவரி தொலைத்த முகங்கள் 145
- 11. புரட்...சீ 161
- 12. அஞ்சலி 180

உண்மை மனிதர்களின் கதைகள்

கருணாகரன்

"ஆயுத எழுத்து" என்ற புனைவின் ஊடாக தமிழ்வாசிப்புப் பரப்பில் அதிகமாக அறியப்பட்டவர் சாத்திரி. குறிப்பாக "ஆயுத எழுத்து" முன்வைத்த அரசியலுக்காகவும் அது வெளிப்படுத்திய உள்விவரங்களுக்காகவும் உண்டாகிய சர்ச்சைகள், விவாதங்கள் மூலமாக சாத்திரி பரவலான அறிமுகத்தையடைந்தார். அதற்கு முன்பாக அவர் "ஒரு பேப்பர்" என்ற பத்திரிகையிலும் "அவலங்கள்" என்ற தன்னுடைய இணையத்தளத்திலும் பத்திகளையும் கதைகளையும் எழுதியிருந்தார். அவையும் சர்ச்சைகளைக் கிளப்பியதுண்டு. சாத்திரியின் அரசியற் பார்வை, பெண்ணிய நோக்கு, வரலாற்றுக் கண்ணோட்டம், யதார்த்தத்தை உணர்ந்து கொள்ளும்முறை போன்றவற்றில் பலருக்கும் ஏகப்பட்ட முரண்பாடுகளும் மறுப்புகளும் உண்டு. தனக்கெதிராகக் கடுமையான மறுப்புகளும் விமர்சனங்களும் உண்டென்று சாத்திரிக்கும் நன்றாகத் தெரியும். அவற்றின் தாற்பரியங்களையும் அவர் அறிவார். ஆனால், தன்னுடைய நிலைப்பாட்டை அவர் எதன்பொருட்டும் விட்டுக் கொடுப்பதில்லை. தான் தேர்ந்து கொண்ட முறையில் தன்னை முன்கொண்டு செல்வதிலேயே குறியாக இருப்பார். தன்னுடைய இலக்கை எட்டுவதே இதனுடைய அடிப்படை. இதற்கு ஒரு அடிப்படைக்காரணமும் பின்னணியும் உண்டு.

விடுதலைப்புலிகள் இயக்கத்தின் உறுப்பினராக இருந்தவர் சாத்திரி. தாம் கருதும் இலக்கை அடைவதையே குறியாகக் கொள்வது புலிகளுடைய இயல்பும் குணாம்சமுமாகும். அதற்கிடையில் உள்ள பிரச்சனைகளில் அவர்கள் கவனமோ கரிசனையோ கொள்வது குறைவு. மைய இலக்கே கவனப்புலத்தில் துலங்கும் குறி. அதை நோக்கியே முன்னகர்வர். இதுவே புலிகளைப் பெருந்தளத்தில் அடையாளப்படுத்தியது. இந்தக் குணாம்சம் சாத்திரியிடத்திலும் வலுவாக இருப்பதாகவே கருதுகிறேன். இந்தக் குணாம்சத்தை எதிர்ப்போரும் தவிர்க்கமுடியாமல் இதையும் இந்தக் குணாம்சம் உண்டாக்கும் விளைவுகளையும் கவனிக்கத் தவறுவதில்லை. சாத்திரி மீதான கவனமும் இப்படித்தான். சாத்திரியை ஆதரிப்போர் மட்டுமல்ல, அவரை எதிர்ப்போரும் அவரைத் தவறாமல்

கவனிக்கிறார்கள். இதனால்தான் சாத்திரி அதிகமானவர்களால் வாசிக்கப்படுகிறார். புலிகளுடைய வீழ்ச்சிக்குப் பிறகு சாத்திரியின் எழுத்துகளைப் பற்றி, புலிகளைச் சேர்ந்தவர்களிடத்திலும் எதிர்நிலையில் இருப்போரிடத்திலும் ஆதரிப்பும் எதிர்ப்பும் விமர்சனங்களும் உண்டு. புலிகளின் கடந்த காலத்தைத் தன்னுடைய எழுத்துகளின் வழியாக சாத்திரி, திறந்து வருகிறார். இதனால் பொதுவெளி அறியாதிருந்த புலிகளுடைய பல விசயங்கள் வெளியே தெரியவந்தன. இன்னும் அப்படி திறக்கப்பட்டு வருகின்றன. இதுவே சாத்திரி மீதான கவனிப்புக்கும் விமர்சனங்களுக்கும் காரணமாகின்றன.

இருந்தாலும் சாத்திரி அதற்கெல்லாம் அப்பால், இன்னும் புலிகளின் தொடர்ச்சியாகவே இருக்கிறார். அதேவேளை அதிலிருந்து இன்னொரு வழியில் மீறிக்கொண்டுமிருக்கிறார். இந்த மீறலின் விளைவாக, புலிகளின் வீழ்ச்சிக்குப் பின்னர் உண்டாகியிருக்கும் தமிழ் மக்களுடைய அரசியற் பிரச்சனையை அணுகுவதிலும் அதற்கான தீர்வு முறையிலும் சாத்திரி சற்று வேறான புரிதலையும் பார்வையையும் கொண்டிருக்கிறார். அதை அவர் பகிரங்கமாகவே எழுதி வெளிப்படுத்தியும் வருகிறார். இவையும் சாத்திரியைச் சர்ச்சைக்குள்ளாக்கிக் கொண்டிருக்கின்றன. இதில் சாத்திரியின் சிறப்பான அம்சம் என்னவென்றால், அவர் தன்னை ஒளித்து, மறைத்து விளையாடுவதில்லை. ஆட்களுக்கும் சந்தர்ப்பங்களுக்கும் ஏற்றமாதிரி வளைந்து நெளியும் இயல்பு சாத்திரியிடம் கிடையாது. புலிகளின் வீழ்ச்சிக்குப் பின்னர், அந்த அமைப்பிலிருந்த பலர் சத்தமின்றி ஒதுங்கி விட்டனர். வாழ்க்கைச் சிரமங்களில் அவர்களுடைய நாட்களும் மனமும் கரைந்து போய்விடுகிறது. ஒருசாரர் இன்னும் தீவிரமாகப் பேசி வருகின்றனர். அவர்களுடைய கற்பனைச் சித்திரங்கள் அதற்கேற்ற வகையில் விரிந்து கொண்டே போகின்றன. சிலர் அமுங்கிக்கொண்டு, தங்களுடைய கைகளில் நியாயத் தராசை எடுத்து வைத்து, எல்லாவற்றையும் நிறுத்துத் தீர்ப்பெழுதிக் கொண்டிருக்கின்றனர். சாத்திரி, இவற்றிலிருந்து சற்று வேறுபட்டு, தனக்குப்பட்டதை பகிரங்க வெளியில் வைத்து விவாதிக்கிறார். விவாதிக்கக் கோருகிறார். இப்படியான ஒரு நிலையிலேயே, அவர் பிரபாகரனுடைய மரணம் பற்றிய குழப்பமான கதைகளின் போது, அவருக்கான அஞ்சலியைச் செலுத்தி, தான் அஞ்சலி செலுத்தும் படத்தையும் பகிரங்கமாக வெளிப்படுத்தியிருந்தார். இதுவும் சாத்திரி மீது சர்ச்சைகளை உண்டாக்கியது. தொடர்ந்து தமிழ் நாட்டின் "புதிய தலைமுறை" என்ற வார இதழில் "அன்று சிந்திய இரத்தம்" என்ற தொடரையும் எழுதினார். அதுவும் சர்ச்சைகளைக் கிளப்பியது. இப்படியே சாத்திரி

சர்ச்சைகளின் நாயகனாக கடந்த பத்து ஆண்டுகளாகத் தொடர்ந்து கொண்டிருக்கிறார். இப்பொழுது சாத்திரி எழுதிய கதைகள் தொகுக்கப்பட்டு, ஒன்றாக வருகின்றன. இவையும் சர்ச்சைகளை உண்டாக்கக்கூடிய குணாம்சங்களைக் கொண்டேயிருக்கின்றன.

சாத்திரி யாழ்ப்பாணம் மானிப்பாயில் பிறந்து வளர்ந்தவர். அங்கிருந்தே தமிழீழத்தைக் கனவு கண்டவர். அந்தக் கனவுக்காக விடுதலைப்புலிகள் இயக்கத்தில் இணைந்து கொண்டவர். பல ஆண்டுகள் இலங்கையிலும் வெளிநாடுகளிலும் இயக்கத்தின் உறுப்பினராக இருந்து செயற்பட்ட சாத்திரி, இப்பொழுது ஒரு பிரான்ஸ்வாசி. இலங்கையில் தனிநாட்டுக்காக, தமிழீழத்துக்காகப் போராடிய சாத்திரிக்குக் கிடைத்தது இரவல் தாய்நாட்டில் விதிக்கப்பட்ட வாழ்க்கையே. இதுதான் இன்று பல்லாயிரக்கணக்கான தனிநாடு காண்பிகளின் நிலவரமும் யதார்த்தமும் உண்மையும். சாத்திரியிடம் இப்பொழுதிருப்பது பிரான்ஸ் நாட்டுப் பாஸ்போர்ட். பிரான்ஸ் குடியுரிமை. தமிழீழம் கனவாகி விட்டது. நினைவுகளில் கொதித்துத் ததும்பும் கனலாகியுள்ளது சொந்த ஊரும் போராட்டமும். சாத்திரியின் இந்தக் கதைகளும் ஏறக்குறைய அப்படியானவையே. நினைவும் கனவும் கொதிப்பும் கொந்தளிப்புகளும் நிறைந்தவை. இந்த நினைவுகளையும் கொதிப்பையும் கனவையும் அவர் காண்பிக்கின்ற மனிதர்களும் கொண்டிருக்கிறார்கள். சாத்திரியும் சாத்திரியின் மனிதர்களும் வெவ்வேறானவர்களல்ல. ஒருவருடன் ஒருவர் ஒன்றித்து வாழ்ந்தவர்கள். அதுஊரிலென்றாலும் சரி, ஊர்விட்டுப்பெயர்ந்து இந்தியாவிலோ, பிற புலம்பெயர் நாடுகளிலோ என்றாலும் சரி, பிற நாடுகளில் சந்திப்பவர்களாக இருந்தாலும் சரி, எந்தத் திசைக்குப் பெயர்ந்தாலும் ஏதோ ஒரு வகையில் ஒன்றாகவே இருப்பவர்கள். எனவேதான் சாத்திரியின் கதைகள் அவரையும் அவரோடிணைந்த மனிதர்களையும் இவர்களெல்லாம் இயங்கும் காலத்தையும் சூழலையும் ஒரு தொடர்கோட்டில் மையப்படுத்தியிருக்கின்றன. இந்த மையப்படுத்தல் பல கதைகளை புனைவுக்குப் பதிலாக அ புனைவு போல உணரச் செய்கிறது. மறுவளமாக அ புனைவுகள் புனைவுருக்கமாகின்றன. இது சாத்திரியிடமுள்ள பண்பு மட்டுமல்ல, தம்முடைய அனுபவங்களையும் வரலாற்று நிகழ்ச்சிகளையும் மையப்படுத்தி எழுதுவோருடைய பண்பாகும்.

அனுபவங்களையும் வரலாற்று நிகழ்ச்சிகளையும் மையப்படுத்திப் புனைவை உண்டாக்கும்போது அடிப்படையில் ஒரு பிரச்சனை உண்டாகிறது. புனைவின் சாத்தியங்களும் நுட்பங்களும் போதாமையாக இருந்தால், அது தனியே சம்பவங்களின் விவரிப்பாகவும் ஒருவருடைய டயறிக் குறிப்பாகவும் சுருங்கித் தட்டையாகி விடும். அதற்கப்பால், அனுபவங்களையும்

புதிய உணர்கையையும் வரலாற்றின் வேர்களில், காலத்தின் சுவடுகளில் வைத்து புனைவாக்கம் செய்யும்போது அது ஒரு வகையான மாயத்தன்மையைப் பெற்றுக்கொள்கிறது. இது புனைவை மேம்படுத்தி, வரலாற்றுக்கும் அனுபவத்துக்கும் புனைவுக்குமிடையில் அந்தரத்தில் மிதக்க வைக்கிறது. இந்த அந்தர மிதப்பில் மிதக்கும் வாசகர்கள், வரலாற்றிலும் அனுபவத்திலும் புதிய உணர்கை என்ற கற்பனையிலும் அவ்வப்போது தொட்டும் பட்டும் கொள்ளும்போது, ஒருவிதமான ரசாயனத்தன்மையை உணர்ந்து கொள்கின்றனர். இதுவே புனைவை அவர்களோடு ஒன்றச் செய்கிறது. அல்லது புனைவோடு அவர்கள் ஒன்றிவிடும்படியாகிறது. இப்படி வரும்போது, அவர்கள் வரலாற்றைத் தொட்டுச் செல்லும் அல்லது வரலாற்றின் மீது தனது படைப்பைக் கட்டியெழுப்பும் படைப்பாளியைச் சந்தேகிப்பதற்கோ கேள்விக்குட்படுத்துவற்கோ சந்தர்ப்பங்கள் குறைவு. கலையின் வெற்றி இங்கேதான் வலுவாகிறது.

ப. சிங்காரத்தின் "புயலிலே ஒரு தோணி", பாவண்ணனின் "சிதைவுகள்", சு. வெங்கடேசனின் "காவல் கோட்டம்", ஜெயமோகனின் "வெள்ளையானை", ரங்கசாமியின் "சாயாம் மரண ரயில்", பிரபஞ்சனின் "வானம் வசப்படும்", சி.சு.செல்லப்பாவின் "சுதந்திரதாகம்", கி.ராவின் "கோபல்ல கிராமம்", தோப்பில் முகமதுமீரானின் நாவல்கள், அர்ஷியாவின் நாவல்கள், கே. டானியலின் "கோவிந்தன்", "அடிமைகள்", "தண்ணீர்", சோபாசக்தி, யோ.கர்ணன் எனப் பலருடைய புனைவுகள், சயந்தனின் "ஆதிரை", விமல் குழந்தைவேலின் "கசகறணம்" வரலாற்று நிகழ்ச்சிகளையும் அதனோடிணைந்த பாத்திரங்களையும் புனைவுப் பாத்திரங்களோடும் புனைவு நிகழ்ச்சிகளோடும் கலந்து நமக்கு முன்னே இன்னொரு வரலாறாகவும் புனைவாகவும் விரிந்திருக்கின்றன. சாத்திரி, ஆயுத எழுத்தில் மெய்யான மனிதர்களையும் மெய் வரலாற்றையும் அடிப்படையாகக் கொண்டு, புனைவை உருவாக்கியதைப்போல, இங்கேயுள்ள கதைகளும் மெய்வரலாற்றின் அடித்தளத்தில், மெய்யான மனிதர்களுடன் மங்கியதொரு புனைகளமும் புனையப்பட்ட மனிதர்களுமாகக் கலந்து ஒரு கதைவெளியை உண்டாக்குகின்றன. இந்தக் கதை வெளியை சாத்திரி தன்னுடைய அனுபவத்தில் விரிந்த எல்லைகளின் வழியாக விரிவாக்கிக் காட்டுகிறார்.

2006 தொடக்கம் 2016 வரையான காலப்பகுதிக்குள் எழுதப்பட்டிருக்கும் இந்தக் கதைகள் 1970 களில் இருந்து 2016 வரையான காலப்பகுதியைக் கொண்டியங்குகின்றன. இந்தக் காலவெளியில் ஈழத்திலும் ஈழத்தமிழர்கள் ஊடாடும் பிற புலங்களிலும் அவர்கள் வாழ்கின்ற நிலைமைகளில் சந்தித்த சமூக, அரசியல், பொருளாதார, பண்பாட்டு, வாழ்க்கை நெருக்கடிகளே இந்தக் கதைகளின்

பொருள்மையம். அதிலும் கூடுதலான கதைகளில் பெண்களுடைய பிரச்சனைகளே பேசப்படுகின்றன. சாதி ரீதியாகவும் பாலியல் ரீதியாகவும் அரசியல் ரீதியாகவும் பெண்கள் எப்படியெல்லாம் ஆண் நிலைச் சமூகத்தினால் பாதிப்படைகிறார்கள், சுரண்டவும் அடக்கவும் படுகிறார்கள் என்பதைக் கவனப்படுத்தியிருக்கிறார் சாத்திரி. அநேகமான கதைகளின் தலைப்பே "ராணியக்கா", "மலரக்கா", "மல்லிகா", "கைரி", "அலைமகள்", என்றே உள்ளன. கதைகளின் மையப்பாத்திரமே பெண்கள்தான். இதில் "கைரி" என்ற கதை இந்தத் தொகுதியின் ஆன்மா எனலாம். மிக எளிய அடிநிலைப் பெண் ஒருத்தி, சமூக (சாதி) ரீதியாகவும் பாலியல் ரீதியாகவும் அரசியல் ரீதியாகவும் பலிகொள்ளப்படுவதைச் சாத்திரி மிகச் சிறப்பாக வெளிப்படுத்தியிருக்கிறார். எந்தக் குற்றமும் செய்யாத, குற்றங்களையே விரும்பாத ஒரு முதிய கூலிப்பெண் எப்படி அரசியல் படுகொலையொன்றில், அநியாயமாகப் பலியிடப்படுகிறார் என்பதையும் ஆயுதம் தூக்கியவர்கள் எப்படியெல்லாம் தீர்ப்புகளை வழங்கினர் என்பதையும் சாத்திரி எதார்த்தமாக விளக்கி விடுகிறார். கைரியைப்போல இந்த மண்ணில் பலியிடப்பட்டவர்கள் ஒன்று இரண்டல்ல. ஆயிரக்கணக்கில். தன்னை எல்லாவகையிலும் சுரண்டவும் பலியிடவும் முனைகின்ற அனைவரையும் நல்லவர்கள் என்று எண்ணுகின்ற கைரியின் மனம் நம்மை அதிர்ச்சியடைய வைக்கிறது. ஆயிரமாயிரம் விழிகளைத் திறக்க முனைகிறது. கைரியின் மனமே மனித வாழ்க்கையின் சாரம்சமாக கால நதியில் ஓடிக் கொண்டிருக்கிறது என்பதைப் புரிந்து கொள்கிறோம். கோடிக்கணக்கான சாமானிய மக்களின் அறம் வாழ்க்கையோடிணைந்து, இப்படித்தான் உலகெங்கும் உள்ளது. ஆனால், அவர்களே பலியிடப்படுகிறார்கள். அப்படியென்றால், இத்தகைய பேரன்புடைய மனதை எப்பொழுதும் இந்த உலகத்தின் அதிகார அடுக்குகள் தினமும் பலியெடுத்துக்கொள்கின்றன என்று சொல்லலாமா? என்றால், நிச்சயமாக அதுதான் நடந்து கொண்டிருக்கிறது. இயக்கங்கள் கோலோச்சிய காலத்தில், இலங்கையில் ஆயுதம் தாங்கியவர்கள் எப்படியெல்லாம் பொது மக்களை இலக்காக்கினார்கள் என்பதற்கு இந்தக் கதை ஒரு இரத்த சாட்சியம்.

கைரிக்கு நிகரான இன்னொரு கதை "மலரக்கா". பதின்ம வயது ஆணின் மனவுலகையும் வயது கூடிய ஆணைக் கணவனாகத் திருமணம் முடித்து வைப்பதால் ஏற்படும் பெண்ணின் வாழ்க்கை நெருக்கடிகளையும் பாலியல் பிரச்சனைகளையும் சொல்லும் இந்தக் கதையும் நம்மை நோக்கிக் கேள்விகளை எழுப்புவதே. மலரக்காவை முழுமையாகப் புரிந்த கொண்ட ஆணாக இருப்பவனே, அந்தப்

பெண்ணுக்கு ஆதரவாக, ஒரு கட்டத்தில் கூட இருக்கத்தயாரில்லாத யதார்த்தத்தையும் உண்மையையும் கோழைத்தனத்தையும் சாத்திரி தெளிவாக்குகிறார். இப்படி மறைவிடங்களில் பதுங்கும் கள்ள இதயங்களை நோக்கி ஒளியைப்பாய்ச்சும் வேலைகளே சாத்திரியின் முயற்சிகள்.

"கைரி" முன்வைக்கின்ற நிலைக்கு மாறான இன்னொரு முன்வைப்பைக் கொண்ட கதை "பீனாகொலடா". தமிழ்நாட்டில் இன்னும் தொடர்ந்து கொண்டிருக்கும் பெண்சிசுவை வெறுக்கும் சமூகக் கொடுமையை வைத்து எழுதப்பட்டது. பெண் குழந்தைகளையே பெற்றதற்காக வெறுத்து ஒதுக்கப்படும் மல்லிகா, பின்னாளில் அதே சமூகத்தில் அங்கீகாரம் பெறுவதற்கிடையிலான வாழ்க்கையைக் குறித்த முன்வைப்பைச் செய்யும் கதை. மல்லிகாவின் இடைப்பட்ட வாழ்க்கை மீதான பண்பாட்டுக் கேள்விகளைவிட பொருளாதார மினுக்கமே எல்லாவற்றையும் மதிப்பீடு செய்கிறது என்பதைக் கதை உணர்த்துகிறது.

ஈழத்திலும் ஈழத்தமிழர்கள் பெரும்பாலும் ஊடாடும் புலம்பெயர் சூழலிலும் இந்தியா மற்றும் சிங்கப்பூரிலுமாக இந்தக்கதைகளின் களங்கள் விரிக்கப்பட்டுள்ளன.. ஆனால். கதைகளில் இடங்கள் குறிப்பிடப்படுகின்றனவே தவிர, அவற்றைப்பற்றிய கால, இடச் சித்தரிப்புகளோ, காட்சிப்படுத்தலோ குறைவு. சாத்திரியின் முயற்சியே கதைகளைச் சொல்லி விடுவதில்தான் கவனமாக உள்ளது. அவற்றைச் சித்தரிப்பதில் அல்ல. அவருக்கு கதையே முக்கியம். அதைச் சொல்லி விடவேண்டும். அவ்வளவுதான். அந்தக் கதைக்குள்ளாக அவர் பேச முற்படும் உண்மைகளை உணர்த்தி விடுவது. இதற்காக அவர் கதையை சுவாரசியப்படுத்துவதற்கான விசைகூடிய மொழிதலைக் கொள்கிறார். சுவாரசியமான மனநிலைகளையும் சம்பவங்களையும் சேர்த்துக்கொள்கிறார். இதில் கூடுதலான ஈர்ப்பை அளிப்பன, விடுதலைப்புலிகள் அமைப்போடு தொடர்பான கதைகள். "முகவரி தொலைத்த முகங்கள்" சாத்திரியின் ஆயுத எழுத்தை ஞாபகப்படுத்துகிறது. புலிகளின் ஆயுதக்கப்பல்களைப்பற்றிப் பலரும் கேள்விப்பட்டதுண்டு. அந்த ஆயுதக்கப்பல்களை ஓட்டிக்கொண்டிருப்போரைப்பற்றியும் அவர்களுடைய வாழ்க்கையைப்பற்றியும் அநேகருக்குத் தெரியாது. சாத்திரி அந்த வாழ்க்கையை இந்தக் கதையில் திறக்கிறார். இதைப்போல, இன்னொரு தளத்தில், இறுதிப்போர்க்காலத்தில், புலிகளை ஆயுத ரீதியாகப் பலப்படுத்துவதற்காக என்று கூறி, புலம்பெயர் நாடுகளில் புலிகளின் ஆதரவாளர்களும் புலிகளின் செயற்பாட்டாளர்களும் பெரும் நிதிச் சேகரிப்புகளில் ஈடுபட்டனர். இதற்காகப் பெரும்பாலான ஈழத்தமிழர்கள், தங்களுடைய

சக்தியையும் மீறி, வங்கிகளில் பெருந்தொகைப்பணத்தைக் கடன்பட்டுக் கொடுத்திருந்தனர். புலிகளின் வீழ்ச்சிக்குப்பின்னர் அந்த நிதி உரியவர்களிடம் மீள ஒப்படைக்கப்படவில்லை. அந்த நிதிக்கான கணக்குகளும் காட்டப்படவில்லை. இதனால் புலம்பெயர் தமிழர்களில் பலர் தற்கொலை செய்யும் நிலைக்குத் தள்ளப்பட்டுள்ளனர். இந்தப் பிரச்சனை தொடக்கம், அகதி அந்தஸ்துக்கோருவதற்காக முயற்சிக்கும் வழிமுறைத்தவறுகளின் விளைவுகள், இறுதி விளைவுகளை எப்படி உண்டாக்குகின்றன என்பது வரையில் புலம்பெயர் சமூகத்தின் கதைகளையும் அவலங்களையும் சாத்திரி பேசுகிறார். போர் முடிந்த பிறகும் பயங்கரவாத முத்திரையை எப்படிச் சாதாரணமானவர்களின் மீது சட்டம், நீதி, மனித உரிமைகள், ஜனநாயக விழுமியங்கள் எல்லாவற்றுக்கும் அப்பால் சென்று இலங்கை அரசாங்கம் குத்துகின்றது என்பதை "அகதிக் கொடி" என்ற கதையில் வெளிப்படுத்துகிறார். இப்படி சாத்திரியின் கத்திகள் பல தரப்பிலும் விழுகின்றன. அப்படியே அது இந்தியப்படைகள், இலங்கை அரசு, அதன் படைகள் மீதும் விழுகிறது. சமூகத்தின் மீதும், பண்பாட்டின்மீதும் இயக்கத்தின் மீதும் விழுகிறது. தான் வாழும் காலத்தையும் வரலாற்றையும் அதிகார அமைப்புகளையும் விசாரணை செய்யாமல் ஒரு எழுத்தாளன் இருக்க முடியாது என்பது சாத்திரியின் நம்பிக்கை. இதற்காக அவர் தன்னையும் ஒரு வகையில் பலிபீடத்தில் வைக்கிறார். அதேவேளை இன்னும் இந்தச் "சக்கைச் சிறி" வெடிகுண்டுகளோடுதான் திரிகிறார். கந்தகம் நிரப்பப்பட்ட கதைகளின் வெடி குண்டுகளோடு.

இந்தக் கதைகளை ஊன்றிக் கவனித்தால், இவற்றில் ஒரு வரலாற்று அடையாளத்தைக் காண முடியும். அதேவேளை ஒருகாலகட்டத்தின் முகத்தையும் உணரலாம். சாத்திரி போராளியாகவும் தனித்தும் உலாவிய இடங்களின் தடங்கள் தெரிகின்றன. அதில் ஒளியும் இருளும் உண்டு. இவையெல்லாம் இணைந்து புனைவாகவும் நிஜமாகவும் இணைந்திருக்கின்றன. மறுவளமாகச் சொன்னால் உண்மை மனிதர்களின் கதைகள் இவை என்பதால் வலியும் துயரும் மகிழ்வும் வாசனையும் அழுக்கும் தூய்மையும் விருப்பும் வெறுப்பும் இனிப்பும் கசப்பும் இவற்றில் உண்டு.

ராணியக்கா

எழுதிய காலம் 2006 ஜூலை

1996ஆம் ஆண்டு ஆனி மாதம் மத்திய சென்னையில் ஒரு காலை நேரம். நான் அவசர அவசரமாக தயார்ப்படுத்திக் கொண்டு சில பைகளில் தயார்படுத்தி வைத்திருந்த பொருட்களையும் எடுத்தபடி வீட்டு வாசலில் காத்து நின்ற ஓட்டோவில் ஓட்டோக்காரனிடம் “வரசளவாக்கம் போங்க” என்றுவிட்டு அமர்கிறேன். எனக்குள் ஒரு இனம் புரியாத சந்தோசம். ராணியக்காவைப் பாக்க போறேன். இன்றைக்கு சுமார் 8 ஆண்டுகளிற்குப் பிறகு ராணியக்காவை பார்க்க போகின்ற மகிழ்ச்சி எனக்குள்.

இப்ப எப்பிடி இருப்பார்? என்று எனக்குள் சில கற்பனைகள்!! எனது மனதில் 8 ஆண்டுகளிற்கு முன்பு பார்த்த ராணியக்காவின் உருவத்திற்கு ஏற்றதாய் சில உடுப்புகள் அவரிற்காக வாங்கியிருந்தேன். ராணியக்கா எனது சொந்த அக்கா இல்லை ஏன் சொந்தம் கூட இல்லை. ராணியக்காவின் தாய் தந்தை ஈழத்தில் வேறு ஒரு ஊரைச் சேர்ந்தவர்கள் அவர்கள் சாதி மாறி காதலித்து கலியாணம் செய்ததால் அவர்கள் உறவினர்களால் பிரச்சனை என்று எங்கள் ஊரிலிருந்த ஒருவரின் உதவியுடன் ஊரில் இருந்த வெறும் காணி ஒன்றில் வந்து குடிசை போட்டு வாழத் தொடங்கியவர்கள்.

தந்தை இலங்கை போக்குவரத்துச் சபையில் பேருந்து சாரதியாக இருந்தவர். அவர்களின் மூத்தமகள்தான் ராணியக்கா. பின்னர் இரண்டு மகன்கள். நாட்டுப் பிரச்சனைகள் காரணமாக யாழ் குடாவில் இலங்கை போக்குவரத்துச் சபையின் சேவைகள் இல்லாது போனதால் ராணியக்காவின் தந்தையின் வேலையும் பறிபோக அவர்களது குடும்பம் மிகவும் பொருளாதார பிரச்சனையில் விழுந்தது. அப்போது பத்தாம் வகுப்பு படித்துக் கொண்டிருந்த ராணியக்காவும் தனது படிப்பை இடை நிறுத்திவிட்டு குடும்ப பாரத்தை சுமக்க வேண்டிய நிலை ஏற்பட்டது.

தந்தை தூர இடங்களிற்குப் போய் பொருட்கள் வாங்கி வந்து ஊர்ச் சந்தையில் விற்பார். ராணியக்காவின் தாயார் துணிகள் தைத்துக் குடுப்பவர். ராணியக்காவும் தாயாரிடம் தையல் பழகிக் கொண்டு ஒரு மிசினும் வாங்கி ஊரில் உள்ளவர்களிற்கு உடுப்புகள் தைத்துக்குடுத்தும் மற்றும் வீட்டைச் சுற்றியள்ள காணியில் தோட்டம், ஆடு, மாடு, கோழி வளர்த்தல் என்று என்னென்ன வகையில் பொருளாதாரத்தை பெறலாம் என்று யோசித்து யோசித்து செய்தார். அத்துடன் தம்பியர் இருவரையும் கவனமாகப் படிப்பித்து அவர்களை ஒரு நல்ல நிலைக்கு கொண்டு வருவதும் அவரது எதிர் காலக் கனவில் ஒன்றாய் இருந்தது.

அவரது மூத்த தம்பி ரமணன் எனது பாடசாலை நண்பன். அவனுடன் அவர்களது வீட்டிற்குப் போய் வரத் தொடங்கிய எனது நட்பு காலப்போக்கில் என்னை அவர்களது குடும்பத்தின் ஒருவன் போல ஆக்கிவிட்டது. நான் எப்போதும் கத்திக் கலகலப்பாய் கதைப்பதால் ராணியக்கா எனக்கு செல்லமாய் வைத்த பட்டப் பெயர் "காகம்". நானும் அவரை அவர் குள்ளமாய் இருந்ததால் உரல் குத்தி என்று கூப்பிடுவேன். மாலை வேளைகளில் நானும் ரமணனும் வெளியில் போகும் போது தோட்டத்தில் வேலை செய்து கொண்டு நின்றபடி ராணியக்கா கூப்பிடுவார். "பெடியள் எங்கை போறியள் அந்த ஆலமரத்திலை ஏறி ஆடு மாட்டுக்கு கொஞ்சம் குளை வெட்டித் தந்திட்டு போங்கோடா..." என்பார்.

"சரி பிறத்தாலை கூப்பிட்டிட்டாள் இனிப் போற காரியம் உருப்பட்ட மாதிரித்தான்" என்று நான் சலித்துக் கொள்ள, "ஓமடா உங்கடை முக்கிய அலுவல் என்ன எண்டு எனக்குத் தெரியும் தானே உதிலை சந்தியிலை போய் நிண்டு போற வாற பெட்டையளை பார்த்து வீணி வடிக்கப் போறியள் அதை விட பிரயோசனமா குளையாவது வெட்டலாம் தானே" என்பார். "போடி உரல் குத்தி. நீ பனையிலையே பாஞ்சு பாஞ்சு ஏறுவியே... நீயே ஏறி வெட்டடி" என்று விட்டு நாங்கள் சைக்கிளை மிதிக்கவும், "நில்லடா காகம் என்றபடி" தோட்டத்தில் உள்ள மண்ணாங்கட்டிகளை பொறுக்கி எங்களை நோக்கி எறிந்தபடி... "இரண்டு பேரும் இனி வீட்டுப் பக்கம் வந்து பாருங்கோ இருக்கு. இரண்டு பேருக்கும்" என்றபடி தனது வேலையைத் தொடரப் போய் விடுவார். இப்படியே ஒவ்வொரு நாளும் எங்களுக்குள் சின்னச்சின்ன சீண்டல்கள் சண்டைகள் என்று தொடர்ந்து கொண்டேயிருக்கும். ஆனாலும் ஒரு நாள் கூட உண்மையாய் சண்டை பிடித்தது கிடையாது. ராணியக்கா

குள்ளமாக இருப்பார். ஆனால் கடின உழைப்பினால் உருண்ட உறுதியான தேகம்...

நீண்ட தலைமுடி. அவர் தனது தலை முடியை பாராமரிக்கவே ஒவ்வொரு நாளும் அரை மணித்தியாலமாவது செலவிடுவார். ஒவ்வொரு நாளும் அரைத்த சீயக்காய் வைத்து கழுவி பின்னர் தலை முடியை ஒரு கதிரையில் பரப்பிவிட்டு அதற்கு சாம்பிராணி புகை போடுவார். அப்போதும் சரி வேறு வேலைகள் செய்யும் போதும் சரி ராணியக்கா புதிய வார்ப்பு படப் பாடலான "இதயம் போகுதே ..." என்கிற பாடலைப் பாடிக்கொண்டே வேலைகளை செய்வார். அவரிற்குள் ஒரு காதல் இருந்ததா? யாரையாவது காதலித்தாரா? என்று ஏதும் எனக்குத் தெரியாது.

அந்த பாடல் ஏன் அவருக்குப் பிடிக்கும் என்று நான் இதுவரை கேட்டதில்லை. சரி இன்றுதான் அவரைப் பார்க்க போகிறோமே கேட்டால் போச்சு என்றபடி ராணியக்காவின் நினைவுகளில் மூழ்கிப் போயிருந்த என்னை "சார் மணி குடுங்க ஆட்டோக்கு பெற்றோல் போடணும்" என்று நினைவுகளைக் கலைத்தான் ஓட்டோக்காரன். அவனிற்கு ஒரு அம்பது ருபாய்த் தாளை எடுத்து நீட்டி விட்டு ராணியக்காவை பற்றிய நினைவுகளில் மீண்டும் மூழ்கிப் போனேன். இப்படியே சிரிப்பும் சந்தோசமுமாய் இருந்த குடும்பத்தில் ஈழத்தின் பல குடும்பத்தில் விழுந்த இடியைப் போலவே இவர்களது குடும்பத்திலும் இந்தியப் படை காலத்தின் ஒரு நாள் 1988ஆம் ஆண்டு தை மாதம் ஒரு இரவு ஒரு இடி விழுந்தது. அன்று இரவு வழமை போல ஊரடங்குச் சட்டம் வீதி ரோந்து வந்த இந்திய இராணுவம் என்ன நினைத்ததோ ராணியக்காவின் வீட்டிற்குள் புகுந்து படுத்திருந்த அவர்களை எழுப்பி "எல் ரி ரி தெரியுமா"? என்று மிரட்டினார்கள். சுமார் பத்து பேரளவில் வீட்டிற்குள் புகுந்து சாமான்கள் எல்லாவற்றையும் கிளறிக்கொண்டிருக்க ஒரு சீக்கியன் ரமணனை "யு ஆர் எல்ரி ரி "என்று கேட்க அவனும் "நோ சேர். நோ..." என்றவும் அவன் ரமணனை துப்பாக்கிப் பிடியால் தாக்கவே அதைப் பாத்துக் கொண்டிருந்த ராணியக்கா பொறுக்க முடியாமல் இருவருக்கும் இடையில் புகுந்து அந்த சீக்கியனிடம் தனக்குத் தெரிந்த ஆங்கிலத்தில் "அவன் எல் ரி ரி இல்லை படிக்கிற மாணவன்" என்றவும்.

அந்த சீக்கியன் ராணியக்காவின் தலை மயிரைப் பிடித்து இழுத்து மறுபக்கம் தள்ளிவிட்டு ரமணனை தொடர்ந்து தாக்க ராணியக்கா வெறி கொண்டவராய் மீண்டும் பாய்ந்து அந்த

சீக்கியனின் துப்பாக்கியைப் பிடித்து அடிக்க வேண்டாம் என்று தடுக்க, இன்னொரு ஆமிக்காரன் வந்து அந்த சீக்கியனின் காதில் கிந்தியில் ஏதோ சொல்ல, அவன் உடனே "நீ...தான் எல் ரி ரி. வா உன்னை விசாரிக்க வேண்டும்" என்று ஆங்கிலத்தில் கூறிய படி ராணியக்காவை வெளியே இழுத்துக்கொண்டு போனான். ராணியக்காவும் தம்பி ரமணனை எப்படியாவது காப்பாற்றி விட வெண்டும் என்கிற துடிப்பில் அவர்களுடன் நாளை காலை கட்டாயம் உங்கள் முகாமிற்கு நானும் தம்பியும் வருகிறோம்...தயவு செய்து இப்போ தொந்தரவு தராதீர்கள் என்று கெஞ்சிப் பார்க்கிறார். ஆனால் அவர்களோ வீட்டில் உள்ளவர்கள் எல்லாரையும் ஒரு அறையில் இருத்தி விட்டு, வெளியில் வந்தால் சுட்டுவிடவோம் என மிரட்டியவர்கள் ராணியக்காவை பலாத்காரமாக இழுத்துப் போகிறார்கள். சத்தம் கேட்டு அக்கம் பக்கத்திலுள்ளவர்களின் தலைகள் யன்னலால் ஒளிந்துகொண்டு பார்ப்பதும் மறைவதுமாய் இருந்தது. யாரும் வெளியே வரப் பயம் காரணம் ஊரடங்கு உத்தரவு இருந்தது. வெளியே வந்தால் ராணுவம் சுட்டுவிடும். விடியும் வரையும் அழுதபடியே விழித்திருந்த ராணியக்காவின் தாயாரும் தந்தையும் விடிந்ததும் அருகிலுள்ள இந்திய இராணுவ முகாமில் போய்த் தங்கள் மகளைப் பாக்க வேணும் என்று விசாரித்தார்கள்.

ஆனால் அங்கு காவல் கடைமையில் நின்ற இராணுவத்தினனோ அங்கு யாரையும் அப்படிக் கைது செய்து கொண்டு வரவில்லையென்று கூறிவிட்டான். அவர்களது சத்தம் கேட்டு அந்த முகாம் பொறுப்பதிகாரியோ தங்கள் முகாமிலிருந்து யாரும் யாரையும் கைது செய்யவில்லை வேண்டுமானால் வேறு அருகிலிருக்கும் முகாம்களில் போய் விசாரிக்கச் சொல்லி அனுப்பி விடுகிறான். அவர்களும் அருகிலிருந்த மற்றைய முகாம்கள் எல்லாம் போய் விசாரித்துக் கொண்டிருக்க...காலை வயலுக்குப் போன ஒருவர் ஊரின் ஒதுக்குபுறமாக வயற்பக்கம் யாருமில்லாத பாழடைந்த வீட்டில் ராணியக்காவின் உடல் கிடப்பதாக வந்து சொன்னார்.

ஊர் இளைஞர்கள் சிலருடன் நானும் சேர்ந்து அந்த வீட்டை நோக்கி ஓடினோம். ராணியக்காவின் உடலில் ஒரு துணிகூட இல்லாமல் அவரது சட்டையைக் கிழித்து வாயில் அடைத்தபடி கைகள் பின்புறமாக கட்டப்பட்டிருந்தது. லேசாய் காய்ந்தும் காயாமலும் நிலமெங்கும் பரவிக் கிடந்த இரத்தத்தில், இரைச்சலோடு சுற்றிக்கொண்டிருந்த இளையான்களுக்கு நடுவே ராணியக்கா கிடந்தார். அடையாளமே தெரியாத அளவுக்கு அவர் முகம் அடி

வாங்கி வீங்கியிருந்தது. எனக்கு உடனேயே புரிந்து விட்டது என்ன நடந்து விட்டதென்று. ராணியக்கா அந்த மிருகங்களுடன் முடிந்தவரை போராடியிருக்க வேண்டும் அதனால் அவர் தலையை கூட அசைக்க முடியாமல் ஒரு பெரிய கல்லை தலை பக்கமாக வைத்து அவரது நீண்ட தலை முடியை அதில் இறுக்கிக் கட்டிவிட்டு அமைதி காக்க காந்திய தேசத்திலிருந்து வந்த அகிம்சாவாதிகள் தங்கள் கருணை அன்பு சமாதானம் எல்லாவற்றையுமே காமக் கழிவுகளாய் அந்த அப்பாவிப் பெண்ணின் மீது வெளியேற்றி விட்டுச் சென்று விட்டார்கள்.

நல்லவேளை அவரது அந்தக் கோலத்தை அவரது தாய் தந்தையர் கண்டிருந்தால் அந்த இடத்திலேயே மாரடைப்பு வந்து இறந்து போயிருப்பார்கள். அவரருகில் போய் உடலை மெதுவாய் தொட்டுப் பார்த்தேன். உடல் சூடாகவே இருந்தது நாடித்துடிப்பும் இருந்தது. உடனடியாகவே அருகில் இருந்த வீட்டுக்காரர் ஒருவரிடம் ஒரு சேலையை வாங்கி ராணியக்காவை சுற்றிக் கொண்டு ஊரில் வீட்டில் வைத்தியம் செய்யும் வைத்தியரிடம் கொண்டு ஓடினோம். வைத்தியரும் தன்னால் முடிந்த முதலுதவிகளை செய்து விட்டு குளுக்கோஸ் ஏற்றி விட்டு என்னிடம் சொன்னார் "தம்பி என்னட்டை உள்ள வசதியை வைச்சு இவ்வளவுதான் செய்யலாம் வசதியுள்ள ஏதாவது ஆஸ்பத்திரிக்கு உடனை கொண்டு போனால்தான் ஆளை காப்பாற்றலாம். இல்லாட்டி கஸ்ரம்" என்றார். யாழ்ப்பாணம் வைத்திய சாலைக்கு கொண்டு போக ஏலாது. காரணம் அந்த வைத்தியசாலையும் இந்திய இராணுவத்தின் வெறியாட்டத்திற்குள்ளாகி நோயாளிகளும் வைத்தியர்களும் இறந்து சில வாரங்கள் தான் ஆகியிருந்தது. இன்னமும் சரியாக இயங்கத் தொடங்கியிருக்கவில்லை. அடுத்ததாக மானிப்பாய் வைத்திய சாலைக்குத்தான் கொண்டு போகவேண்டும். ஆனால் அங்கும் சுற்றிவர இராணுவக் காவல். என்ன செய்யலாமெண்டு யோசித்த போதுதான்,

மானிப்பாய் வைத்திய சாலையில் வேலை பார்க்கும் ஒரு தாதி எனக்கு நல்ல பழக்கமானவர். உடனே அவரிடம் ஓடிப்போய் விடயத்தை சொல்ல அவரும் தாமதிக்காமல் தனது தாதி உடைகளை அவசரமாக அணிந்து கொண்டு என்னுடன் வந்தவர் ஒரு வேனில் ராணியக்காவை ஏற்றிக்கொண்டவர் "யாரும் வர வேண்டாம் நானே எப்படியாவது வைத்திய சாலைக்குள் கொண்டு போய் விடுவேன். ஆனால் நான் செய்தி அனுப்பும் வரை யாரும் வைத்திய சாலைப் பக்கம் வர வேண்டாம் பிறகு பிரச்சனையாயிடும்" என்று

கண்டிப்பாய்ச் சொல்லிவிட்டு ஒரு வெள்ளைத் துணியை ஒரு தடியில் கட்டி அதனை வேனின் முன்புறத்தில் கட்டிக்கொண்டு எப்படியோ வைத்திய சாலைக்குள் கொண்டுபோய் சேர்த்து விட்டார் .

அங்கு வைத்தியர்களின் ஒரு வார கால போராட்டத்தின் பின்னர் கோமா நிலையிலிருந்த ராணியக்காவின் உயிரை மட்டும் அவர்களால் இழுத்துப் பிடித்து நிறுத்த முடிந்தது. அவர்களால் ராணியக்காவின் உணர்வுகளையோ நினைவுகளையோ திரும்பக் கொண்டுவர முடியாமல் போய் விட்டது. ராணியக்கா தனது ஞாபகங்களை இழந்து மன நோயாளியாகி விட்டார். அது மட்டுமல்ல அவரது தலையிலும், அடி வயிற்றிலும் பலமாக துப்பாக்கிப் பிடியால் தாக்கியிருக்கிறார்கள். அதனால் இடுப்பிற்கு கீழே உணர்வுகளும் அற்றுப் போய்விட்டது என்று அந்த தாதி என்னிடம் கூறினார். அதன் பின்னர் எனக்கும் அவர்களுடனான தொடர்பு இல்லாமல் போய்விட்டாலும்,

அவ்வப்போது தெரிந்தவர்களிடம் விசாரிப்பேன். சில காலத்தின் பின்னர் அவர்கள் குடும்பமாக வள்ளத்தில் இந்தியா போய் விட்டதாக அறிந்தேன். நானும் பின்னர் பிரான்சிற்கு வந்த பின்னர் ரமணன் கனடாவில் இருப்தாக ஒரு செய்தி கிடைத்தது. எப்படியும் அவனை தொடர்பு கொள்ளலாம் என நினைத்து தெரிந்தவர்கள் மற்றும் ஐரோப்பிய, கனடிய தமிழ் வானொலிகள் ஊடாகவும் பலதடைவைகள் தொடர்ச்சியான எனது தேடலில் ஒரு நாள் ரமணனின் தொலைபேசி அழைப்பு எனக்கு வந்தது.

அவனுடன் கதைத்த போது நான் முதல் கேட்ட கேள்வி ராணியக்கா எப்பிடி இருக்கிறார்? என்பதுதான். கன கால போராட்டத்தின் பின்னர் இந்தியாவில் பெரிய பெரிய வைத்தியர்களிடம் எல்லாம் காட்டி இப்ப கொஞ்சம் பரவாயில்லை என்றான். நானும் அந்த வருடம் இந்தியா போக வேண்டி இருந்ததால் ரமணனிடம் விலாசம் விபரம் எல்லாம் பெற்றுக் கொண்டு இதோ இப்போது ராணியக்கா வீட்டிற்கு வந்து விட்டேன். எனக்காக மதிய சமையல் செய்து விட்டு ராணியக்காவின் தந்தையும் தாயும் காத்திருந்தனர்.

என்னைக் கண்டதும் தாயார் வந்து கட்டியணைத்து அழுதே விட்டார். அவர்களிடம் “அக்கா எங்கை” என்று கேட்க ஒரு அறையைக் காட்டினார்கள். உள்ளே போனேன். எனக்கோ பெரிய அதிர்ச்சி. நான் தேடி வந்த ராணியக்கா இவர் இல்லை. என் கற்பனையில் இருந்த ராணியக்கா இவர் இல்லை. பார்ப்பதற்கு 60

வயதிற்கும் மேற்பட்ட ஒரு கிழவியின் தோற்றம். பல மாதங்கள் பட்டினி கிடந்தது போல கண்கள் எல்லாம் உள்ளே போய் அவரது பற்கள் எல்லாம் வெளியே தெரிய, தொடர்ச்சியான மருந்து பாவனைகளால் அவரது தலை முடியும் உதிர்ந்து போனதால் மொட்டை அடித்திருந்தனர். மெதுவாக அவரது அருகில் போய் அவரின் கைகளைப் பிடித்துப் பார்த்தேன்.

தோட்ட வேலையெல்லாம் செய்து எவ்வளவு உறுதியாய் இருந்த அவரது கைகள் அப்போதுதான் பிறந்த குழந்தையின் கையைப் போல சூம்பி போய் மிருதுவாய் இருந்தது. “ராணியக்கா நான் தான் காகம் வந்திருக்கிறன் என்னை ஞாபகம் இருக்கா” என்றேன். அவரோ எந்தவித சலனமும் இல்லாமல் சுவரையே வெறித்துப் பார்த்தபடி இருந்தார். நானும் சில பழைய கதைகளை சொல்லி நானே சிரித்தும் பார்த்தேன் அவர் எந்த வித உணர்ச்சிகளையும் காட்டிக் கொள்ளவில்லை. அதற்கு மேலும் அங்கு என்னால் நிற்க முடியாமல் அறையை விட்டு வெளியே வந்த போது தாயார் சொன்னார். “தம்பி இப்ப வருத்தமெல்லாம் மாறிட்டுது தானே தன்ரை வேலையள் எல்லாம் தனிய செய்ய தொடங்கிட்டா… ஆனால் இப்பிடித்தான் வெறிச்சுப் பாத்தபடி ஒருதரோடையும் ஒரு கதையும் இல்லை. எல்லா வைத்தியரும் சொல்லினம் இப்ப ஒரு பிரச்சனையும் இல்லையாம். ஆனால் மனரீதியான தாக்கத்திலை இருந்து இனி அவாவே தான் கொஞ்சம் கொஞ்சமா வெளிலை வரவேணுமெண்டு. அதுக்காக தான் இப்ப நாங்களும் கொஞ்சம் வெளியிலை கோயில்களுக்கு கூட்டிக் கொண்டு திரிய தொடங்கியிருக்கிறோம். அப்பிடியாவது பழைய மாதிரி இல்லையெண்டாலும் கொஞ்சமாவது கதைச்சா நிம்மதி” என்றார்.

நானும் அவர்களுடன் மதியம் உணவருந்திவிட்டுப் புறப்பட தாயாராகியபடி மீண்டும் ராணியக்காவிடம் போய் ஏதோ எனக்கு அவரை முத்தமிடவேண்டும் போல் இருந்தது. குனிந்து அவரது கன்னத்தில் முத்தமிட்டு விட்டு “ராணியக்கா நான் போகிறேன். திரும்ப ஒரு சந்தர்ப்பம் கிடைச்சால் கட்டாயம் வாறன்” என்றபடி அவரை உற்றுப் பார்க்க அவரது கைகள் மெதுவாய் உயர்த்தி எனது கைகளை சில நிமிடங்கள் லேசாய் பிடித்தவர் பின்னர் விட்டு விட்டார். முகத்தில் எந்த வித உணர்ச்சியும் இல்லாமல் அவரது கண்களில் இருந்து கண்ணிர் வடிந்துகொண்டிருந்தது.

என்னை அவருக்கு அடையாளம் தெரிகிறது. நான் கதைப்பது எல்லாமே அவருக்குப் புரிகிறது என்பது மட்டும் எனக்குப் புரிந்தது.

ஆனாலும் தனக்குத்தானே ஒரு கூட்டைக் கட்டி அதற்கு ஒரு பூட்டும் போட்டு வாழ்ந்து கொண்டிருந்தார் ராணியக்கா. அவர் அப்படி இருந்ததும் எனக்கு சரியாகத்தான்பட்டது. காரணம் அவர் அந்தக் கூட்டை விட்டு வெளியே வந்து கதைக்கத் தொடங்கினால் பலரின் பல நுறு கேள்விகளிற்கு பதில் சொல்லியே மீண்டும் மன நோயாளியாகி விடுவார் என்று நினைத்தபடியே விடை பெற்றேன் .

பின்னர் ஓராண்டுகள் கழித்து ரமணனின் தொலைபேசி அழைப்பு வந்தது. “டேய் …ராணியக்கா நேற்று தற்கொலை செய்திட்டா. நான் இந்தியாவுக்குப் போறேன்” என்றவனிடம் “எப்பிடி?” என்றேன். வீட்டுக்காரர் கவனிக்காத நேரம் இரவிலை வழமையா குடுக்கிற நித்திரைக் குளிசை எல்லாத்தையும் எடுத்து போட்டுட்டாவாம். வீட்டுக்காரரும் அவா நித்தரை கொள்ளுறா எண்டு கன நேரமா கவனிக்கவில்லையாம் என்றவனின் குரல் கம்மியது. அதற்கு மேல் என்னிடமும் வார்த்தைகள் இல்லை. தொலைபேசி கட்டாகிவிட்டது…

எனக்கு தற்கொலை செய்பவர்கள் மீது வாழ்க்கையில் போராட முடியாத கோழைகள் என்று கோபம் வரும். போராட்டமே வாழ்க்கையாய் அமைந்து விட்ட ராணியக்காவின் முடிவு எனக்கு கோபத்தைத் தரவில்லை. ஆனால் என்னிடம் இன்னமும் விடை தெரியாத ஒரு கேள்வி இந்த இளம் வயதில் இத்தனை கொடுமைகளை அனுபவிக்க ராணியக்கா செய்த பாவம்தான் என்ன ?… இந்தக் கேள்வி ஈழத்தில் பல ராணியக்காக்கள் பற்றிய கேள்வியும் ஆகும் …

மல்லிகா

எழுதிய காலம் 21/02/20012

மல்லிகா. என்னைவிட அவளிற்கு இரண்டுவயது குறைவு. அப்போ எனக்கு எத்தனை வயது? பத்து வயது. தலைக்கு எண்ணெய்வைத்து வழித்து இழுத்து பின்னப்பட்ட இரட்டைப்பின்னல். கறுப்பாக இருந்தாலும் களையான முகம். அவளின் தயார் மாரியம்மா வயல் வரம்புகளில் விளைந்திருக்கும் புற்களை அறுத்து கடகத்தில் நிரப்பி ஊரில் உள்ள சிலர் வீட்டுமாடுகளுக்கு போய் போடுவது, மாவிடிப்பது, கூட்டிப்பெருக்குவது, வயல்களில் அறுவடை காலங்களில் வேலை செய்வது இதுதான் அவரது தொழில். தந்தை அதிகம் படிக்காதவர். ஆனால் வாக்கு வேட்டைக்காக சிறிலங்கா சுதந்திரக்கட்சியின் வேட்பாளர் வினோதனின் புண்ணியத்தில் அவரிற்கு மானிப்பாய் பலநோக்கு கூட்டுறவு சங்கத்தின் வாசல் காவலாளி வேலை. லீவுநாள்களில் ஊரில் உள்ளவர்களின் வீடுகளிற்கு வேலியடைப்பது குளைவெட்டுவது என்கிற வேலைகளைச் செய்வார். மல்லிகா ஒரேயொரு மகள்தான்.

என்னுடைய அம்மம்மா வளர்க்கும் மாட்டுக்கும் புல்லு கொண்டு வந்து போடுவது மாரியம்மாவின் மாலைக் கடமை. வீட்டிற்கு மாலை நேரத்தில் புல்லுக்கட்டு தலையில் சுமந்து வரும் மாரியம்மாவின் பின்னால் தன்னை ஒரு ஆசிரியை போல கற்பனை செய்து கையில் ஒரு பூவரசம் தடியை வைத்து வரும் வழியெங்கும் நிற்கும் மரம் செடிகளிற்கு அடித்து அவைகளை உறுக்கி வெருட்டி “குழப்படி செய்யக்கூடாது ஒழுங்கா படிக்கவேணும்” என்று அவைகளோடு விளையாடியபடியே வருவாள் மல்லிகா. புற்கள் நிரம்பிய கடகத்தை சுமந்துகொண்டு வரும் மாரியம்மாவின் ஒரே குறிக்கோள் தானும் தன்னுடைய சமூகமும் அதிகளவு படிப்பறிவற்றவர்களாகவே இருக்கிறார்கள் எனவே மல்லிகாவை எப்படியாவது பெரிய படிப்பு படிப்பித்து பெரியாளாக்குவது மட்டுமே இலட்சியம். அவர்கள் கோயில் காணியில் ஒரு குடிசைபோட்டு வசித்துவந்தனர். அம்மம்மா வீட்டிற்கு வேலைக்காக வரும் காலங்களில் அவர்களிற்கு தேனீர்

குடிப்பதற்கென்றே தனியாக சில கிளாசுகள் வீட்டின் பின்பக்கம் வைக்கப்பட்டிருக்கும்.

அதனை அவர்களே எடுத்துக் கழுவி நீட்டினால்தான் அதில் தேனீர் கொடுக்கப்படும். மாரியம்மா வேலை செய்யும் பொழுது மல்லிகா அவளுடைய புத்தகங்களை கொண்டுவந்து மரத்தின் கீழமர்ந்து படித்துக்கொண்டிருப்பாள். ஒருநாள் அவள் "எனக்கு நெல்லிக்காய் பிடுங்கித் தாறியளோ" என்றதும் முற்றத்தில் நின்ற நெல்லி மரத்தில் பாய்ந்து ஏறிய நான் அதன் கிளைகளை பிடித்து உலுப்ப கீழே விழுந்த நெல்லிக்காய்களை ஓடியோடிப் பொறுக்கிய மல்லிகா தன் சட்டையின் முன் பக்கத்தை ஒரு கையல் குவித்து அதனுள் சேர்த்தாள். மரத்தைவிட்டு கீழே இறங்கியவனிடம் "உங்களுக்கு வேணுமோ" என ஒரு நெல்லிக்காயை நீட்ட, அதைவாங்கிய நான் முன் பல்லுக்கும் கடைவாய் பற்களுக்கும் நடுவே உள்ள வேட்டைப் பற்களால் லேசாய் கடித்து வாயுள் விழுந்த நெல்லிக்காய் துண்டின் புளிப்பை காரை நாக்கில் உணர்ந்து கண்ணை மூடி இரசித்து விழுங்கிக்கொண்டு இருக்கும்போது "டேய் உள்ளை வாடா" என்கிற அம்மம்மாவின் அதட்டல் சத்தம் கேட்டது. அதட்டல் சத்தத்தில் விழுங்கிய நெல்லிக்காய் புரக்கேற... உச்சந்தலையில் அடித்து மென்று விழுங்கியபடி உள்ளே நுழைந்த எனது காதைப் பிடித்து முறுக்கியபடி,

"உனக்கு எத்தினை நாள் சொல்லியிருக்கிறன் அவளோடை சேராதையெண்டு கேக்கமாட்டியா...வீட்டிலைதானே நெல்லிமரம் நிக்கிது அவளிட்டையா வாங்கி தின்னவேணும்?"

"ஏன் அவளிட்டை வாங்கி தின்டால் என்ன?"

"அவங்களிட்டை ஒண்டும் வாங்கித் தின்னக்கூடாது அவங்கள் வேறை சாதி. நாங்கள் வேறை சாதி."

"நெல்லிக்காய் எங்கடைதானே."

"வாய்க்குவாய் எதிர்த்து கதையாதை...அவளோடை இனிமேல் சேர்ந்து திரியிறதை கண்டால் அடிதான் கவனம். உன்ரை கொப்பரிட்டையும் சொல்லிடுவன்..." மிரட்டினார்...

ஆனால் அதைப்பற்றியெல்லாம் எனக்கு கவலையில்லை. வீட்டிற்கு தெரியாமலேயே வயல்களில் அவளோடு சேர்ந்து வெள்ளரிப் பிஞ்சுகளை களவெடுத்து தின்பது, பட்டம் விடுவது,

காய்ந்து கிடக்கும் வழுக்கையாற்று மணலில் விளையாடுவது, மழைக்காலங்களில் வால்பேத்தை பிடிப்பது; அவ்வப்பொழுது அவளுடன் எனது உறவுகள் யாராவது கண்டால் திட்டு அல்லது ஓரிரண்டு குட்டுவிழும். வழக்கம்போல அம்மம்மாவின் திட்டு… வழமையாகிப் போனது…

வருசாவருசம் எங்கள் பிள்ளையார் கோயில் திருவிழா தொடங்க முதல் கோயிலின் சட்ட விளக்குகள் அனைத்தும் கழற்றி எண்ணெய் கழிம்புகளை துடைத்து சுத்தம் செய்து எண்ணெய் விட்டு புதிதாக திரி போடுவது வழைமை. அந்த வேலையை கோவில் நிருவாகப் பொறுப்பில் இருக்கும் சித்தப்பாதான் யாரையாவது உதவிக்கு வைத்து செய்வார். ஒரு சட்டவிளக்கில் 108 சிறிய விளக்குகள் ஒரு வாசலுக்கு மூன்று அடுக்கில் இருக்கும். அப்படி நான்கு வாசலிற்கும் ஒவ்வொரு சட்டவிளக்கு பொருத்தியிருந்தார்கள். அப்போ மொத்தம் எத்தனை சிறிய விளக்குகள் இருக்குமென்று நீங்களே கணக்குப் போட்டுத் தெரிந்து கொள்ளுங்கள். அவைகளை சுத்தம் செய்வது பெரியவேலை. நாள்கணக்கில் துப்பரவு வேலை நடக்கும். அப்படித்தான் அந்த வருடமும் நானும் எனது நண்பன் இருள் அழகனும் சித்தப்பாவோடு சேர்ந்து சட்டவிளக்குகளை துடைத்துக்கொண்டிருந்தபொழுது தேனீர் எடுத்துவருவதற்காக சித்தப்பா வீட்டிற்கு போயிருந்தார். அந்த நேரம் கோயிலில் வெளியே வந்த மல்லிகா கற்பூரம் கொழுத்தி கும்பிட்டுவிட்டு விபூதி குடுவையில் கையை விட்டாள். விபூதி இல்லை. அங்கிருந்தபடியே என்னிடம் உள்ளே விபூதி எடுத்துத் தரும்படி கேட்டாள். நான் எனது கைகளைக்காட்டி “கையெல்லாம் எண்ணெய் நீயே உள்ளை வந்து எடு” என்றதும் தயங்கியபடி, இருள் அழகனிடம் கேட்டாள்.

“அவனின்டை கையிலயும் எண்ணெய்தான் விரும்பினா உள்ளை வந்து எடு” என்றதும் அக்கம் பக்கம் பார்த்துவிட்டு உள்ளே வந்தவள் விபூயை எடுத்து தன் நெற்றியில் பூசிவிட்டு கையில் கொஞ்சத்தை எடுத்தவள் “அம்மாக்கு காய்ச்சல் அதுதான் கற்பூரம் கொளுத்தின்னான் விபூதி கொண்டு போய் பூசிவிடப்போறன்” என்று சொல்லிக்கொண்டிருக்கும் போதே தேனீருடன் வந்த சித்தப்பா அவளை கண்டதுமே, “ஏனடி உள்ளை வந்தனி” என்று கத்தியபடி கொண்டு வந்த தேனீர் கேத்தலை கீழே போட்டு விட்டு அவளை விரட்ட, கையில் பொத்திப் பிடித்த விபூதியுடன் அவள் ஓடித்தப்பிவிட்டாள்.

அவளைப் பிடிக்க முடியாத கோபம் மேலும் தலைக்கேற நடு வெய்யிலில் வண்டில் இழுத்த நாம்பன் மாட்டைப் போல மூசியபடி வந்த சித்தப்பா "அவளை ஏன் உள்ளை விட்டனீங்கடளா" என்று எங்களைப் பார்த்துக் கத்த, "இவன்தான் அவளை உள்ளை கூப்பிட்டவன்" என்று போட்டுக்கொடுத்து விட்டு அங்கிருந்து ஓடிவிட்டான் இருள் அழகன். சித்தப்பாவின் கோபம் பல பூவரசந் தடிகளை முறியவைத்தது. கோயிலில் இருந்து வீடுவரை என்னை கலைத்து, கலைத்து அடித்து ஓய்ந்தார். மல்லிகா அவரது கண்களில் படாமல் ஒழித்துத் திரிந்தாள். இனிமேல் உனக்கு விளக்கு துடைக்க வர மாட்டேன் என்று பிள்ளையாரைத் திட்டிவிட்டு திருவிழா தொடங்கும் வரை கோவில் பக்கம் போகவில்லை.

வழமையாக வரும் மாரிக்காலம். மழை வெள்ளம் வரும் காலங்களில் குடிசைகளில் வசிப்பவர்கள் பெரும்பாலும் அங்குள்ள தேவாலயத்துக்கோ விடுமுறைக் காலமென்றால் பாடசாலைக்கோ குடிபெயர்வது வழைமை. அந்த வருடமும் பெருவெள்ளத்தில் இடம் பெயர்ந்தவர்களில் மல்லிகாவின் குடும்பமும் ஒன்று. மாரிக்காலம் முடிந்து பாடசாலை தொடங்கும் போது மல்லிகாவின் பாடசாலை சீருடை வீட்டில் புகுந்த வெள்ளத்தில் பழுதாகிப் போய்விட்டதால் சாதாரண சட்டையுடன் பாடசாலைக்கு போன மல்லிகாவை, சீருடை போடாமல் பாடசாலைக்கு வரவேண்டாமென அவளது வகுப்பு ஆசிரியை திட்டி அனுப்பியிருந்தார். கோபமாய் பாட சாலையிலிருந்து வெளியே வந்தவள் வீட்டுக்குப் போகாமல் கோயிலடியில் புத்தகப் பையை எறிந்துவிட்டு அரசமரத்து வேரில் குந்தியிருந்து விட்டாள். மதியம் பாடசாலை முடிந்து கோயிலைத் தாண்டி வீட்டுக்குப் போகும் வழியில் அரசமரத்து வேரில் "உம்..." மென்று குந்தியிருந்தவளிடம்,

"ஏனடி பள்ளிக்கூடம் போகேல்லையோ?..."

"போனனான்..."

"என்ன நடந்தது?"

"யூனிபோம் இல்லாமல் வரவேண்டாம் எண்டு டீச்சர் ஏசிப் போட்டா..."

"யூனிபோம் எங்கை?"

"மழை வெள்ளத்தோடை போயிட்டுது..."

கொஞ்ச நேரம் யோசித்த எனக்கு ஒரு ஐடியா கிடைத்தது.

"உனக்கு யூனிபோம் தானே வேணும். இங்கயே இரு வாறன்..."

என்று விட்டு நேராக என்னுடைய வீட்டிற்கு போய் தங்கைகளின் சீருடைகளில் ஒன்றை களவாய் எடுத்துக்கொண்டு போய் மல்லிகாவிடம் கொடுத்துவிட்டேன். ஆனால் தங்கைகள் படித்தது மானிப்பாய் மகளிர் கல்லூரி. மல்லிகா படித்தது சண்டிலிப்பாய் இந்து மகாவித்தியாலயம்.மானிப்பாய் மகளிர் கல்லூரி சீருடைகளில் மானிப்பாய் மகளிர் கல்லூரி என்கிற ஆங்கில சுருக்கம் MLC என சிறியதாய் ஒரு பட்டி வைத்துத் தைக்கப்பட்டிருக்கும். அதைப்பற்றி நானும் யோசிக்கவில்லை மல்லிகாவிற்கும் அதைப்பற்றி சிந்திக்கின்ற வயது இல்லை. எங்களைப் பொறுத்தவரை யூனிபோம் வெள்ளையாய் இருக்கும் அவ்வளவுதான்.

அவள் அந்த சீருடையுடன் பாடசாலைக்குப் போனதும் வகுப்பு ஆசிரியை சீருடையை கவனித்துவிட்டு யாரிட்டை களவெடுத்தாயென கேட்டு அவளிற்கு அடிக்கவே அவளும் நடந்த விடையத்தை சொல்லியிருக்கிறாள். அந்த ஆசிரியை எனக்கு உறவுக்காரர்... பிறகென்ன ஏதோ இழவுச் செய்திபோல எனது உறவுக்காரர்கள் எல்லாரிற்கும் செய்தி பரவியது. அன்று மாலையே எனது அம்மம்மா வீட்டில் கண்டன கூட்டம் கூடியிருந்தது. அக்கம் பக்கத்து வீட்டு வேலிகளிலும் தலைகள் முளைத்திருந்தது. மல்லிகாவின் தாயும் தந்தையும் கைகளை கட்டியபடி வீட்டு முற்றத்தில் பவ்வியமாக தலையைக் குனிந்தபடி நின்றிருந்தனர். அவர்களிற்கு பின்னால் மிரண்ட விழிகளுடன் மல்லிகா மறைந்து நின்றிருந்தாள். எனது குடும்பத்தினர் அனேகமானவர்களுடன் அந்த ஆசிரியையும் வந்திருந்தார். பஞ்சாயத்தை தாத்தா தொடக்கினார்.

மல்லிகாவின் தந்தையிடம் "என்னடா நடந்தது ஒண்டும் உனக்கு தெரியாதே?"

"இல்லை ஐயா... நடந்தது சத்தியமா எனக்கு தெரியாது. நான் வேலைக்கு போயிட்டன். இவளும் புத்தியில்லாமல் சட்டையை போட்டு பிள்ளையை பள்ளிக்கூடத்தக்கு அனுப்பிப் போட்டாள்."

தாத்தா மாரியம்மாவின் பக்கம் பார்வையைத் திருப்பினார்.

"ஐயா வழக்கமா நீங்கள் பழைய உடுப்புக்கள் தாறனீங்கள் தானே. தம்பி அப்பிடித்தான் இதையும் தாறார் எண்டு நான் நினைச்சிட்டன்.

சட்டை தோச்சு எடுத்துக்கொண்டந்திருக்கிறன் இந்தாங்கோ" என்று மாரியம்மா சட்டையை முன்னால் நீட்டவே, கோபமாக "யாருக்கடி வேணும் இந்தச் சட்டை" என்று அதைப் பறித்து முற்றத்தில் எறிந்த அம்மா, "என்ன திமிர் இருந்தால் அவள் போட்ட சட்டையை என்ரை மகளுக்கு போடச்சொல்லி திரும்ப கொண்டுவருவாய்" என்று ஒரு அறையும் மல்லிகாவின் தாயார் கன்னத்தில் விழுந்தது.

"பிழை முழுக்க இவனிலை. அதுகளிலை கோவிச்சு பிரயோசனம் இல்லை. முதல்லை உன்ரை மகனைத் திருத்து" என்று தாத்தா அம்மாவை சாந்தப்படுத்தினார்.

"என்னட்டையும் உந்த வயசிலை இரண்டு பெட்டையள் இருக்க. உவன் ஏனோ தெரியாது உந்த நளத்திக்கு பின்னாலைதான் திரியிறான்" என்று கிடைத்த இடைவெளிக்குள் கிடாய் வெட்டும் முயற்சியாக, தன்னுடைய எதிர்கால கவலையை மாமி வெளிட்டார்.

மாமியை நான் முறைத்து பார்க்கவே. "இஞ்வை பாருங்கோ என்னையே முறைக்கிறான்" என்று மாமாவை உருப்பேத்த, மாமாவின் கையில் பூவரசந்தடி முளைத்தது. அவர் ஓங்கிய கையோடு என்னை நோக்கி வரவே, தன் முன்னால் தன் மகனை இன்னொருவன் அடிப்பதா என்று அப்பாவிற்கு கௌரவப்பிரச்சனையாகிப் போக, மாமாவின் தடியை வாங்கி அவரே "மாமிட்டை மன்னிப்புக் கேளடா" என்றபடி என்னில் அடித்து முறித்தார். மாமா அவசரத்தில் தடியிலிருந்த இலைகளை சரியாக உருவி எடுக்காததால் அடிகள் பெரியளவில் வலிக்கவில்லை. அழுகையும் வரவில்லை. அசையாமல் நின்றிருக்க, அப்பொழுதுதான் அங்கு வந்த சித்தப்பா நேராக மல்லிகாவிடம் போனவர் அவளது தலைமயிரைப் பிடித்து இழுத்து கன்னத்தில் ஒரு அறைவிட்டவர், "அண்டைக்கு தப்பிஓடிட்டாய் நாயே இண்டைக்கு உன்னை விடமாட்டன்" என்றபடி அவளை நிலத்தில் போட்டு கையாலும் காலாலும் அடிக்க அவளது தாய் மல்லிகாமீது விழுந்து தடுக்க ஒரே கூச்சல். என்னால் எதுவும் செய்ய முடியவில்லை. அப்பொழுதுதான் எனக்கு அழுகை வந்தது.

அதற்கிடையில் அம்மம்மா விலக்குபிடித்து மல்லிகா குடும்பத்தை அனுப்பிவிட்டதோடு இனி அவர்கள் வீட்டிற்கு வேலைக்கு வரவேண்டாம் எனவும். அதனையும் மீறி நான் மல்லிகாவுடன் கதைத்தால் என்னை பாடசாலை விடுதியில் சேர்த்துவிடுவதாகவும் குடும்பத்தில் தீர்மானம் நிறைவேற்றப்பட்டது. அழுதபடியே வாயில்

இரத்தம் கலந்த எச்சிலை துப்பியபடி மல்லிகா என்னைத் திரும்பித் திரும்பி பார்த்படி போய்க்கொண்டிருந்தாள்.

1984 ஆம் ஆண்டு அதே சண்டிலிப்பாய் கல்வளை பிள்ளையார் கோயில் திருவிழா நெருங்கிக்கொண்டிருந்தது. இந்தமுறை திருவிழாவிலை பெடியன்கள் எல்லாரையும் உள்ளை விடப்போறாங்களாம்...

இப்பிடித்தான் பத்து வருசத்துக்கு முதலும் சில கீழ் சாதியள் உள்ளை போகவெளிக்கிட்டு வெட்டு குத்திலை முடிஞ்சு ஒரு கொலையும் விழுந்து மூண்டு வருசமா திருவிழாவும் இல்லாமல் இருந்தது. திரும்பவும் அந்தநிலைதான் வரும் போலை.

இந்தமுறை பெடியளல்லோ முன்னுக்கு நிக்கிறாங்கள். அவங்களிட்டை துவக்கல்லோ இருக்கு இவையின்ரை வாளுகள் பொல்லுகளாலை ஒண்டும் செய்யேலாது. கட்டாயம் அவங்கள் உள்ளை விடத்தான் போறாங்கள். இப்படி ஊரில் கதை நடந்துகொண்டிருந்தது.

திருவிழா கொடியேற்றதுக்கு முதல்நாள் இரவு கோயிலின் முன் மண்டபத்தில் இளைஞர்கள் குழுவும் கோயிலின் உள்ளே கோயில் நிருவாகக் குழுவும் ஆலோசனை நடாத்திக் கொண்டிருந்தார்கள். நானும் எனது நண்பன் நந்தனும் மற்றைய நண்பர்களிற்கு அடுத்தநாள் திட்டத்தை விளங்கப்படுத்திக்கொண்டிருந்தோம். வேண்டுமென்றால் எங்கடையாக்களையும் (புளொட்)வரச்சொல்லுறன் எண்டான் காந்தன். எங்கடை தோழர்களையும் (ஈ.பி.ஆர்.எல்.எவ்) கூப்பிடவா எண்டான் மதி. யாராவது எதிர்த்து கதைச்சா போட்டுத் தள்ளிட்டு அடுத்த வேலையைப் பாக்கலாம்... என்றான் யோகராஜன்(ரெலோ). வேண்டாம் நாங்கள் சார்ந்த இயக்கங்களை இதுக்குள்ளை இழுக்காமல் முடிந்தளவு நாங்கள் இந்த ஊர் இளைஞர்கள் எண்ட அளவிலையே பிரச்சனையை முடிப்பம் இதுவே எனதும் நந்தனுடையதும் முடிவாக இருந்தது.

அப்பொழுது கோயில் நிருவாக சபையில் இருந்த வயதானவரான ஆனால் எல்லாராலும் மதிக்கப்படுபவரான பழைய சிங்கப்பூர் பெஞ்சனியர் அமுதராசா அங்கு வந்தார். அவர் இளையவர்களின் செயற்பாடுகளிற்கு ஆதரவு கொடுப்பவர். அதனாலேயே கோயில் நிருவாகம் அவரை எங்களுடன் பேச்சுவார்த்தைக்கு அனுப்பியிருந்தது. அங்கு வந்தவர் “தம்பியவை நான் இருந்த சிங்கபூரிலை கோயிலுக்கை எல்லாரும் போகலாம். ஆனால்

இங்கை அப்பிடியில்லை. அவங்கள் சுத்தபத்தம் இல்லாமல் தண்ணியடிச்சிட்டு வருவாங்கள். அதாலைதான் உள்ளை விடேலாது மற்றபடி வேறை பிரச்சனை ஒண்டும் இல்லை. எதுக்கும் யோசியுங்கோ" என்றார். "ஐயா... எல்லாரும் குளிச்சு சுத்தமாய் வேட்டியோடைதான் வருவினம். தண்ணியடிச்சிட்டு யாராவது வந்தால் நாங்களே உள்ளை விடமாட்டம் .நாளைக்கு நிருவாகத்தை பிரச்சனை பண்ணாமல் பேசாமல் இருக்கச் சொல்லுங்கோ. பிரச்சனை பண்ணினால் பிறகு நாங்கள் வாயாலை கதைக்கமாட்டம் எண்டதை மட்டும் அவையிட்டை சொல்லிவிடுங்கோ" என்றதும் அவர் எதுவும் பேசாமல் போய்விட்டார்.

மறுநாள் திருவிழா கொடியேற்றத்தோடு தொடங்கிவிட்டிருந்தது. நிச்சயமாக ஏதும் பிரச்சனை வருமென்று நானும் நந்தனும் தீர்மானித்திருந்ததால் ஒரு எஸ்.எம்.ஜி துப்பாக்கியையும் சில கைக் குண்டுகளையும் ஒரு வேனில் போட்டு கோவில் வீதியில் ஓரமாக நிறுத்தி வைத்து ஒரு நண்பனை காவலுக்கு வைத்து வேட்டி கட்டி விபூதிக் குறியை இழுத்தபடி கோவில் வாசலில் போய் நின்று கொண்டோம். எங்கள் திட்டப்படி மற்றைய சமூகத்தை சேர்ந்தவர்கள் பலர் முன்னரே கோயிலின் உள்ளே போய்விட்டிருந்தனர். "கோயிலுக்குள்ளை வந்திட்டாங்கள் ஆனால் என்ன நடந்தாலும் உவங்களை சாமிதூக்கவிடுறேல்லை" என்று கோயில் நிருவாகத்தை சேர்ந்தவர்கள் முடிவெடுத்திருந்தார்கள். திருவிழாவின் இறுதிகட்டம் நெருங்கியது...சாமி தூக்கவேண்டும். திட்டமிட்டபடி ஏற்கனவே தயாராய் நின்றவர்களை விலக்கிவிட்டு ஊர் இளைஞர்களே சாமியைத் தூக்கினார்கள். இதை கோயில் நிருவாகம் எதிர்பார்க்கவில்லை. காரணம் சாமி தூக்கிய இளைஞர்கள் எல்லாருமே அவர்களது உறவுகள் என்பதால் ஆளையாள் பார்த்தபடி நின்றனர். சாமியை தூக்கியவர்கள் சிறிது தூரம் வந்ததும் தயாராய் நின்றிருந்தவர்களிடம் தோள் மாறியது. அப்பொழுதுதான் பெடியங்கள் தங்களை ஏமாற்றிப்போட்டாங்கள் என்பது அவர்களிற்கு புரிந்தது. "என்ரை பிணத்தை தாண்டித்தான் இண்டைக்கு சாமி போகும்" என்றபடி வெறிநாயைப்போல பாய்ந்து வந்த சித்தப்பாவின் முகத்தில் ஓங்கி எனது கை இறங்கியது. தட்டுத்தடுமாறி நிமிர்ந்தவரின் பட்டுவேட்டியில் அவரது மூக்கிலிருந்து ஒழுகிய இரத்தம் கோலம் போட்டுக்கொண்டிருந்தது. வேறு சிலரும் சாமிதூக்கியவர்கள் மீது பாய இழுபறியில் சாமியை நிலத்தில் வைத்துவிட்டு கைகலப்பு தொடங்கவே நிலைமை மோசமாவதை உணர்ந்த நந்தன் வேகமாக வெளியே ஓடிப்போனவன் வேனிலிருந்த எஸ்.எம்.ஜி துப்பாக்கியை

எடுத்து வானத்தை நோக்கிச் சில குண்டுகளை தீர்த்துவிட்டு... "இண்டைக்கு சிலபேர் செத்தால்தான் திருவிழா நடக்குமெண்டால் சாக விரும்பிறவன் எல்லாம் வெளியாலை வா..." என்று கத்தினான்.

துப்பாக்கி சத்தத்திற்கு எல்லாரும் பயந்துபோயிருந்தனர். மூக்கில் வழிந்த இரத்தத்தை துடைத்தபடி எரிந்து கொண்டிருந்த கற்பூரத்தின் மீது ஆவேசமாக கையை ஓங்கியடித்து "இனி செத்தாலும் நான் இந்தக் கோயில் பக்கம் வரமாட்டேன்" என சத்தியம் செய்த சித்தப்பா, "பிள்ளையாரே நீ உண்மையான சாமியாய் இருந்தால் அடுத்த திருவிழாவுக்குள்ளை இவங்களுக்கு நீ யாரெண்டு காட்டு" என்று சாபமும் போட்டுவிட்டு சித்தி பிள்ளைகளை அழைத்துக்கொண்டு அங்கிருந்து போய்விட்டார். கோயில் நுழைவின் எதிர்ப்பாளர்களும் பயந்துபோன சில குடும்பத்தவர்களும் அங்கிருந்து போய்விட சாமி ஊர்வலம் வழைமைபோல நடந்து முடிந்தது. இறுதியாக சாமியின் அலங்காரங்களை அகற்றி தீபாராதனை காட்டும்வரை ஒருவர் பஞ்ச புராணம் பாடவேண்டும். வழைமையாக பஞ்சபுராணம் பாடும் பாலுஅண்ணர் முன்னாலைவந்து தலைக்குமேல் கைகளை கூப்பி திருச்சிற்றம்பலம் என்று தொடங்கவும், அவர் அருகில் போய் "அண்ணா இண்டைக்கு உங்களுக்கு வேறை வேலை. போய் பஞ் சாமிர்தம் கொடுக்கிறவேலையை பாருங்கோ பஞ்சபுராணம் வேறை ஒருவர் பாடுவார்" என்றதும் அவர் அங்கிருந்து போய்விட, அதுவரை உள்ளே வராமல் வெளியிலேயே நின்றிருந்த மல்லிகாவை "உள்ளை வா" என்றதும் தயங்கியபடி உள்ளே வந்தவளிடம் "கெதியாய் போய் பஞ்சபுராணத்தைபடி ஐயர் காவல் நிக்கிறார்" என்றவும். முன்னால் சென்ற மல்லிகா கைகள் கூப்பி கண்களை மூடி திருச்சிற்றம்பலம் என்று தொடங்கி கண்களில் நீர் வழிய பஞ்ச புராணங்களை பெருத்த குரலெடுத்து பாடத் தொடங்கினாள்.

இப்போ திருமணமாகி கொலண்டில் இரண்டு பிள்ளைகளிற்கும் தாயாகி வாழ்ந்து வரும் மல்லிகா கடந்த வருடம் ஊரிற்கு போய்விட்டு வந்து எனக்கு போனடித்தவள். "ஊருக்கு போனனான் கோயிலுக்கும் போயிருந்தனான். கோயிலுக்குள்ளை போகேக்குள்ளை நந்தனையும் உங்களையும்தான் நினைச்சனான். நந்தனின்ரை பேரிலை பூசை செய்து அன்னதானமும் குடுத்தனான். கோயில் திருத்திறாங்கள் காசு குடுத்தவையின்ரை பெயரை கல்லிலை பதிக்கிறாங்களாம். கல்லிலை நந்தனின்ரை பெயரை பதிக்கச்சொல்லி காசு குடுத்திட்டு வந்தனான். ஏனெண்டால் அவனின்ரை நினைவு கல்லை உடைச்சுப்போட்டாங்கள். அதோடை அவனின்ரை பெயரிலை இருந்த வீதி பெயர் பலகையும் இப்ப இல்லை. கோயில்

அவலங்கள் | 31

கல்லிலையாவது அவனின்ரை பெயர் இருக்கும்" என்றாள். மறு முனையில் என்னிடம் எந்த வார்த்தைகளும் இருந்திருக்கவில்லை.

பி.கு ...இந்தியப்படை முல்லைத்தீவு அலம்பில் காட்டுப்பகுதியில் புலிகளின் தலைமையைக் குறிவைத்து முற்றுகையிட்டபொழுது அதனை உடைப்பதற்காக ஒரு குழுவிற்கு தலைமைதாங்கி போரிட்டு நந்தன், கப்ரன் நந்தனாக வீரச்சாவடைந்துவிட்டான். சிறுவயது நண்பனின் நினைவுகளுடன் இந்தக் கதையை எழுதியிருந்தேன்.

சிமிக்கி

எழுதிய காலம் 20:04:2012

*யா*ழ்ப்பாணம் மனோகரா தியேட்டர். 1972ஆம் ஆண்டு சித்திரை வெய்யிலின் முத்து வியர்வையை கரைக்க கூரையில் சுழன்று கொண்டிருக்கும் பிரமாண்டமான கற்றாடிகளுக்கு கீழே முதலாவது வகுப்பு இருக்கையில் நாதனும், சாவித்திரியும் படத்தில் மூழ்கிப்போருந்தனர். மடமடக்கும் பட்டுச்சேலையில் அவளும். வெள்ளைச் சட்டை வெள்ளைக்காற்சட்டையில் அவனும். அவர்களை பார்த்ததுமே புதிதாய் கலியாணமானவர்கள் என்று சொல்லிவிடலாம். வெள்ளி விழா படத்தில் ஜெமினிகணேசனை ஒட்டி உரசியபடி ஜெயந்தி காதோடுதான் நான் பாடுவேன் காதோடுதான் நான் பேசுவேன் என்கிற பாடலை பாடிக்கொண்டிருந்தார். எல்.ஆர். ஈஸ்வரியின் குரலில் அனைவருமே சொக்கிப் போய் அமர்ந்திருந்தனர். நாதனின் விரல்கள் சாவித்திரியின் விரல்களிற்குள் புகுந்து இறுக்கிக் கொள்ள திரை வெளிச்சத்தில் நாணத்துடன் நாதனை திரும்பிப் பார்த்தாள். “நீரும் அசல் அந்த கீரோயின் மாதிரித்தான் இருக்கிறீர் யாரோ புது ஆள். பெயரை எழுத்தோட்டத்திலை கவனிக்கேல்லை வாற ஞாயிறு வந்து படத்தை திரும்ப பாக்கேக்குள்ளை கீரோயினின்ரை பேரை கவனிக்கவேணும். அதிலை அவர் போட்டிருக்கிற மாதிரி ஒரு சிமிக்கி உமக்கும் காதிலை போட்டால் அந்த கீரோயின் மாதிரியே இருப்பீர்” எண்டு சாவித்திரியின் காதில் கிசுகிசுத்தான். படம் முடிந்து வெளியே வந்து சைக்கிளில் சாவித்திரியை ஏற்றிக்கொண்டு வீட்டிற்குப் போய்க்கொண்டிருக்கும் போது அவனது மனம் முழுதும் எப்படியாவது அவளிற்கு ஒரு சோடி சிமிக்கி வாங்கிக் குடுப்பது என்கிற எண்ணம் மட்டும்தான் மனதில் நிறைந்திருந்தது. சாவித்திரியோ காதோடுதான்... பாடலை மனதிற்குள் முணு முணுத்தபடியே இருந்தாள்.

நாதன் தொலைத்தொடர்பு இலாகாவில் சாதாரண ஊழியன். சாவித்திரியை கோயிலில் அவனது அம்மா காட்டியதுமே பிடித்துப்போய் திருமணம் செய்து கொண்டான். இருவர்களது குடும்பங்களும் நடுத்தர குடும்பங்கள்தான். நாதன் குடும்பத்தில்

ஒரேயொருத்தன் என்பதால் அவனது வீட்டிலேயே சாவித்திரியோடு கூட்டுக் குடும்பம் நடாத்தத் தொடங்கியிருந்தான். நாலைந்து தடைவைகள் வெள்ளி விழா படத்தை அவர்கள் பார்த்து முடித்துவிட்டதொரு நாளில்...வேலை முடிந்து வீட்டிற்கு மகிழ்ச்சியோடு வந்த நாதன் சாவித்திரியை தன் தாய் தந்தைக்கு தெரியாமல் இரகசியமாக அறைக்குள் அழைத்தவன். அவளது கண்ணை மூடச்சொல்லி கைகளில் சிவப்பு ரிசு பேப்பரில் சுற்றியதொரு சிறிய பொட்டலத்தை வைத்தான். கண்களை திறந்த சாவித்திரியின் கண்கள் ஆச்சரியத்தோடு ஆனந்தக் கண்ணீரால் கசிந்தது. அவளது கைகளில் ஒரு சோடி சிமிக்கி மின்னியது. அவளது காதில் இருந்த வளையங்களை கழற்றிவிட்டு சிமிக்கியை போட்டு விட்டவன், "நீரப்பா இப்ப அசல் அந்த கதாநாயகி மாதிரியே இருக்கிறீர். எங்கை ஒருக்கா அந்த பாட்டை பாடுமன்" என்றதும், வெட்கத்தில் குனிந்த சாவித்திரியின் கன்னத்தின் அருகே முகத்தைக் கொண்டு போனதுமே, "கெதியிலை அப்பா ஆகப்போறார். இன்னும் ஆசையைப்பார்" என்று வயிற்றைத் தடவிக்காட்டினாள். அவன் கன்னத்திற்கு கொடுக்கப்போன முத்தத்தை அப்படியே இறக்கி அவளது வயிற்றில் கொடுத்துவிட்டு இப்ப இரண்டுபேருக்கும் கணக்குத் தீர்த்தாச்சு என்று சிரித்தான்.

"இண்டைக்கு நல்லம்மா கிழவி என்ரை வயித்திலை கையை வைத்துப் பார்த்தவர், நான் நடக்கிறதையும் பாத்து ஆண் பிள்ளைதான் எண்டு சொன்னவா."

"உண்மையாவே? நல்லம்மா கிழவி சொன்னால் அரக்காது. ஆண்பிள்ளைதான்" என்றபடி மீண்டும் அவளது கன்னத்தை நோக்கி முகத்தைக் கொண்டு போகும்பொழுது... "டேய் தம்பி வேலையாலை வந்ததும் சாப்பிடாமல் உங்கை என்னடா செய்யிறாய்" என்கிற அவனது அம்மாவின் குரலைக் கேட்டதும் அவசரமாய் உடுப்பை மாற்றிக்கொண்டு அறையை விட்டு வெளியேறினான்.

ஒவ்வொரு இரவிலும் அவனது அணைப்பில் இருக்கும் சாவித்திரியின் சிமிக்கியை அவன் சுண்டி விளையாடுவததோடு அந்தப் பாடலை ஒருக்கால் பாடு என்று கேட்பதும் அவளும் இரண்டொரு வரிகளை முணுமுணுப்பதும் அவனிற்கு ஒரு பழக்கமாகிப் போய்விட்டிருந்தது. கால ஓட்டங்கள் அவர்களிற்கு ஒரு மகனையும் மகளையும் பிள்ளைகளாக்கி மகிழ்வை கொடுத்ததோடு அவனது தாய் தந்தையரின் மரணங்களும் இயற்கையோடு கரைந்து போய்விட்டிருந்தது. நாட்டுப்பிரச்சனையில் அவனது

வேலையும் பறிபோயிருந்தாலும், சிறிதளவு ஓய்வூதியப்பணம் கிடைத்துக்கொண்டிருந்தது...அளவான வருமானம் அழகான குடும்பம். அன்பான மனைவி. சாராசரி மனிதருக்கு இருக்கவேண்டிய அனைத்தும் இருந்தாலும், நாட்டின் அசாதரண சூழலும் அரசியலும் அவர்களையும் அவ்வப்பொழுது சீண்டத் தவறியதில்லை. தொண்ணூறுகளின் ஆரம்பம். பிள்ளைபிடி இராணுவத்திடமிருந்து பிள்ளையைக் காப்பாற்ற கையிலிருந்த பணத்தோடு நகைகளையும் அடைவு வைத்து மகனை வெளிநாட்டிற்கு அனுப்பி வைத்தார்கள். பதினெட்டு வருடங்களிற்குப் பின்னர் முதன் முதலாக சாவித்திரியின் சிமிக்கியும் கழன்று அடைவு கடைக்குள் போயிருந்தது. அவளிற்கு வேறு எதுவும் போட விருப்பம் இல்லாததால் வேப்பங்குச்சியை முறித்து காது ஓட்டையில் செருகிவிட்டிருந்தாள்...நாதனிற்கும் சிமிக்கி இல்லாத சாவித்திரியின் முகத்தை பார்க்கவே அந்தரமாக இருந்தது. மகன் வெளிநாட்டிலை இருந்து காசு அனுப்பினதும் முதல் வேலையா நகையளை மீட்கலாம். இல்லாட்டி நான் சிமிக்கியை மட்டுமாவது எப்பிடியும் மீட்டுத் தருவன் என்று அவள் மனதை தேற்றியபடியிருந்தார். அதே போல் பிரான்ஸ் வந்து சேர்ந்துவிட்ட மகன் பல மாதங்களின் பின்னர் அனுப்பிய பணத்தில் சிமிக்கி மீண்டதும்தான் சாவித்திரியின் முகத்தில் மகிழ்ச்சி முழுவதுமாய் மீண்டிருந்தது.

யாழ்ப்பாண இடப்பெயர்வோடு மகளும் வயதுக்கு வந்துவிட்ட நிலையில் வன்னிக்குள் புகுந்துவிட்டிருந்தவர்கள். உடனடி செலவுகளிற்காக நகைகள் அடைவிற்கு போனாலும் சாவித்திரி சிமிக்கியை மட்டும் கழற்றவேயில்லை. அதேநேரம் மகள் இயக்கத்துக்கு ஓடிவிடுவாளோ என்கிற பயத்தில் மகனை நச்சரிச்சு அவளையும் ஒரு மாதிரி இலண்டனில் கலியாணம் கட்டிக்குடுத்து விட்டிருந்தார்கள். காலப்போக்கில் வன்னிக்குள்ளேயே புலிகளின் நிருவாகக் கட்டமைப்பில் நீதி நிருவாகத் துறையில் நாதனிற்கு பதிவாளராக வேலையும் கிடைத்துவிட அங்கேயே தங்கிவிட்டிருந்தனர். இறுதி யுத்தத்தில் பலஇலட்சம் மக்களோடு மக்களாக அவர்களும் மணிக்பாம் முகாமில் முடங்கிப் போனவர்கள். பிள்ளைகளுடன் தொடர்புகளை ஏற்படுத்துவதற்குகூட கையில் பணமேதும் இல்லாததால் மீண்டும் சிமிக்கியை கழற்றி "அம்மானின் ஆள்" என்பவனிடம் கொடுத்து கொஞ்சப்பணம் வாங்கி, மகனுடன் கதைத்து உடனடியாக உண்டியலில் காசும் எடுத்து வெளியே வந்த பிறகு அம்மானின் ஆளைத் தேடினால் காணக்கிடைக்கவில்லை. சிமிக்கி போன

கவலையில் மீண்டும் சாவித்திரியின் காதுகளில் வேப்பங்குச்சி புகுந்து கொண்டது. கொழும்பில் தங்கியிருந்தவர்களிற்கு அவசர அவசரமாக ஸ்பொன்சர் வேலைகள் நடந்தது.

ஆனால் நாதன் மகனிடமும் சாவித்திரி மகளிடமும் போய் விட்டிருந்தார்கள். அப்பொழுதுதான் தாங்கள் தனித்தனி தீவுகளிற்குள் தூக்கி வீசப்பட்டிருப்பதை அவர்கள் உணர்ந்தார்கள். தொலைபேசியில் மட்டுமே நலம் விசாரிப்புக்கள். ஒருநாள் சாவித்திரி கணவனிடம் சாதாரணமாய் "சாப்பிட்டியளோ" என்று தொலைபேசியில் கேட்டதற்கு, "என்னத்தை... எதைச் சாப்பிட்டாலும் வைக்கோலை சாப்பிட்டமாதிரிக் கிடக்கு ருசியே இல்லை உன்ரை கையாலை சாப்பிட்ட மாதிரியில்லை" என்று சொல்லப்போக அது மருமகளின் காதில் விழுந்து அதை அவள் அழுதழுது "என்ரை சாப்பாடு சரியில்லையாம் எண்டு மாமா...மாமிட்டை சொல்லுறார். ஏதோ என்னாலை முடிஞ்சது இவ்வளவுதான்" என்று கணவனிடம் சொல்ல, அது பெரிய பிரச்சனையாகிப் போயிருந்தது. அன்றிரவு மகன் நாதனிற்கு வெளிநாட்டு ஐஸ் பெட்டி சாப்பட்டு வகை பற்றி பெரியதொரு விரிவுரையே நடத்தியதோடு "உங்களிற்கு சிகரற் வாங்கித்தாறன். குடிக்க பியர் வாங்கி அடிக்கி வைச்சிருக்கிறன். வெத்திலை வாங்கி போட காசும் தாறன் இதைவிட வாழ்க்கையிலை வேறை என்ன வேணும்? இனிமேல் மருமகளை குறை சொல்லாதையுங்கோ" என்று முடித்திருந்தான். அதற்கு பிறகு நாதனும் பேச்சை குறைத்துக் கொண்டார். தமிழ் அதிகம் தெரியாத பேரப்பிள்ளையும் பள்ளிக்கூடம் போய்விட்டால் தனியே தொலைக்காட்சிதான் பொழுது போக்கு. அதுவும் நாள்செல்ல வெறுத்துப் போய்விட கொஞ்சம் வெய்யிலடித்தால் வெளியில் இறங்கி உலாவுவார். சாவித்திரிக்கு தொலைக்காட்சி மட்டுமே தஞ் சமாகிப் போனது. மகள் எவ்வளவு நச்சரித்தும் காதில் தோடு போட மறுத்துவிட்டாள். எங்கையாவது வெளியில் போகும் போது மட்டும் மானம் மரியாதைக்காக மகள் தருவதை போடுபவர் வீட்டிற்கு வந்ததும் கழற்றி குடுத்துவிடுவார் மகளும் காரணம் கேட்பதில்லை சாவித்திரியும் சொல்வதில்லை.

ஒரு வருடத்தில் நாதனிற்கு பிரான்சின் விசா கிடைத்துவிட மகன் குடும்பத்தோடு மகளிடம் லண்டன் போயிருந்தார். மனைவியை கண்ட அவரது மகிழ்ச்சி அவளின் காதுகளை பார்த்ததுமே மறைந்து போனது. ஆனால் அவரும் ஏதும் மனைவியிடம் கேட்கவில்லை. பிரான்சிற்கு திரும்பியதும் ஒரு முடிவு செய்திருந்தார். தமிழ் வர்த்தக நிலையங்கள் அதிகம் உள்ள பகுதியான லா சப்பல் பகுதியில்

ஒவ்வொரு கடையாக ஏறி வேலை தேடத் தொடங்கியிருந்தார். அவரின் வயதைப் பார்த்து எல்லாருமே தயங்கினாலும் ஒரு கடைக்காரன் ஒரு நாளைக்கு இரண்டு மணித்தியாலம். சாமான் அடுக்கிற வேலை. மணித்தியாலத்துக்கு ஏழு யுரோ சம்பளம். விரும்பினால் செய்யலாமெண்டான். நாதனுக்கும் கிடைத்தவரை லாபம். அடுத்தநாளே பகல் நகைக்கடை கண்ணாடிகளிற்குள்ளால் கண்களை மேய...விடத் தொடங்கியிருந்தார்.

மகனிற்கும் தான் வேலைக்கு போகிற விடயம் தெரியாமலிருக்க "தெரிஞ்ச நண்பன் ஒருத்தன் அகப்பிட்டிருக்கிறான். லா சப்பல் பக்கம் போய் அவனோடை கதைச்சிட்டு வாறனான்" என்று கதைவிட்டிருந்தார்.

ஒரு மாதம் போனதும் ஒரு நகைக்கடை கதவைத் தள்ளிக்கொண்டு உள்ளே புகுந்தவர் "தம்பி எனக்கொரு சிமிக்கி வேணும்" என்றதும் கடைக்காரனும் இருந்த சிமிக்கி வகை எல்லாத்தையும் அவர் முன் பரப்பினான். இதன்ன ஒண்டும் சரியில்லையெண்டு விட்டு பக்கத்திலிருந்த அடுத்த நகைக்கடை என்று பாரிசில் இருந்த எல்லாக்கடையும் ஏறி இறங்கிவிட்டார். அவர் தேடியமாதிரி சிமிக்கி எங்கேயும் இல்லை. திரும்பவும் முதல் சென்ற கடைக்குள் நுழைந்தவரிடம் "என்ன ஐயா சிமிக்கி கிடைச்சதோ?" என்றான் கடைக்காரன். "என்னத்தை... குட்டி குட்டி சைசிலை சிமிக்கியள்தான் புது டிசைன் எண்டு காட்டுறாங்கள். தம்பி நான் சொல்லுறமாதிரி செய்து தருவியோ?"

"தாராளமா... நீங்கள் காசை தாறியள் அதுக்கேற்றமாதிரி சொல்கிற டிசைனில் செய்து தருவம்."

"சரி ஒரு பேப்பரும் பேனையும் தாங்கோ..." என்றதும் கடைக்காரன் நீட்டிய பேப்பரில் கண்ணாடியை சரிசெய்து விட்டு மெதுவாக நடுங்கும் கைகளால் சிமிக்கியை கீறத் தொடங்குகிறார்... "நல்லா பாரும் தம்பி தோடு இப்பிடி வட்டமாயிருக்கவேணும். கல்லு வைச்சது. கீழை தொங்குகிற சிமிக்கிக்கு 5 கல்லு பிறகு 7 கல்லு பிறகு 9 கல்லு வைக்கவேணும்."

கீறி முடித்த சிமிக்கியை பாத்த கடைக்காரன் இதென்ன "கர்ணனின்ரை குண்டல சைசிலை கீறியிருக்கிறியள். கோழி மூடி வைக்கிற கரப்பு மாதிரி இருக்கு. இப்ப இந்த சைசிலை ஒருத்தரும் போடுறேல்லை ஐயா."

“தம்பி உம்மாலை முடியுமோ முடியாதோ?”

“எனக்கென்ன... ஆனால் இந்த அளவுக்கு இதே டிசைனிலை செய்யிறதெண்டால் ஆயிரத்து இருநூறாவது ஆகும் பவுண் விலை தெரியும்தானே? ஐயா ...”

“அந்தக் கவலை உனக்கு வேண்டாம். எனக்கு இந்த டிசைன் வேணும்.”

“சரி ஐயா. அட்வான்ஸ் பாதி தந்தால் பவுணை வாங்கி பொருளை செய்யத் தொடங்கலாம்.”

“தம்பி இந்த மாதக் கடைசியிலை கொண்டந்து தருவன். பிறகு செய்யத் தொடங்கலாம்.” விடை பெற்றார்.

அவரும் அட்வான்ஸ் குடுத்து சிமிக்கி செய்யச் சொல்லி எல்லாம் நல்லாய் போய்க்கொண்டிருந்த ஒருநாள் கடையில் சாமான் அடுக்கிக் கொண்டிருந்த நாதன் நிமிர்ந்து பார்த்து திடுக்கிட்டுப் போனார்.

“வீட்டுக்குப் பக்கத்திலை தமிழ் கடை இருக்க இங்கை என்னத்திற்கு வந்தவள்” என்று அவர் யோசித்து முடிப்பதற்குள்... மருமகள் அவரைப் பார்த்து விட்டு, மருதாணிப் பவுடரை எடுத்துக்கொண்டு போய் கடைக்காரரிடம் காசு குடுக்கும் பொழுது “அந்த ஐயா கனநாளய் இங்கை வேலை செய்யிறாரோ?” என்றதும் ...கடைக்காரரும் வஞ்சமில்லாமல் “இப்பதான் ஒரு மூண்டு மாதமாய் வேலை...நல்ல மனிசன். பாவம் பிள்ளைகள் அவரை கவனிக்கிறேல்லை போல. அதுதான் இந்த வயதிலையும் வேலை செய்யிறார்” என்றொரு மேலதிக தகவலையும் சொல்லி வைத்தான்.

இன்றைக்கு வீட்டிலை சுனாமி அடிக்கப் போகுது என்று நினைத்தபடியே வீட்டிற்குள் நுழைந்த நாதனிடம், “அப்பா உங்களோடை கொஞ்சம் கதைக்கவேணும்” எண்டதும் மருமகளும் பேரனை இழுத்துக்கொண்டு அறைக்குள் நுழைந்துவிட்டாள். “கடைக்காரன் தான் உங்கடை சினேதனோ?” என திருவிளையாடல் படத்து சிவாஜி கணேசன் போல இடுப்பில் கையை வைத்தபடியே தொடங்கியவன். “மானம் போகுது. மரியாதை போகுது. என்ன குறை விட்டிருக்கிறோம்? சாப்பாடா? சிகரற்றரா? பியரா? வெத்திலையா?உடுப்பா?” அடுக்கிக் கொண்டே போனான். நாதனின் மௌனம் மட்டுமே பதிலானது. கோபத்தில் லண்டனிற்கு போனடித்து தாயிடம் சத்தமாய் நடந்ததை சொல்லி முடித்துவிட்டு

“அம்மா நீங்களே அவரிட்டை கேளுங்கோ எதுக்கு வேலைக்கு போனவெரெண்டு உங்களிட்டையாவது சொல்லுறாரோ பாக்கலாம்” என்று தொலைபேசியை நாதனிடம் நீட்டினான். தொலைபேசியை காதில் வைத்தவர். மறுபக்கத்தில் “என்னப்பா இதெல்லாம்...” என்கிற விசும்பிய குரலிற்கு “எல்லாம் காரணத்தோடைதான்” என்றுவிட்டு மகனிடம் தொலைபேசியை நீட்டிவிட்டு அறைக்குள் புகுந்து கொண்டார். “டேய் அப்பா என்ன செய்தாலும் ஏதாவது காரணம் இருக்குமடா அவரைத் திட்டாதை” என்றவரிடம் “நீயும் அவருக்கு வக்காளத்து வாங்கு” என்று கத்திவிட்டு போனை வைத்தான்.

மகளிடம் திரும்பியவர் “பிள்ளை அப்பாக்கு மகனோடை சரிவருதில்லை போல. இங்கை வீடு வசதியா தானே இருக்கு இங்கை கூப்பிட்டால் எனக்கும் துணையா இருக்கும்” என்றதும், எப்போதுமே அதிகம் பேசாத மருமகன் “உங்கடை அம்மாக்கு அப்பாவை விட்டிட்டு இருக்கேலாது போல” என்று நமட்டுச் சிரிப்படன் சொல்லி சிரித்ததும் சாவித்திரி கூனிக் குறுகி கூசிப் போனாள். அதற்குப் பிறகு சாவித்திரியும் சரியாக சாப்பிடுவதில்லை யாருடனும் கதைப்பதில்லை ஏன் இந்த மனுசன் இப்பிடி செய்தார் என்கிற கேள்வி மனதை அரிக்க, அந்தக் கவலையிலேயே நாட்கள் போய்க்கொண்டிருந்தது. நாதனை வேலைக்குப் போகவேண்டாமென்று மகனிற்கும் அவரிற்கும் அடிக்கடி சண்டைகள். விரிசல் கூடிக்கொண்டே போனதே தவிர இருவரும் ஆற அமர்ந்து இருந்து அவர் வேலைக்குப் போவதற்கான காரணங்களைக் கதைக்கவில்லை. அம்மா அப்பா என்கிற உறவு இப்போ பிள்ளைகளின் வாய்களில் கிழவன், கிழவியாகிப் போனது மட்டுமல்ல லூசுகள்... என்று அழைக்கும் நிலைக்கு வந்து விட்டிருந்தது .

உறவுகளிற்கிடையில் விரிசல்களும் அதிகரித்துப் போனது. அந்த மாத இறுதியில் நாதனின் கைகளிற்கு சிமிக்கி கிடைத்துவிடும். அன்று வேலையால் வந்தவர் மகனிடம் “நானும் அம்மாவும் ஊருக்குப் போகப் போறோம். அதுக்கான வேலைகளைச் செய்” என்றுவிட்டு போய்விட்டார். அவன் மீண்டும் தங்கைக்கு போனடித்து கத்தினான். “இங்கை அம்மாவும் அப்பிடித்தான். சரியா கதைக்கிறதில்லை, சாப்பிடுகிறதில்லை, கன தடவை பிறசர் ஏறிப்போய் தலைசுத்தி விழுந்திட்டா. ஏதும் நடந்திடுமோ எண்டு எனக்கும் பயமா கிடக்கு. பேசாமல் ஊருக்கே அனுப்பிறது நல்லதுபோல இருக்கு. அங்கை எங்கடை சீதன வீடும் காணியும்

யாரோ தானே இருக்கினம். அவையளோடை கதைச்சு எழும்ப சொல்லிப் போட்டு பேசாமல் இரண்டு கிழடுகளையும் அனுப்பி விடுறது நல்லது போலத்தான் கிடக்கு" என்றாள்.

பயண அலுவல்கள் தயாராகி விட்டிருந்தது. நாதன் பிரான்சிலிருந்து british airways ல் இலண்டனிற்கு போய் அங்கிருந்து சாவித்திரியுன் இணைந்து கொழும்பு போவதற்காக ஏற்பாடுகள் செய்யப்பட்டிருந்தது. "தம்பி நான் ஊருக்குப் போறன்" என்று வேலை செய்த கடைக்காரரிடம் விடை பெற்ற நாதன் சம்பளப் பணத்தை வாங்கிக்கொண்டு நகைக்கடைக்குள் நுழைந்தார். மிகுதி பணத்தைக் கொடுத்ததும் கடைக்காரர் ஒரு சிறிய டப்பாவைத் திறந்து சிமிக்கியைக் காட்டினான்.

"ஐயா எப்பிடி இருக்கு?"

"நான் நினைச்சமாதிரியே இருக்கு..."

"அது சரி இவ்வளவு பெரிய சிமிக்கியை யாருக்கு குடுக்கப் போறியள்?"

"என்ரை மனிசிக்கு..." என்றபடி கொடுப்பிற்குள் சிரித்தவர் அதை வாங்கி சிறிய பையில் சுற்றி சட்டை பையில் பத்திரப் படுத்திக்கொண்டு இரயிலைப் பிடித்து வீட்டுக்கு போயிருந்தார். மகன் அவரது பொருட்களை தயாராக எடுத்து வைத்திருந்தான். அவர்களது கார் விமான நிலையம் நோக்கி போய்க்கொண்டிருந்தது. அவரோ அடிக்கடி சிமிக்கி பத்திரமாக இருக்கிறதா? என சட்டைப் பையைத் தொட்டுப் பார்த்தபடியே இருந்தார். விமான நிலையத்தில் பேரனைக் கட்டியணைத்து முத்தம் இட்டு விடைபெறும்போது அவரது கண்கள் கலங்கிப்போய்விட்டிருந்தது. மருமகளிடமும் "பிள்ளை கோபத்திலை ஏதும் வார்த்தைகளை விட்டிருப்பன். குறையள் இருந்தால் மனசிலை வைச்சுக்கொள்ளாதை" என்றதும் அவளும் கலங்கித்தான் போனாள். மகனிடம் திரும்பியவர் தம்பி பேட்டுவாறன் என்றதும் "போய் சேருங்கோ... ஆனால் அங்கை போய் நிண்டு கொண்டு போனடிச்சு காசு, காசு எண்டு உயிரை வாங்ககூடாது" என்றபடி முகத்தை திருப்பிக் கொண்டான். அவரிற்கு குளைக் கம்பியால் யாரோ நெஞ்சில் செருகியது போலதொரு வலி. நெஞ்சைத் தடவினார் சட்டைப் பையில் சிமிக்கி தட்டுப்பட்டது.

கீத்றோ விமான நிலையம் கொழும்பு செல்லும் விமானத்தில் ஜன்னல் பக்கமாக சாவித்திரியும் அருகில் நாதனும்

அமர்ந்திருந்தார்கள். சாவித்திரிதான் முதலாவதா தொடங்கினாள். "நீங்கள் ஊருக்கு போவம் எண்டதும் நானும் ஏன் எதுக்கொண்டு கேக்காமல் மகளையும் பேரப் பிள்ளையையும் விட்டிட்டு பேசாமல் வந்திட்டன். எதுக்கு இதெல்லாம்?"

"சத்தியமா சொல்லு சாவித்திரி வன்னியிலை நாங்கள் கடைசியாஅந்த செல்லடிக்குள்ளையும், குண்டு மழைக்குள்ளையும், இலைக்கஞ்சி குடிக்கேக்குள்ளை இருந்த நிம்மதி, சந்தோசம் இஞ்சை வந்த இரண்டு வருசத்திலை இருந்ததோ?"

"இல்லைத்தான் ..."

"சத்தியமாய சொல்லுறன் ஒவ்வொரு நாளும் சாப்பிடேக்குள்ளை எனக்கு ஏதோ கல்லையும் முள்ளையும் விழுங்கினமாதிரியே இருந்தது. ஆனால் மகனும் மருமகளும் சங்கடப்படுவினம் எண்டு எதுவும் பேசாமல் விழுங்குவன். அவரின் குரல் தளுதளுத்தது..."

"எனக்கு மட்டும் என்ன? நீங்கள் என்னத்தை சாப்பிடுறியள், எப்பிடி சாப்பிடுறியள், எத்தினை மணிக்கு தேத்தண்ணி குடிக்கிறியள், எல்லாம் கவலைதான். தோளில் சாய்ந்து கொண்டாள்."

இடுப்பு பட்டியை அணியும்படி விமானப் பணிப்பெண் வந்து சொல்லிவிட்டுப் போய் விமான பாதுகாப்பு விதிகளை விளக்கத் தொடங்கியிருந்தாள். அது பற்றியெல்லாம் அவர்களுக்கு கவலையில்லை.

"அது மட்டுமில்லை சாவித்திரி... நலைஞ்சு உடுப்பு. காலையும் சப்பாத்துக்குள்ளை செருகிக் கொண்டு மிசின் மாதிரி பிள்ளைகள் ஓடித்திரியிதுகள். அதுகளுக்கு எங்களையும் தனிய கவனிக்கிறது ஒரு பாரம். அதே நேரம் இந்த நடைமுறையளும் எங்களுக்கும் சரிவராது அதுதான் போறதெண்டு முடிவெடுத்தனான். அதுகள் விரும்பினால் வருசா வருசம் ஊருக்கு வந்து எங்களை பாத்திட்டு போகட்டும்."

விமானம் மேலெழும்பத் தொடங்கிவிட்டிருந்தது.

"நானும் அதைத்தான் யோசிச்சனான். ஆனா எதுக்கு நீங்கள் வேலைக்கு போனனீங்கள். அதாலைதானே பிரச்சனையே தொடங்கினது. அதையாவது சொல்லுங்கோவன்."

சிரித்தபடி சட்டைப் பையிலிருந்து சிறிய பெட்டியை எடுத்து திறந்து காட்டினார். மின்னிக்கொண்டிருந்த சிமிக்கிகளை பார்த்து

சாவித்திரியின் கண்கள் மின்னியது. "ஆனாலும் இதுக்காகவா இவ்வளவு கஸ்ரப்பட்டு வேலைக்கு போனனீங்கள். மகனிட்டை கேட்டிருக்கலாம்தானே?"

"அப்பிடியா? அப்ப நீ மட்டும் ஏன் மகள் தந்த தோட்டை வாங்கி போடேல்லை. எனக்கு உன்னைப்பற்றி தெரியுமடி... அதுதான் நானே வேலை செய்து அந்த சம்பளத்திலை இதை செய்து வாங்கினான்" என்றபடி சாவித்திரியிடம் நீட்டினார். அவளோ காதை அவரிடம் நீட்டினாள். கண்ணாடியை கழற்றி துடைத்து மீண்டும் அணிந்து கொண்டவர், அவள் காதிலிருந்த குச்சியை மெதுவாக அசைத்து இழுத்தெடுத்துவிட்டு சிமிக்கிகளை பூட்டிவிட்டார். அதை கவனித்த பக்கத்து இருக்கையில் இருந்த வெள்ளைக்காரி வலக்கை கட்டை விரலை உயர்த்திக்காட்டினாள். நாதனும் அவளிற்கு கை கட்டைவிரலை உயர்த்திக் காட்டிவிட்டு சாவித்திரியிடம். "எங்கை அந்தப் பாட்டை ஒருக்கா பாடேன்."

"எந்தப் பாட்டை?"

"அதுதான் அந்தப் பாட்டு." சாவித்திரியும் அவரது காதில் மெதுவாக நடுங்கும் குரலில் காதோடுதான் நான் பாடுவேன் காதோடுதான் நான் பேசு... தொண்டை அடைத்தது. கணவனின் தோளில் மீண்டும் சாய்ந்து கொண்டாள் ஒரே மௌனம். சில மணிகள் கடந்த பின்னர் விமானத்தில் கொடுத்த உணவை இருவருமே சரியாக சாப்பிடவில்லை. ஊருக்கு போகிற மகிழ்ச்சியா, இருவரும் நீண்ட நாளின் பின்னர் சந்தித்த மகிழ்வா? சரியாக சாப்பிடாத காரணமா? என்று இருவருமே மனதில் பட்டிமன்றம் நடத்திக்கொண்டிருந்தார்கள். பணிப்பெண் வந்து தட்டுகளை எடுத்துப்போன பின்னர்

விமானத்தில் சிலர் தங்கள் இருக்கைக்கு முன்னாலிருந்த டச் ஸ்கிரீனில் நோண்டிக்கொண்டும். படம் பார்த்துக்கொண்டும் இருந்தார்கள். நாதனும் ஸ்கிரீனை விரலால் தட்டினார். விமானம் சென்று கொண்டிருக்கும் பாதை உலக வரைபடத்தில் துருக்கி நாட்டுக்கு மேலாக ஒரு கோடு போல் தெரிந்துகொண்டிருந்தது.

நாதன் அவளிடம்... "என்ன நித்திரையா?"

"இல்லை."

"நான் ஒண்டு சொல்லட்டா..."

"என்ன?"

"ஊருக்குப்போன பிறகு நாங்கள் யாருக்கும் பாரமாய் இருக்கக் கூடாது... முக்கியமா பிள்ளகளிட்டை காசு கேட்க கூடாது..."

"சரி ..."

லேசாய் இருமிய நாதனின் மார்பை சாவித்திரி தடவிக் கொடுத்தாள்.

துருக்கி சிரியா நாடுகளின் எல்லை மலைப்பகுதியில் இருந்து I.S.I.S அமைப்பைச் சேர்ந்த ஒருவனால் ஏவப்பட்ட ஏவு கணையொன்று எல்லையை கடந்துகொண்டிருந்த british airways இயந்திரத்தை அண்மித்துக்கொண்டிருந்தபோது நாதனின் இருமல் நின்றுபோயிருந்தது.

மலரக்கா

எழுதிய காலம் 2008

இந்தவருடம் கோடை விடுமுறையில் கட்டாயம் பாரிஸ் டிஸ்னிலாண்டிற்கு கூட்டிப்போவதாக மகளிற்கு சத்தியம் செய்திருந்தேன். பயணத்திற்காண திட்டமிடலுடன் இரயில், தங்குமிட விடுதி பதிவுகள் எல்லாம் செய்தபின்னர் திடீரென கையில் ஒரு சிறிய சத்திர சிகிச்சை செய்யவேண்டிவந்திருந்தது. பாரிசிற்கு புறப்படுவதற்கு இரண்டு நாட்களிற்கு முன்னரே சத்திர சிகிச்சையை முடித்துக்கொண்டு ஒற்றைக் கையை கழுத்தில் கட்டித் தொங்கவிட்டபடியே பாரிசிற்கு குடும்பமாக பயணமாயிருந்தேன். பயணத்தை முடித்துக்கொண்டு மீண்டும் நான் இருக்கும் நகரத்திற்கு அன்றுமாலை திரும்பவேண்டும். அதற்கு முன்னர் அன்று பாரிசில் கொஞ்சம் கடைத்தெருவில் உலாவியபொழுதுதான் மனைவி என்னிடம், “என்னப்பா எங்கடை இடங்களிலை கோயில்கள் இல்லைத்தானே வந்தஇடத்திலை இஞ்சை ஏதாவது ஒரு கோயிலுக்கும் போயிட்டு போகலாம்” என்றாள்.

எனக்கு கோயில்களில் ஆர்வம் இல்லை. எண்றாலும் மந்திர சொல்லை தட்டமுடியாதுதானே. தமிழர்கள் அதிகம் வசிக்கும் லாசப்பல் பக்கம் போனால் பழைய நண்பர்கள் சிலரையும் சந்திக்கலாமென நினைத்து லாசப்பலிற்கு அருகில் இருக்கும் ஒரு கோயிலுக்கு போகலாமென முடிவெடுத்தேன். அங்கு கோவில் என்கிற பெயரில் சாமி சிலைகளை வைத்திருந்த ஒரு அப்பாட்மேண்ட்டுக்கு மதியமளவில் போயிருந்தோம். கோயிலில் மதியகாலத்து பூசை ஆரம்பமாகியிருந்தது. மனைவி பூசையில் கலந்துவிட கோயிலின் உள்ளே போய் ஒரு சுற்று சுற்றி விட்டு நானும் மகளும் கோயில் வெளியே வந்துவிட்டோம். மகளிற்கும் என்னைப்போலவே கோயில்களில் அதிக ஆர்வமில்லை. வெளியே வந்த நாங்கள் வாசற்படியில் அமர்ந்தபடி தொலைபேசியில் கேம் விளையாடத் தொடங்கியிருந்தோம். அப்பொழுது அவசரமாக வந்த வயதான பெண்ணொருத்தி எங்களை கடக்கும் பெழுது என்னைப்பார்த்து “தம்பி பூசை தொடங்கிட்டுது

வரேல்லையயோ"என்றார். ஒரு செக்கன் மட்டுமே அவரை நிமிர்ந்து பார்த்த நான் சிறிய வியாபார புன்னகை ஒன்றை எறிந்துவிட்டு மீண்டும் கேம் விளையாடத் தொடங்கினாலும் அந்த ஒரு செக்கனில் அவரது முகத்தை எனது மூளை ஸ்கேன் செய்திருந்தது. மீண்டும் அவரை திரும்பிப்பார்த்தேன். வெள்ளைக்குதிரையின் வாலைப்போல நரைத்திருந்த நீண்ட தலைமுடி. கோயிலிற்குள் நுழைந்துவிட்டார். என் பின் மூளை சூடானது. இவரைத்தெரியும். ஐபோனில் இணைய தொடர்பை ஏற்படுத்தும் போதும் திரையில் சுற்றும் தேடல் வட்டத்தைப்போல எனது முளையிலும் வட்டம் ஓடிக்கொண்டிருந்தது. தெரியும்... நன்றாகத் தெரியும்...யார்?யார்?...

ஒருநாள் பாரிசிலிருந்த எனது சிறுவயது நண்பன் இருள்அழகன் தொலைபேயில் கதைக்கும் பொழுது,

"டேய்... உனக்கு மலரக்காவைத் தெரியுமல்லோ."

"ஓ அவரை மறக்கேலுமோ அவாவுக்கு என்ன?"

"அவா இஞ்சைதான் இருக்கிறா. கோயில்லை கண்டனான் கோயில்லைதானாம் இருக்கிறாவாம்."

"கோயில்லை இருக்கிறாவோ? ஏன் அவாவின்ரை சகோதரங்கள் இஞ்சை தானே இருக்கினம்?"

"ஓமடா அவவின்ரை சகோதரங்கள் மட்டுமில்லை பிள்ளையளும் இஞ்சைதான் ஆனால் அவையள் அண்டுறேல்லையாம். கோயில்லைதானாம்."

இருக்கலாம். அவராயிருக்கலாம். பட்டென பற்றிய பொறியில் வானத்தில் சீறிச் சென்ற ராக்கெட் வெடித்துச் சிதறியது போலிருந்தது.

மகளிடம் "வா உள்ளை போவம்."

"அப்பா என்னை விளையாடவிடு."

"பிறகு விளையாடலாம் வா..."

மகளையும் இழுத்துக்கொண்டு கோயிலுக்குள் நுழைந்து பக்கவாட்டாக சுவரோடு நின்றபடி கண்களால் துழாவினேன்.

கேம் விளையாட்டை குழப்பிய கோபத்தில் மகள் முறைத்தபடி தரையை பார்த்தபடி நின்றிருந்தாள்.

ஐயர் ஒவ்வொரு தீபமாக சாமிக்கு காட்டியபடி இன்னமும் சமஸ்கிருதத்திலேயே ஏதோ சொல்லியபடியிருந்தார். தமிழ்தான் நீச பாசையெண்டால் பிரெஞ்சிலையாவது பூசையை செய்திருக்கலாம்...

கைகூப்பி கண்களை மூடியபடி நின்றிருந்த எனது மனைவிக்கு பக்கத்திலேயே அவரும் நின்றிருந்தார். அவரை கீழிருந்து மேலாக ஆராய்ச்சி செய்துகொண்டிருந்தபொழுது தற்செயலாக திரும்பி எங்களை கவனித்த மனைவி. வந்த இடத்திலும் தன்னை தன்னுடைய கணவன் பத்திரமாக கவனித்தபடி நிற்கிறான் என பரவசமடைந்திருக்கலாம். சிறிய புன்னகையுடன் மீண்டும் கண்ணை மூடி தியானத்தில் இறங்கிவிட்டிருந்தாள்.

பூசை முடிந்து ஐயர் விபூதி குடுத்து முடிந்ததும் அவர் வேகமாக அங்கிருந்த அறை ஒன்றில் நுழைந்து அன்னதானம் வைத்திருந்த அண்டாக்களை திறந்து பரிமாறத் தயாராகிக்கொண்டிருந்தார். அப்பொழுது அவரை முழுதாகப் பார்க்க முடிந்தது. ஆனாலும் எனது மூளையில் சுற்றிய தேடும் வளையம் சுற்றி முடிந்திருக்கவில்லை.

பாரிசிற்கு வந்து பலநாளாய் பட்டினி கிடந்தவர்களைப்போல சிலர் முண்டியடித்துக்கொண்டு அங்கிருந்த கடதாசிக்கோப்பைகளை எடுத்தவாறே அன்னதானத்திற்கு ஓடிப்போய் வரிசையில் நின்றனர். வரிசை நகர்ந்துகொண்டிருந்தது. வரிசையில் நின்ற பெண்ணொருத்தர் என்ன மலர் எப்பிடியிருக்கிறாய் என்றதற்கு அவர் புன்னகைத்தபடி, ஏதோ கடவுள் புண்ணியத்திலை இருக்கிறம் என்றார்.

அவரேதான். மலரக்காதான். எனது தேடும் வளையம் நின்றது. கடைசியாய் அவரைப் பார்த்து எப்படியும் இருபத்தைந்து வருடங்களிற்கு மேல் இருக்கும். ஆனாலும் பழைய அவரது உருவங்கள் எனது மனத்திரையில் மாறி மாறி இறக்கிக்கொண்டிருந்தது. நானும் கையில் ஒரு பிளாஸ்ரிக்கோப்பையை எடுத்தபடி வரிசையில் நகர்ந்தேன்.

மனைவி மகளிடம் "அப்பாக்கு ஞானம் கிடைச்சிட்டுதுபோலை" என்றாள். அப்பா இப்பதானே வரமுதல் சாப்பாட்டுக் கடையிலை பங்கு ஆட்டிறைச்சிக்கறியோடை சோறு சாப்பிட்டவர். பிறகேன் கோப்பையோடை வரிசையிலை நிக்கிறார்? என யோசித்து தலையை சொறிந்தாள்.

வரிசையில் எனது முறை வந்தது கோப்பையை நீட்டினேன். வெண்பொங்கலை கரண்டியால் அள்ளி கோப்பையில் வைக்கும்போது

“மலரக்கா என்னை ஞாபகம் இருக்கோ...” உற்றுப்பார்த்தவர் தெரியேல்லை என்பதற்கு அடையாளமாய் தலையாட்டினார். “நான்தான் சிறி”. சங்கக்கடை சாமான் துக்கிகொண்டு...வசனத்தை முடிக்கவிலை. அவர் முகத்தில் சட்டென்று பல மாற்றங்கள். மகிழ்ச்சியா அழுகையா என்று தெரியவில்லை. கண்கள் கலங்கியது. படபடப்பாய்...

“ஓம்... ஐயோ உன்னை எத்தினை வருசமாய் தேடினனான்.இரு வாறன்” என்றவர் அங்கிருந்த ஒருவரிடம் கரண்டியை கொடுத்துவிட்டு ஒரு ஓரமாய் வந்தவர் சேலைத்தலைப்பால் கண்களை ஒற்றியபடி, எங்கையிருக்கிறாய்? எப்பிடியிருக்கிறாய்?கலியணம் கட்டிட்டியா? பிள்ளையள் இருக்கா? கேள்விகள் மட்டுமே வந்து கொண்டிருந்தது.

“ஓம் கட்டிட்டன். ஒரு மகள். அவையளும் வந்திருக்கினம். நீங்கள் இஞ்சை இருக்கிறதாய் கேள்விப்பட்டனான் ஆனால் நான் இருக்கிறது வேறை சிற்றியிலை. ஆயிரம் கிலோ மீற்றர் தூரம். நீங்கள் எப்பிடியிருக்கிறியள்?”

“என்னத்தை சொல்ல கடவுள் எல்லாத்தையும் தந்தவர் எனக்குத்தான் அதை சரியா பயனபடுத்தத் தெரியேல்லை. இப்ப அனுபவிக்கிறன். அதுதான் கடைசியாய் கடவுளே கதியெண்டு இஞ்சை வந்திட்டன். வாழ்க்கை ஏதோ போகுது.”

“பிள்ளையள்? உங்கடை சகோதரங்கள்?”

“சகோதரங்கள் முந்தியே கதைக்கிறேல்லை. எனக்கு மூண்டு பிள்ளையள். இரண்டு பெடியங்கள் சுவிசிலை இருக்கிறாங்கள். கடைசி மகள் இங்கைதான் தங்கச்சியோடை. அதுகளும் என்னோடை கதைக்கிறேல்லை.”

நான் கோப்பையோடு வரிசையில் நின்றதன் காரணம் அப்பொழுதுதான் மனிசிக்கும் மகளிற்கும் புரிந்திருக்கவேண்டும். எங்களை நோக்கி வந்தார்கள். அவர்களை மலரக்காவிற்கு அறிமுகப்படுத்தினேன். குனிந்து மகளின் கன்னத்தில் கொஞ்சியவர், “உன்ரை கொப்பரின்ரை பூனைக்கண் அப்பிடியே மகளிட்டை இருக்கு” என்றவர். “உன்னோடை கனக்க கதைக்கவேணும் நேரமிருக்குமோ?”

“இல்லையக்கா. நாங்கள் இப்ப திரும்பப் போறம். உங்கடை மொபைல் நம்பர் இருந்தால் தாங்கோ. நான் பிறகு ஆறுதலாய் போனடிக்கிறன்.”

“என்னட்டை மொபைல் போன் இல்லை எனக்கெதுக்கு அதெல்லாம். உன்ரை வீட்டு நம்பரைத்தா நான் இஞ்சை கோயில்லையிருந்து கதைக்கலாம். பிறீதான்.”

பொக்கற்றினுள் கையை வைத்து பாவித்த ரெயில் றிக்கற்றில் *04.93*...என்று தொடங்கி இலக்கத்தை எழுதிக்கொடுத்து விட்டு விடைபெற்றோம்.

எங்கள் இரயிலுக்கான நேரமும் மட்டுமட்டாக இருந்ததனால் அவசரமாக ஓடிவந்து எங்கள் ஊரிற்கு செல்லவேண்டிய அதிவேக இரயிலை பிடித்து அமர்ந்துகொண்டோம். இரயில் வேகமெடுக்கத்தொடங்கியது.பயணக்களைப்பு மனிசியும் மகளும் இருக்கையில் சரிந்துகொண்டனர். நானும் கண்களை மூடியிருந்தேன் நித்திரை கொள்ளவில்லை. அதிவேக இரயிலின் வேகத்தை விட பலமடங்கு வேகமாக என்நினைவுகள் பின்நோக்கி நகரத்தொடங்கியது.

சிறிய வயதிலிருந்து நான் அம்மம்மா வீட்டில்தான் தங்கியிருப்பது வழைமை. அங்கிருந்துதான் பாடசாலைக்கும் போய்வருவேன். எனக்கு பதின்நான்கு வயதேயான காலம். மலரக்கா அம்மம்மா வீட்டிற்கருகில் பின்னால் இருந்த ஒரு ஒழுங்கையில்தான் திருமணமாகி நான்கு வருடங்களாகக் குடியிருந்தார். பாதி கட்டி முடிக்கப்பட்ட கல்வீடு. மேலே கூரைக்கு தகரம் போட்டிருந்தார்கள். அப்போ அவரிற்கு ஒரு மகன் மூன்று வயதிருக்கலாம். கணவரை மொட்டை மூர்த்தி என்றுதான் எல்லாரும் கூப்பிடுவோம். ஏன் அப்பிடி கூப்பிடுவார்கள் என்று உங்களிற்கு விளக்கமாய் எழுதத் தேவையில்லையென்று நினைக்கிறேன். மலரக்காவுக்கும் அவருக்கும் குறைஞ்சது பதினைஞ்சு வருச வித்தியசமாவது இருக்கும். அவருக்கு வயசு அதிகம்...சங்கானை முதலாளி ஒருவரிடம் சம்பளத்திற்கு கொழும்பு லொறி ஓடுபவர். சரியான குடிகாரர். பெரிய வசதியற்ற குடும்பம். மலரக்காவைப் பார்த்தால் அந்தக்காலத்து நடிகை மஞ்சுளாவை பார்த்தமாதிரியே இருக்கும். அவ்வளவு அழகானவர்...நடக்கும் போது அவர் அசைவுகளுக்கேற்ப இடுப்பிற்கு கீழேவரை இறங்கி நடனமாடும் நீண்ட தலை முடி. பெரும்பாலும் நீளப் பாவாடை சட்டைதான் போடுவார். அவரிற்கு

பின்னால் விசிலடிக்கும் இளைஞர் கூட்டமும் ஒன்று இருந்தது. என்னை எப்பொழுதாவது வீதியில் பார்த்தால் ஒரு புன்னகையை பரிமாறுவோம். என்னை விட பத்து வயது மூத்தவர். இவ்வளவுதான் பதின்நான்கு வயதுவரை எனக்கு தெரிந்த மலரக்கா.

நான் அம்மம்மா வீட்டிலையே அதிகம் வளர்ந்ததால் சின்ன வயதில் அம்மம்மாவை போலவே சரியான சாமியோடு பக்தி சுத்த சைவம். அது மட்டுமில்லை படுக்கப்போக முதல் ஒவ்வொருநாள் இரவும் அம்மம்மா கதைகள் சொல்லுவார். புராணக்கதைகள், அரச கதைகள் மட்டுமில்லை இடைக்கிடை பேய்க்கதைகளும் சொல்லுவார். அம்மம்மா சொன்ன எல்லா பேய்கதைகளிலும் பேய்கள் புளியமரத்தில்தான் இருந்தது ஏனென்று தெரியாது. அதாலை சின்னவயதிலை எனக்கு இரவில் புளியமரப் பக்கத்தில் போகிறதெண்டாலே பேய்ப்பயம். மலரக்கா வீட்டுக்கு போகிற ஒழுங்கையிலையும் பெரியதொரு புளியமரம் நின்றது. பேய்க்கதை கேட்ட அன்றிரவு மூத்திரம் பெய்யப் போகிறதென்றால் அம்மம்மாவையும் பக்கத்திலை கூட்டிக்கொண்டுதான் போவேன்.

இப்படி ஒவ்வொரு நாளும் கதைசொல்லி முடிய இலவச இணைப்பாய் பொய் சொல்லக்கூடாது என்கிற குட்டிக்கதையும் கட்டாயம் இருக்கும். அதை உங்களிற்கும் சொல்லிவிடுகிறேன். சொர்க்கத்தில் கடவுளிடம் எங்கள் சந்திக்கடை ரவியண்ணை கடையிலை வைத்திருக்கிற இனிப்புப் போத்தல்கள் மாதிரி பல போத்தல் குடுவைகள் இருக்குமாம். நாங்கள் ஒவ்வொரு தடவையும் பொய் சொல்லும் போதும் கடவுள் ஒரு கூழாங்கல்லில் எங்கள் பெயரை எழுதி அந்தக் குடுவைக்குள் போட்டுவைப்பாராம். நாங்கள் எத்தினை பொய் சொல்லுறமோ அத்தனை கூழாங்கல் சேரந்திருக்குமாம். கடைசியாய் நாங்கள் கடவுளிடம் போகும் போது அத்தனை கற்களையும் கட்டாயம் கடித்து தின்னவேணுமாம். அதுக்கு பிறகுதான் சொர்க்கத்துக்குள் விடுவாராம். கதை எப்பிடியிருக்கு? விசர்க்கதை மாதிரி இருக்கல்லோ? அதனாலை கடைசியாய் இந்தக் கதை சொல்லத்தொடங்கும் போதே நான் நித்திரையாயிடுவன். ஆனாலும் பொய் சொல்லப்பயம். சங்கக்கடை அரிசியில் இருக்கிற சிறிய கல்லு சோத்திலை அகப்பட்டாலே பல்லுப்பட்டால் உயிர் போற வலி வலிக்கும்.அப்படியிருக்கும்போது கூழாங்கல்லை எப்பிடி கடித்து தின்கிறது என்கிற பயத்திலேயே பொய்சொல்ல வாயெடுக்கும் போதெல்லாம் கடவுள் கையில கூழாங்கல்லையெடுக்கிற நினைப்பு வந்திடும்.

நான் கடவுள் பக்தியெண்டதால் ஒவ்வொருநாளும் பின்னேரப் பூசைக்கு பிள்ளையார் கோயிலுக்கு போறது வழக்கம். வயது வளர, நானும் வளர பூசை முடிய கோயிலடியில் கொஞ்ச நேரம் நண்பர்களோடையும் நின்று அரட்டையடிச்சிட்டு போறது வழக்கமாகி போனது. வயதும் பதின்நான்காகிப் போனதால் எங்கள் அரட்டைகளும் பள்ளிப்படிப்பை தாண்டி சினிமா, அரசியல், ஊர்க்கதைகள், ஊரில் உள்ள வயதுப் பெண்கள் என்று விரிவடைந்தது. அப்பிடித்தான் ஒருநாள் ஒருத்தன் "டேய் உங்களுக்கு மலரக்காவை தெரியுமல்லோ அவவுக்கும் எங்கடை சங்கக்கடை மனேச்சருக்கும் அதுவாம்..." என்றுதொடங்கினான். ஆரம்பத்தில் எனக்கு அதில் பெரியளவு ஆர்வமில்லாமல் இருந்தாலும் அவன் கதை சொன்ன விதத்திலும் ஏற்கனவே எங்களிற்குள் புன்னகை பரிமாறும் அளவு பழக்கம் இருந்ததாலும் ஆர்வம் தூண்டியது.

அதே நேரம் பாடசாலை லீவும் வந்துவிட்டதால் மலரக்காவை கண்காணிக்கத் தொடங்கினேன். அதே நேரம் சங்கக்கடை மனேச்சரை பற்றியும் சொல்ல மறந்திட்டேன். அவர் வேறு ஊர்க்காரன். ஆளைப்பாத்தால் அன்றைய நடிகர் சுதாகர் மாதிரி இருப்பார். முன்பக்கம் நெளிவைத்த தலையிழுப்பு. உடுப்பும் அதேமாதிரி யானைக்கால் பெல்பொட்டம். கொஞ்சம் மூச்சை இழுத்துவிட்டால் பட்டின் தெறிக்கிற மாதிரி இறுக்கமான சட்டை. சங்கக்கடைக்கு பின்னாலையே ஒரு அறை இருக்கு. அதுக்கு பின்பக்கமாய் ஒரு கதவும் இருக்கு. கிழமைநாள் முழுக்க அங்கு தான் தங்குவார். வெள்ளிக்கிழமை பின்னேரம் சங்கத்தை பூட்டிவிட்டு ஊருக்கு போயிடுவார். சங்கக்கடை மத்தியானம் 12 மணிக்கு பூட்டி 3 மணிக்குத்தான் திறக்கும். அவருக்கு மத்தியானச் சாப்பாடு கொண்டுபோய் கொடுக்கிறது மலரக்காதான் என்பது நான் தொடர்ந்து துப்பறிந்ததிலை கண்டுபிடிச்ச விடயம். மகனை பக்கத்து வீட்டிலை விட்டிட்டு மனேச்சருக்கு தூக்குச்சட்டியிலை சாப்பாட்டோடை மத்தியானம் உள்ளே புகுந்ததும் கடையை பூட்டினால் பிறகு ஒரு ஒண்டரை இரண்டு மணிக்கு அக்கம் பக்கம் பார்த்திட்டு பின்பக்க கதவால் அரிசி, சாமான்களோடை வெளியிலை வருவார்...

அப்பிடித்தான் ஒருநாள் சங்கக்கடையிலிருந்து வாங்கிய சாமான்களை தூக்க முடியாமல் வைத்து வைத்து தூக்கியபடி போய்க்கொண்டிருந்தார். வேகமாய் சைக்கிளில் போய் பக்கத்தில் பிரேக் அடித்த நான்,

“மலரக்கா பாரமோ? தாங்கோ நான் கொண்டுவந்துதாறன்.”

“வேண்டாம் எதுக்கு உனக்கு கரைச்சல்...”

“சே...இதிலையென்ன கரைச்சல் தாங்கோ” என்று வாங்கி சைக்கிளின் பின் கறியரின் கிளிப்பை இழுத்து அதற்குள் சாமான்பையை திணித்தபடி “வீட்டு படலயடியிலை வைச்சுவிடுறன்” என்றபடி சைக்கிளை மிதித்தேன்.

“படலையை திறந்து உள்ளை வைச்சுவிடடா. கவனமாய் போ.”

மலரக்காவுடன் கதைத்து விட்ட சந்தோசம். எனக்குள்ளே ஒரு பிலாக்கொட்டைக்குருவி சிறகடித்தது. இண்டைக்குப் பின்னேரம் இதை கோயிலடி சினேதங்களிட்டை சொல்லவேணும். மலரக்கா வீட்டு படலையை திறந்து சாமான் பையை வைத்துவிட்டு போய்விட்டேன்.

அன்று மாலை கோயிலடி மடத்தடியில் வழைமையான கூட்டம். நான் தான் கீரோ...சாதரணமாய் பள்ளிக்கூட பின்வாங்கில் படக்கதை சொல்கிறதெண்டாலேயே கதை,வசனத்தை இசையோடை சுவாரசியமாய் சொல்கிறவன். மலரக்காவின்ரை கதையை சொல்லறதுக்காக நடிப்பு, டைரக்சன் எண்டு மேலும் இரண்டு வேலை கூடிப்போச்சுது. இவை அத்தனையையும் கலந்து கலர்ப்படக் கதையொன்றை எல்லாருக்கும் சொல்லிப்போட்டு படத்தின் கடைசியிலை ஏதாவது பன்ச் வசனம் அல்லது மெசேச் சொல்லத்தானே வேணும் அதாலை “இன்றைக்கு மலரக்காவின்ரை சங்கக்கடை சாமானை சைக்கிள்ளை ஏத்தினனான்...நாளைக்கு மலரக்காவை ஏத்துவான்...நாளையிண்டைக்கு...” வசனத்தை முடிக்காமல் எல்லாரையும் பாத்து கண்ணடிச்சன்.

சிலர் தங்கள் ஆ...வென்ற வாயைத் துடைத்தார்கள். சிலரின் எப்பிடிடா...? என்ற பெருமூச்சு என்னில் பட்டுத்தெறித்தது. ஆனால் உயிர் நண்பன் இருள்அழகன் மட்டும் முகத்தை உம்ம்ம்...எண்டு வைச்சுக்கொண்டு “டேய் உன்ரை படத்துக்கு நீ ஒட்டின போஸ்ரர் என்னவோ கிளுகிளுப்பாத்தான் இருக்கிது. ஆனால் போஸ்ரறிலை இருக்கிற கிளுகிளுப்பு படங்களிலை இருக்கிறேல்லை. உன்ரை கதையும் அப்பிடித்தான் போகப்போகுது எண்டான்.” வந்த கோபத்திற்கு அவனை அப்பிடியே...ஆனாலும் அடக்கிக்கொண்டு “டேய் ஒரு நாளைக்கு நடக்கும் பாரடா அண்டைக்கு நீதாண்டா எனக்கு காவல்” விரலை சுண்டி சவால் விட்டேன்.

இரண்டு மூண்டு தடைவை சங்கத்து சாமான்களை ஏத்தி இறக்கியாச்சு. சாமான் ஏத்தி இறக்கினதையே எத்தனை தரம்தான் கோயிலடியில் நண்பர்களிடம் மாத்தி மாத்தி வித்தியாசமாய் சொல்லமுடியும். அவங்களுக்கும் அது அலுப்படித்தது. இண்டைக்கு மலரக்காவை எப்படியும் சைக்கிளிலை ஏத்திறதெண்டு சவாலேடை முடிவெடுத்தன். நண்பன் இருள்அழகனுக்கும் சொல்லி வைச்சிருந்தன். எதிர்பாத்தபடியே மலரக்கா கடை சாமான்களோடை வந்துகொண்டிருந்தா அவவிட்டை சாமான் பையை வாங்கி கரியரிலை வைச்சிட்டு மெயின் றோட்டு கடந்து கொஞ்சத்தூரம் சைக்கிளை உருட்டினபடி ஒழுங்கை வரை வந்ததும்,

"மலரக்கா சரியான வெய்யில் எதுக்கு சும்மா நடந்துகொண்டு. நீங்களும் ஏறுங்கோ கொண்டு போய் விடுறன்."

"டேய் என்னையும் வைச்சு சைக்கிளை உழக்குவியோ..."

"இதென்ன... நீங்கள் பெரிய பாரமே ஏறுங்கோ..."

மலரக்காவை ஏத்தியாச்சு. ஆனாலும் மனதுக்குள்ளை "பிள்ளையாரே சினேகிதங்கள் மட்டும் யாராவது காணவேணும் ஆனால் வீட்டுகாரர் யாரும் காணக்கூடாது. கண்டால் அவ்வளவுதான்." என்னோடை நேர்த்திக்கடன் வீண்போகேல்லை. நான் செற்றப் பண்ணினபடி இருள்அழகன் எதேச்சையாக வருவது போல எதிரே வந்துபோனான். வீட்டுக்காரர் ஒருத்தரும் காணேல்லை. பெரிய ஒழுங்கை முடிஞ்சு மலரக்கா வீட்டை போகிற சின்ன கையொழுங்கைக்குள்ளை இறங்கிட்டன். அது மணல் ஒழுங்கையெண்டபடியாலை சைக்கிளை மிதிக்க கஸ்ரமாயிருந்தது. "கஸ்ரமெண்டால் இதிலை இறக்கிவிடடா..." என்றார். "சே இதென்ன கஸ்ரம் பேசாமல் இருங்கோ" என்றபடி சைக்கிளை எழும்பி மிதிக்கத் தொடங்கினேன்.

முதன் முதலாக மலரக்காவுடன் உரசிக்கொண்டேன். ஏன் முதன் முதலாக ஒரு பெண்ணுடனான உரசலும் அதுதான். சைக்கிளை மேலும் வேகமாக மிதித்தேன். என் முகம் அவரது முகத்திற்கு மிக அருகருகாக வந்து போனது. அவரது தலைமுடியின் சண்சில்க் சம்பூ வாசனை எனது நாசியில் இறங்கி உடல் முழுதும் பரவியது. இதயத்துடிப்பு அதிகரித்து வழைமையை விடஅதிகமாய் வியர்த்து என் காற்சட்டையும் விறைத்தது. மலரக்காவை படலையடியில் இறக்கிவிட்டு வேகமாக வயற்பக்கமாக சைக்கிளை மிதித்தேன். அங்கு

உயரமாய் வளர்ந்து மஞ்சள் மயமாய் பூத்துக்குலுங்கிக்கொண்டிருந்த சணல் வயலிற்குள் மறைந்துபோனேன்.

“ஆத்தா நான் வயசுக்கு வந்து விட்டேன்...”

அடுத்தடுத்த நாட்களும் நான் மலரக்காவை சைக்கிளில் ஏற்றிச்செல்வதும் பின்னர் சணலிற்குள் மறைந்து போவதும் கோயிலடியில் கதை சொல்வதுமாய் நன்றாய்தான் போய்க்கொண்டிருந்தது. அன்றைக்கும் அப்பிடித்தான் மலரக்காவை ஏத்திக்கொண்டு மணல் ஒழுங்கையில் எழும்பி எழும்பி சைக்கிளை மிதித்தபடி போய்க்கொண்டிருந்போது எதிரே மரியம்மா வந்துகொண்டிருந்தார்... மரியம்மா எங்கடை வீட்டு மாட்டிற்கு புல்லும் அம்மம்மாவிற்கு ஊர் கதையளையும் காவி வருபவர். அவரைக்கண்டதுமே எனக்கு சைக்கிள் வால்கட்டையை புடுங்கிவிட்டதுபோல இருந்தது. எங்களை கடந்த... மரியம்மா நின்று நிதானித்து திரும்பிப் பார்த்துவிட்டு போய்க்கொண்டிருந்தார். மலரக்காவை இறக்கிவிட்டு வழைமைபோல் வயற்பக்கம் போகாமல் வேகமாய் அம்மம்மா வீட்டிற்கு சைக்கிளை மிதித்தேன். நல்லவேளை மரியம்மா அப்பொழுதுதான் வந்துகொண்டிருந்தார். அவர் வந்து மாட்டிற்கு புல்லுப்போட்டுவிட்டு அம்மம்மாவுடன் அரட்டை தொடங்கும்வரை அவருக்கு பக்கத்திலேயே நிண்டேன்.

ஊர்க்கதைகள் கதைக்கும்போது என்னை அருகில் வைத்திருக்கமாட்டினம். காரணம் நான் சின்னப்பெடியனாம். அதாலை “கோயில் பூசைக்கு நேரமாச்சு போடா” என்று அம்மம்மா என்னை துரத்தினார். அந்த நேரம் பாத்து கோயில் பூசை மணியும் அடிச்சது. பிள்ளையாரப்பா என்னை கைவிட்டிடாதை என்று நேர்ந்தபடி மரியம்மாவை ஒரு கெஞ்சல் பார்வை பார்த்துவிட்டு போய்விட்டேன். நான் எதிர்பார்த்தது நடந்தே விட்டது. என்னைத்தேடி கோயிலடிக்கு வேகமாக வந்த அம்மம்மா என்னட்டை

“டேய் அந்தத் தேவடியாள் மலரை சைக்கிள்ளை ஏத்தினனியா?”

இல்லையெண்டு சொல்ல வாயெடுத்தாலும் கடவுளும் கூழாங்கல்லும் நினைவிற்கு வந்தது. அதே நேரம் கோயிலடியில் நின்றே பொய் சொல்ல முடியவில்லை. அதனால்,

“ஓம் அவா சாமான் பாரத்தோடை வந்தவா அதுதான் ...” என்று இழுத்தேன்.

“அவளிற்கு சாமான் பாரமெண்டால் நீயோ கிடைச்சனி… இரு அவளை என்ன செய்யிறன் பார்…”

என்றபடி வேகமாக மலரக்கா வீட்டை நோக்கிப் போனார். கொஞ்சத்தூரம் இடைவெளி விட்டு அம்மம்மாவிற்கு பின்னாலையே நானும் போனன். மலரக்காவின் கஸ்ரகாலம் அவா அம்பிட்டிட்டா… அவாவின்ரை நீண்ட தலைமுடியை பிடிச்சிழுத்த அம்மம்மா “ஏண்டி தோறை உனக்கு சங்கக்கடை மனேச்சர்; சந்திக்கடை ரவியர் காணாதெண்டு இப்ப சின்னப்பெடியள் தேவைப்படுதோ” என்று இரண்டு மூன்று அடி விழுந்தது.

சங்கக்கடை மனேச்சர் மட்டுமில்லை… சந்திக்கடை ரவியரும் எண்டு எனக்கு அப்பதான் தெரிஞ்சது. ஆனாலும் மலரக்கா அடியாதேங்கோ எண்டு அம்மம்மாவிட்டை கெஞ்சினதும் அவரின் குழந்தை வீரிட்டு அழுததும் எனக்கு என்னவோ மனசுக்கு கஸ்ரமாத்தான் இருந்தது. அதுக்கிடையிலை சத்தம் கேட்டு அக்கம் பக்கத்து ஆக்கள் வந்து விலக்கு பிடித்து விட்டனர்? கோபமாய் வந்த அம்மம்மா எனக்கும் மண்டையில் ஓங்கி ஒரு குட்டுப்போட்டு விட்டு இனி அவளோடை கண்டதெண்டு கேள்விப்பட்டன் உன்னை கொம்மானிட்டை கொழும்புக்கு அனுப்பிப்போடுவன் என்று பேசிவிட்டு போய்விட்டார்.

அதன் பின்னர் நானும் மலரக்காவை கனநாளாய் பாக்கேல்லை. அவாவின்ரை முகத்தை எப்பிடி பாக்கிறதெண்டும் அந்தரமாய் இருந்தது. பள்ளிக்கூடமும் தொடங்கிட்டதாலை பாக்கிற சந்தர்ப்பமும் கிடைக்கேல்லை. நான் கோயிலடியிலை கதை சொல்லுறதும் நின்று போச்சுது. எண்டாலும் மனசு கேக்கேல்லை. சைக்கிளிலை ஏத்தி உரசுறது, சங்கக்கடை மனேச்சர் போலை நானும்… என்கிற கற்பனைகளைத்தாண்டி மலரக்காவை பாக்கவேணும் போல மனது அந்தரித்தது. “வேதாளம் திரும்பவும் முருங்கையை அண்ணாந்து பாத்தது.” என்ரை சைக்கிள் மலரக்காவின்ரை ஒழுங்கைக்குள்ளை இறங்கியது. பொழுது சாயத்தொடங்கியிருந்ததால் ஒழுங்கையில் யாரும் இல்லை… மெதுவாக மலரக்காவின் படலையை துறந்தேன். ஏழுகடல் தாண்டி ஏழுமலைதாண்டி பாதாள உலகத்தின் புதையல் குகையின் கதவைத் திறப்பது போல் மனசில் ஒரே படபடப்பு. என்னைக்கண்டதும் நல்ல பேச்சு விழலாம் இல்லாட்டி சில நேரம் புருசன்காரன் மொட்டை மூத்தி நிண்டால்? சரி நடக்கிறது நடக்கட்டும் என்று உள்ளே போய் மலரக்கா என்று கூப்பிட்டேன்.

வாய் மட்டும்தான் அசைந்தது சந்தம் வரவில்லை. அடுத்த தரம் தொண்டையை சரிசெய்தபடி,

"மலரக்கா ..."

குழந்தையை இடுப்பில் தூக்கியபடி வெளியில் வந்தவர்.

"ஓ நீயா? உனக்கு வீட்டிலை நல்ல அடிவிழுந்திருக்கு போலை. இந்தப்பக்கம் காணேல்லை."

"எனக்கொண்டும் பெரிசாய் விழேல்லை. திட்டுத்தான் விழுந்தது. அது பிரச்சனையில்லை. நீங்கள்தான் பாவம். எல்லாம் என்னாலைதானே... அந்த லூசு மனிசி அப்பிடி உங்களை அடிக்குமெண்டு நான் நினைக்கேல்லை. என்னிலை கேவமில்லைதானே?"

"உன்னிலை பிழையில்லை, சைக்கிள்ளை ஏறினது என்னிலைதான் பிழை. உன்னிலை ஒரு கோவமும் இல்லை. உனக்கு அடிவிழுந்திருக்கும் எண்டு நினைச்சு கவைலைப்பட்டனான்."

"என்ன இருந்தாலும் சங்கக்கடை மனேச்சர், சந்திக்கடை ரவியரையெல்லாம் இழுத்து அவா உங்களை அப்பிடி திட்டியிருக்கக்கூடாது..."

அந்த மெல்லிய இருளிலும் மலர் வாடியது தெளிவாய் தெரிந்தது.

"என்னத்தை சொல்ல என்ரை விதி. என்ரை அப்பரம்மா சரியாய் இருந்திருந்தா எனக்கு இந்த நிலை வந்திருக்காது. இப்பிடி திட்டு பேச்சு வாங்கவேண்டிய தேவையும் இருந்திருக்காது. எனக்கு அதெல்லாம் இப்ப பழகிட்டுது. உன்ரை கொம்மம்மாவும் ஒண்டும் புதிசாய் திட்டேல்லை எல்லாருக்கும் தெரிஞ்சதுதான்."

"அப்ப அதெல்லாம் உண்மையோ..."

"அதெல்லாம் உனக்கெதுக்கு. நீ சின்னப்பெடியன் ஏதாவது குடிக்கிறியா?"

என்னை சின்னப்பெடியன் எண்டது எனக்கு கடன்பட்டார் நெஞ்சம்போல கலங்கிய இலங்கை வேந்தனின் நிலைமையாய் இருந்தது. ஆனாலும் அதை அடக்கிக்கொண்டு,

“நான் இப்ப சின்னப்பெடியன் இல்லை. வயது வந்த பெடியன்தான். எனக்கு சொல்லுங்கோ இல்லாட்டி நான் இந்த இடத்தை விட்டுப் போகமாட்டன்” என்று அடம்பிடித்தாலும் மனதிற்குள் ஒரு பயத்துடன் “மூத்தியண்ணை இன்னமும் வரேல்லையோ” எண்டு கேட்டன்.

“அந்தாள் வர நாலைஞ்சு நாளாகும். சில நேரம்தான் வீட்டை வரும் சிலநேரம் வராது. அது இருந்தும் ஒண்டுதான் இல்லாட்டிலும் ஒண்டுதான்.”

மூத்தியர் வரமாட்டார் எண்டது நிச்சயம் பண்ணிக்கொண்டு, “கொஞ்ச தண்ணி தாங்கோ குடிப்பம்.” தண்ணி குடிக்கிற சாட்டிலை சைக்கிளை விட்டு இறங்கி திண்ணையிலை இருந்து இண்டைக்கு எப்பிடியும் முழுக்கதையும் கேட்டிட்டுத்தான் போறது.

குழந்தையை கீழே இறக்கிவிட்டு உள்ளே போய தண்ணியெடுத்து வந்தார். இருட்டிவிட்டிருந்தது. நல்ல நிலவு எறித்துக்கொண்டிருந்ததால் விளக்கு இன்னமும் ஏற்றவில்லை. செம்பில் கொண்டுவந்த தண்ணீரை வாங்கி சில முறடு குடித்துவிட்டு, திண்ணையில் அமர்ந்தபடி “சரி கதையை சொல்லுங்கோ” எண்டன்.

“நீ கதை கேக்காமல் போகமாட்டாய் போலைத்தான் கிடக்கு” எண்டவர் எனக்கு பக்கத்திலே திண்ணையில் வந்து அமர்ந்தார். அந்தத் திண்ணைமட்டும் அலாவுதீனின் பறக்கும் கம்பளமாக இருந்தால் எவ்வளவு நல்லாயிருந்திருக்கும். பிள்ளையை அங்கையே விட்டிட்டு நானும் மலரக்காவும் பறந்து போய்... சே... வேண்டாம். மனக்குரங்கை இழுத்து அடக்கிவைத்தேன்.

“குடும்பத்திலை நான்தான் மூத்தது. எனக்கு பின்னாலை மூண்டு பெட்டையள் எண்டபடியாலை நல்லா ஏ.எல் படிச்சுக்கொண்டிருந்த எனக்கு மச்சான் முறைகாரன், படிப்பும் இல்லை மண்டையிலை மயிரும் இல்லை. லொறி ஓடுறவனை அவரசமாய் கட்டி வைச்சிட்டினம். அதோடை படிக்கிற கனவெல்லாம் போட்டுது. பிறகுதான் அவரின்ரை பொட்டுக்கேடுகள் கொஞ்சம் கொஞ்சமாய் தெரியவந்திச்சுது. அவருக்கு ஏற்கனவே ஆராச்சிக்கட்டைக்கு அங்காலை ஒரு சிங்களத்திக்கு பிள்ளையும் இருக்காம். அது மட்டுமில்லை கண்ட கண்ட இடங்களிலையெல்லாம் படுத்தெழும்பி நசல் பிடிச்சு தயிர் மருந்து பூசிக்கொண்டு திரிஞ்சதிலை அவளும் கலைச்சு போட்டாளாம். இதெல்லாம் தெரிஞ்சும் மச்சான் எண்டதுக்காக எங்கடை வீட்டுக்காரர் கட்டி வைச்சிட்டினம்.

கட்டின புதிசிலை அவரின்ரை வருத்தம் எனக்கும் பிடிச்சு நடராசா பரியாரியிட்டை நாட்டு வைத்தியம் செய்து நான் பட்ட பாடு எனக்குத்தான் தெரியும். அதுக்கு பிறகு நானும் பக்கத்திலை அடுக்கிறேல்லை. அடுக்கினாலும் பிரயோசனமில்லை வெறும் புஸ்வாணம். அதுவும் தண்ணியடிச்சிட்டு வந்து லேகியத்தை விழுங்கிட்டு படுத்திடும். வீட்டு செலவுக்கு காசும் தாறேல்லை... இப்ப வாறதும் குறைஞ்சிட்டுது."

அவர் சொல்லிக்கொண்டிருக்கும் போதே அவர் கண்ணிலிருந்து முத்து முத்தாய் விழுந்த துளிகள் மார்புகளிடையே வழிந்தோடி மறைந்து போனது. இடையிடையே கையால் துடைத்தபடி தொடர்ந்தார். நானும் எங்களிற்குள் இருந்த இடைவெளியை குறைத்துக்கொண்டேன். அவர் தோள்களுடன் எனது தோள் தொட்டுக்கொண்டிருந்தது.

"அப்ப மனேச்சரோடை....எ...ப்...பி...டி..." மிண்டி விழுங்கினேன்.

குனிந்து பாவாடையால் முகத்தை துடைத்து மூக்கையும் சீறிவிட்டு தொடர்ந்தார். அந்த நேரத்திலைதான் கூப்பன் சாமான் வாங்கப்போற நேரத்திலை மனேச்சரோடை பழக்கம். நான் கலியாணம் செய்ய மனசிலை கற்பனை பண்ணி வைச்சிருந்தவரை போலவே இருந்தார். நல்ல மனுசன் எல்லா உதவியளும் செய்யிறார். என்ரை குடும்பம் ஓடுறது அவராலைதான். அதுக்கு உபகாரமா கொடுக்கிறதுக்கு என்னட்டை என்னைத்தவிர வேறையொண்டும் கிடைக்கேல்லை. அவரும் என்னை கட்டச்சொல்லி கேக்கேல்லை நானும் அவர் என்னை கட்டுவாரெண்டு நினைக்கேல்லை...ஏதோ காலம் ஓடுது..."

"சந்திக்கடை ரவியர் எண்டது...?"

"அப்பிடியொண்டும் இல்லை. அது நான் அவனின்ரை கடைக்கு காய்கறி வாங்கப் போன இடத்திலை காய்கறியை தந்திட்டு காசு வேண்டாம் கடைக்கு பின்னாலை வரச்சொல்லி கேட்டான்...நான் கோவத்திலை எல்லாத்தையும் எறிஞ்சு போட்டு வந்திட்டன்... அதாலை அவனே கதையை கட்டி விட்டிட்டான் ஊரும் நம்பிட்டுது..." என்று சொல்லும்போதே விம்மி வெடித்து கைகளால் கண்களை பொத்தியபடி அழத்தொடங்கிவிட்டார்.

“அழாதேங்கோ மலரக்கா.” அவர்தலையை நிமித்தி கண்ணீரை துடைத்தேன். சட்டென்று என்னைக் கட்டிப்பிடித்தவர் என் தலையை தன் மார்போட இறுக்கிப்பிடித்தபடி அழுதுகொண்டிருந்தார். சூடான அவரது கண்ணீர் என்தலையில் பாரமாய் விழுந்து கொண்டிருந்தது. திரிசங்கு சொர்க்கம் எண்டு கேள்விப்பட்டிருக்கிறேன். அன்றைக்குத்தான் அது என்னவென்று தெரிஞ்சது. விளையாடிக்கொண்டிருந்த குழந்தை அழத்தொடங்க என்னை விடுவித்தார்... சே, இன்னும் கொஞ்சம் கட்டிப்பிடித்தபடி இருந்திருக்கலாமேயென தோன்றியதால் அழுத குழந்தை மீது கோபமும் வந்தது.

“சரியடா பிள்ளைக்கு சாப்பாடு குடுக்கவேணும். உன்னையும் குழப்பிப் போட்டன். நீ போ... இந்தப் பக்கம் இனி வராதை உனக்குத்தான் பிரச்சனை...போட்டுவா...”

அவரிடம் எதுவுமே சொல்லாமல் சைக்கிளை எடுத்து மிதித்தேன். கோயிலில் இரவு ஒன்பது மணி டாண்...டாண்... என அடிக்கத்தொடங்கியிருந்தது. வழைமையாய் புளியமரத்திற்கு பயப்பிடும் நான் புளியமரம் கடந்ததே தெரியாமல் சைக்கிளில் வயற்கரை பக்கம் போயிருந்தேன். சணலாய் சலசலத்த வயல் மரவள்ளியாய் மாறியிருந்தது. மரவள்ளியின் உள்ளே நுழையவில்லை. வரம்பில் சைக்கிளை போட்டுவிட்டு அங்கேயே ஆகாயத்தை பாத்தபடி படுத்திருந்தேன். என்னை ஒரு வெறும் தகர றம் ஒன்றில் போட்டு யாரோ உருட்டிவிட்டது போல இருந்தது. சிந்தனைகள் குழம்பி குழம்பி எங்கெல்லாமோ ஓடியது. ஒரேயொரு தடைவையாவது மலரக்காவினுள் புதைந்து எழுந்தாலே போதுமென்று சுற்றித்திரிந்த என் மனதில் மாற்றங்கள் தொடங்கியிருந்தது. பாவம் மலரக்கா... இனி மலரக்காவை பற்றி கோயிலடியிலை கதைக்கிறேல்லை. யாராவது கதைச்சாலும் பல்லை உடைக்கவேணும்.

அதே நேரம் மலரக்காவின் மார்பிலேயே காலமெல்லாம் கழிக்கவேணும் என்று சிந்தனைகள் சுற்றிக்கொண்டிருக்க நேரம் போனதே தெரியவில்லை. அங்கிருந்த காவற்கொட்டில் ஒன்றிலிருந்த றேடியோவில் இரவின் மடியில் நிகழ்ச்சி தொடங்கி “இது மாலை நேரத்து மயக்கம் இது கால தேவனின் கலக்கம்” என்கிற பாடல் காற்றில் கலந்து காதில் புகுந்து கொள்ளத்தான் நேரம் போனதையறிந்து சைக்கிளை எடுத்து வீட்டை நோக்கி மிதித்தேன்...

எங்கள் கோயில் கொடியேறி திருவிழா தொடங்கிவிட்டிருந்தது. கலர் கலராய் டியூப் லைற்றுகள்,நாலு வீதியிலையும் லவுஸ்பீக்கர், வாழை தோரணம் என்று நானும் நண்பர்களுடன் சேர்ந்து அலங்கரித்தோம். கொடியேத்தத்திற்கு மலரக்கா பட்டுச்சேலை உடுத்தபடி வந்திருந்தார். சேலையோடை நான் அவரை பாத்தது அது முதல் தடைவை. நல்ல வடிவாயிருந்தார். இன்றுவரை பெண்களிற்கு கவர்ச்சியான உடை எது எண்டு கேட்டால் சேலை தான் எனது முதலாவது தெரிவு. இரண்டாவது ஜுன்ஸ்.ரீசேட்... கோயிலடியில் எப்படியாவது கதைக்கலாமெண்டால் முடியேல்லை சுற்றிவர உறவுகளும், தெரிந்தவர்களும். அவரும் நானும் புன்னகைகளை மட்டும் பரிமாறிக்கொண்டோம். அந்த நேரம்தான் எங்கடை ஊரிலை ஒரு காதல் ஜோடி சாதி மாறி காதலிச்சவை விசுவமடுவுக்கு ஓடிட்டினமாம் எண்டு கதை அடிபட்டது. அந்த நேரம் காதலிச்சு ஊரை விட்டு ஓடுகிறவர்கள் வன்னிப் பகுதிக்கு விசுவமடு அக்கிராயன் பக்கம் ஓடிட்டினம் எண்டு கதை அடிபடும். அந்த ஊர்கள் எங்கை எந்தப்பக்கம் இருக்கொண்டு எனக்குத்தெரியாது. நான் யாழ்ப்பாணம் ரவுணுக்கு இரண்டு மூண்டுதரம் போயிருக்கிறன். அதுக்கங்காலை நாவக்குளி கோப்பாய் பாலத்தை தாண்டினது கிடையாது. திருவிழா நேரம் விசுவமடு அக்கிராயன் எங்கையிருக்கொண்டு சிலரிட்டை விசாரிச்சன். அவை சொன்ன விபரங்கள் பிடிபடேல்லை. அந்த நேரம் எங்கடை ஊர்க்காரரர் வன்னியிலை தோட்டம் செய்யிறவர் திருவிழாவுக்கு வந்திருந்தார். அவர் வன்னியாலை வரேக்குள்ளை மரைவத்தல் பண்டியிறைச்சி தொங்குமான் இறைச்சியெண்டு கொண்டுவந்து ஊருக்குள்ளை விக்கிறவர். அவர் என்ரை மாமாவின்ரை சினேதன். அவரை கோயில்லை கண்டுபிடிச்சன்.

“அண்ணை நீங்கள் வன்னியிலைதானே காணி செய்யிறியள் அது எங்கை?”

“அது பூவரசங்குளம்.”

“அது எங்கையிருக்கு?”

“அதுவந்து தம்பி வவுனியா - மன்னார் றோட்டிலையிருக்கு.”

“அங்கை எப்பிடி போறது... தூரமோ?”

“நீ சண்முகத்தின்ரை மருமகனல்லோ உனக்கேன் இந்த விபரங்கள்?”

“எனக்குத் தெரிஞ்ச ஒருத்தர் வன்னியிலை தோட்டம் செய்யவேணுமெண்டு கேட்டார் அதுதான்...”

“அவரை என்னட்டை வரச்சொல்லு விளக்கமாய் சொல்லுறன். நீ சின்னப்பெடியன் உனக்கு இதுகள் விளங்காது...”

அவரின் சின்னப் பெடியன் எண்ட வசனம் என்னைக் கோபப்படுத்தியது. ஆனால் எனக்கு வன்னிக்கு போகிற வழிமட்டும் சரியாய் தெரியவேயில்லை. மலரக்காவிட்டை என் காதலை சொல்லவேணும். அவர் எப்பிடியும் ஓமெண்டுவார் அவாவை கூட்டிக்கொண்டு எங்கையாவது ஓடிடவேணும். ஆனால் எங்கையெண்டுறதுதான் தெரியாது. யாழ்ப்பாணத்திலை எங்கையும் ஓடமுடியாது எல்லாப்பக்கமும் சொந்தக்காரர் பிடிச்சிடுவாங்கள். வன்னிக்கு போகவும் வழிதெரியேல்லை. சினேதங்களிட்டை கேக்கவும் விருப்பம் இல்லை. அவங்களுக்கு இதை சொன்னால் பயத்திலை உடைனயே வீட்டிலை சொல்லிடுவாங்கள்.ஒரு வழியும் இல்லையெண்டால் படங்களிலை வாற மாதிரி தற்கொலைதான். சாகிறதுக்கும் பயமாய்தான் இருந்தது. ஆனால் மலரக்காவை கட்டிப்பிடித்தபடியே தற்கொலை செய்தால் பயம் இருக்காது. ஆனால் தூக்கு மட்டும் போடக்கூடாது. கயிறு கழுத்தை இறுக்கிற மாதிரி நினைத்துப்பார்க்கவே கைகால் நடுங்கியது. கிணறு... வேண்டாம் மூச்சடக்கும். எனக்கு நீந்தத் தெரியும். அதாலை பூச்சிக் கொல்லி மருந்து பொலிடோல்தான். முடிவுசெய்தேன்.

எதுக்கு உடைனயே தற்கொலை முடிவெல்லாம். முதல்லை மலரக்காவிட்டை என் காதலை சொல்லுவம். எங்கை ஓடிப்போறதெண்ட ஐடியாவை அவாவிட்டை கேட்பம். அவருக்கு ஏதும் வழி இருக்கலாம். பிறகு யோசிக்கலாம். கொஞ்சம் பூவரசம் இலைகளை புடுங்கி அதை சுருட்டி கோயில் கேணிசுவரில் சிறி... மலர் என்று எழுதி கீழே இதய சின்னமும் வரைந்து விட்டேன். 5ம் திருவிழாவுக்கிடையிலை எப்பிடியாவது மலரக்காவிட்டை என்ரை காதலை சொல்லியே தீருவது. அதற்கிடையிலை ஓடிப்போறதுக்கு கொஞ்சம் காசு சேர்க்கிறதெண்டு முடிவெடுத்தேன். வீட்டிலை அம்மம்மா காசு வைக்கிற மல்லிப் பேணி, மிளகாய்ப்பேணி எல்லாத்தையும் திறந்து பாத்து எங்கை எவ்வளவு இருக்கெண்டு கணக்கெடுத்து வைச்சிருந்தன். எல்லாம் கடைசி நாளண்டுதான் எடுக்கவேணும். மலரக்காவை ஏத்திக்கொண்டு ஓடுறதத்துக்கு என்னட்டை சைக்கிள் இருந்தது. ஆனால் அவாவின் குழந்தை? திரும்பவும் பிரச்சனை. அவர் குழந்தையை விட்டிட்டு வருவாவோ?

பிள்ளையையும் கொண்டு ஓடுறதெண்டால் இருக்க இடம் எல்லாம் ஒழுங்கு பண்ணிட்டுத்தான் போகவேணும். ஒரே குழப்பம். அதுவும் அவாவிட்டையே கேட்பம். தலை வலித்தது.

அன்று குமாரசாமியரின் 5ம் திருவிழா. வாணவேடிக்கை சின்னமேளம் எண்டு திருவிழா களைகட்டும். எனக்கு காலையிலை இருந்தே ஒரே பதட்டம். என் நண்பர் எல்லோரையும் தேடிப்பிடித்து போய் பார்த்து கதைச்சன். பகல் திருவிழாவிலை மலரக்காவை பார்த்து இரவு திருவிழாவுக்கு வருவார் என்று உறுதிப்படுத்திக்கொண்டேன். திருவிழா முடிய கோயில்லையே அன்னதானத்தை சாப்பிட்டு அங்கேயே தங்கியிருந்து விட்டேன். இரவு திருவிழா தொடங்கியது. எல்லாரும் வரத் தொடங்கிச்சினம். மலரக்கா குழந்தையோடு வந்திருந்தா. சங்கக்கடை மனேச்சரும் வந்திருந்தார். அம்மம்மாவும் கோயிலடியிலைதான் நின்றிருந்தார். உடைனையே வீட்டை ஓடிப்போய் பேணிகளில் அவர் சேர்த்து வைத்திருந்த காசு, சில்லறை எல்லாத்தையும் எடுத்து எண்ணிப்பாத்தன், ஒரு 150 ரூபாய் வரை இருந்தது, எடுத்துக்கொண்டு கோயிலடிக்கு வந்திட்டேன்.சாமி வீதிஉலா எல்லாம் முடிஞ்சு 9 மணியளவிலை ஊரிலை உள்ள இளம்பெண்கள் எல்லாம் வீடுகளுக்கு போயிட்டினம். மலரக்காவும் அவரது பக்கத்து வீட்டுக்கார பெண்ணோடு போய்க்கொண்டிருந்தார். அவர் வீதிக்கு வந்ததும் ஓடிப்போய், “என்ன போறிங்களா?”

என்று கேட்டதும், “மகனுக்கு சாப்பாடு குடுத்து பக்கத்து வீட்டிலை படுக்கவைச்சிட்டு சேலையை மாத்திக்கொண்டு திரும்பவும் வில்லுப்பாட்டு பாக்க வருவன்.” போய் விட்டார்... மனேச்சரும் போக புறப்பட்டார். அவர் மலரக்கா வீட்டுப்பக்கம் போகிறாரா? என வேவு பார்த்தோன். அவர் கடைப்பக்கமாய் போய்க்கொண்டிருந்தார். “அப்பாடா” என்றொரு நிம்மதிப் பெருமூச்சு ஒண்டை விட்டேன்.

மேளச்சமா முடிந்து சின்னமணியின் வில்லுப்பாட்டுத் தொடங்கியிருந்தது. நளன் தமயந்தி கதையை நளினத்தோடை சொல்லிக்கொண்டிருந்தார். மலரக்கா கையில் ரோச்லைற்றோடை பக்கத்து வீட்டுக்கார நண்பியோடு வந்துகொண்டிருந்தார். அவர் வரும்வரை காத்திருந்த நான் அவரிட்டை போய் மெதுவாய் காதிலை “நீங்கள் திரும்ப வீட்டை போகேக்கை தனியா வாங்கோ உங்களிட்டை ஒரு விசயம் சொல்லவேணும்” என்று விட்டு ஓடிவிட்டேன். அவர் என்னையே ஆச்சரியமாய் பார்த்தபடி போய்விட்டார்.

வில்லுப்பாட்டு முடிந்திருந்தது. நேரம் பன்னிரண்டை தொட்டுக்கொண்டிருந்தது. அடுத்ததாய் சின்னமேளம் தொடங்க ஆயத்தங்கள் நடந்து கொண்டிருந்தது. கோயிலடியில் மிச்சம் மீதமிருந்த பெண்களும் சின்ன பெடியங்கள் கூட வீடுகளிற்கு போகத் தொடங்கியிருந்தனர். கோயில் நிருவாகத்திலையிருந்த பெருசு ஒண்டு யாராவது சின்னப் பிள்ளையள்,இளம் பெண்கள் இருக்கிறார்களா என்று கவனித்து அவர்களை வீடுகளுக்கு அனுப்பிக்கொண்டிருந்தார். பெரும்பாலும் வயதான ஆண்களும் ஆண்டு அனுபவிச்சு முடிந்த கிழவியளும்தான் மிச்சம். மலரக்காவும் பக்கத்து வீட்டு நண்பியும் போவதற்கு தயாரானார்கள். மலரக்கா அவரிடம் ஏதோ சொல்லி அனுப்பிவிட்டு வடக்கு வீதியில் என்னைப்பார்த்தபடி நின்றுகொண்டிருந்தார். சைக்கிளை எடுத்துக்கொண்டு அவரருகில் போய்,

“சைக்கிள்ளை ஏறுங்கோ.”

“ஆரும் கண்டாலும் எதுக்கு... முதல் வாங்கிக் கட்டினது காணாதோ?”

“எல்லாரும் சின்னமேளம் பார்க்க குந்திக்கொண்டிருக்கினம் கெதியாய் ஏறுங்கோ...”

“ஏதோ கதைக்கவேணும் எண்டுபோட்டு இப்ப சைக்கிள்ளை ஏறச்சொல்லுறாய்.”

“அதை சொல்லுறதுக்குத்தான் ஏறச்சொல்லுறன்.”

அவர் கையை பிடித்து இழுத்து சைக்கிளில் ஏத்தியபடி சைக்கிளை மிதித்தேன். சின்னமேளம் தொடங்கிவிட்டிருந்தது. ஒலிபெருக்கியில்....

ஓஓஓஓ ஓ ஹோஹோ ஓஹோ
ஓ... ரசிக்கும் சீமானே வா
ஜொலிக்கும் உடையணிந்து
களிக்கும் நடனம் புரிவோம்
அதை நினைக்கும் பொழுது மனம்
இனிக்கும் விதத்தில் சுகம்
அளிக்கும் கலைகள் அறிவோம்.
கற்சிலையின் சித்திரமும் கண்டு

அதன் கட்டழகிலே மயக்கம் கொண்டு
வீண் கற்பனையெல்லாம்
மனதில் அற்புதமே என்று
மகிழ்ந்து விற்பனை செய்யாதே
மதியே
தினம் நினைக்கும் பொழுது மனம்
இனிக்கும் விதத்தில் சுகம்
அளிக்கும் கலைகள் அறிவோம்.
ஓ...ரசிக்கும் சீமானே வா
வானுலகம் போற்றுவதை நாடி
இன்ப வாழ்க்கையை இழந்தவர்கள் கோடி
பெண்கள் இன்ப வாழ்க்கையை இழந்தவர்கள் கோடி
வெறும் ஆணவத்தினாலே
பெரும் ஞானியைப் போலே நினைந்து
வீணிலே அலைய வேண்டாம்!
தினம் நினைக்கும் பொழுது மனம்
இனிக்கும் விதத்தில் சுகம்
அளிக்கும் கலைகள் அறிவோம்.
ஓ... ரசிக்கும் சீமானே வா

பராசக்தி பாடல் போய்க்கொண்டிருந்தபொழுதே மலரக்கா வீட்டு ஒழுங்கைக்குள் இருந்த புளியமரத்தடிக்கு வந்துவிட்டேன். ஒரே கும்மிருட்டாய் இருந்தது. சைக்கிளை நிறுத்திவிட்டு இறங்கினோம். ஒருவருக்கொருவர் அருகருகே நின்றாலும் நிழலாய்தான் தெரிந்தது.

“என்னத்தை சொல்லப்போறாய் அதுவும் புளியமரத்துக்குக் கீழை. கும்மிருட்டிலை வைச்சோ உனக்கு சொல்லவேணும். பாம்பு கீம்பு வந்து கொத்தப் போகுது.”

என்றபடி மலரக்கா ரோச்வெளிச்சத்தை அடிச்சு நிலத்தை பாத்திட்டு என்னை நோக்கி வெளிச்சத்தை அடிச்சார். அவர் கையிலிருந்த ரோச்சை பறித்து நிற்பாட்டிவிட்டு,

“மலரக்கா நான் உங்களை லவ் பண்ணுறன்.”

கொல்லென்று சிரித்தார். இருட்டில் அவரது முகபாவத்தை பார்க்கமுடியவிலை.

"சரி சரி சைக்கிளை எடு போவம்."

மலரக்காவை இறுக்க கட்டிப் பிடித்தேன்.

"பகிடியில்லை மலரக்கா சத்தியமா. பிள்ளையாரான அம்மாளான உங்களை லவ் பண்ணுறன். மாட்டன் எண்டு மட்டும் சொல்லிடாதேங்கோ."

என்னுடைய பிடியை பிரித்தெடுத்தவர், அந்த இருட்டிலும் குறி தப்பாமல் என் கன்னத்தில் பளாரெண்டு அவரது கை இறங்கியது.

"டேய் உனக்கென்ன லூசா. என்ன கதைக்கிறாய். நான் ஏதோ சின்னப்பெடியன் எண்டு நினைச்சால். நீ பெரிய..."

"நான் சின்னப் பெடியன் இல்லை...இல்லை...இல்லை..."

"சரி. ஆனால் நான் அப்பிடியெல்லாம் நினைச்சு உன்னோடை பழகேல்லையடா."

"அப்ப அண்டைக்கு உங்கடை கதையெல்லாம் சொன்னது. என்னை இறுக்கி கட்டிப்பிடிச்சது. கொஞ்சினது."

"எனக்கொரு தம்பி மாதிரி நினைச்சுத்தான் அதெல்லாம் சொன்னான். ஏதோ என்ரை ஏலாத்தன்மை கட்டிப்பிடிச்சன்."

"அதெல்லாம் எனக்கு தெரியாது."

"சரி நீ பெரிய பெடியன். நான் உன்னோடை வாறன். என்னை வைச்சு காப்பாத்துவியா? உனக்கு வருமானம் இருக்கா வேலை இருக்கா?"

"என்னட்டை 150 ரூபாய் இருக்கு..."

"டேய் லூசு மாதிரி கதைக்காதை. உன்ரை 150 ரூபாயிலை ஒரு கிழைமை தின்னலாம். பிறகு என்ன செய்யிறது."

"எங்கையாவது ஓடிப்போகலாம். நான் ஏதாவது வேலை செய்வன்."

“எங்கை ஓடுறது? உனக்கு என்ன வேலை செய்யத் தெரியும்? ஓடிப்போற இடத்திலையும் வயித்தைக் கழுவ நான் ஒரு சங்கக்கடை மனேச்சரைத்தான் பிடிக்கவேணும். எங்கை ரோச்லைற்ரை கொண்டுவா.”

அழுதபடி கோவத்தில் ரோச்லைற்றை பத்தைக்குள் வீசி எறிந்துவிட்டு,

“அதெல்லாம் எனக்குத் தெரியாது.நான் உங்களை லவ் பண்ணுறன். நீங்கள் இல்லையெண்டால் நான் தற்கொலை செய்திடுவன்.”

மீண்டும் கட்டிப்பிடிக்கப் போன எனக்கு அதே கன்னத்தில் மீண்டும் ஒரு அறை விழுந்தது.

“சரி வா.”

அவரின்ரை வீட்டுக்கு என்ரை கையை பிடிச்சு இழுத்துக்கொண்டு போனார்.

“என்ரை சைக்கிள்.”

“அது கிடக்கட்டும் வா.”

வீட்டிற்கு இழுத்துப் போனவர் முத்தத்தில் கிடந்த சாக்குக் கட்டிலில் வேகமாய் என்னைத் தள்ளி என்ரை சேட்டை இழுத்துக் கழட்டினார். தன்ரை சட்டையையும் உள்சட்டையையும் கழட்டியவர் என்னுடைய தலையை மார்போடு அணைத்தார்.

“இந்தா இதுதானே உனக்கு வேணும். இதுதான் உன்ரை காதல். இதுக்குத்தானே தற்கொலை செய்யப் போறன் எண்டனி.”

அவரின் வெறும் மார்பு என்முகத்தில் பட்டதும் நெருப்பு சட்டி பட்டது போலை இருந்தது. விம்மி விம்மி அழத்தொடங்கியிருந்தேன். மலரக்காவும் அழுதார். சில நிமிட அழுகைளின் பின்னர் மௌனம்.

“அய்யோ இல்லை மலரக்கா இதுக்காக லவ் பண்ணேல்லை...”

“அப்ப எதுக்கு?”

“தெரியேல்லை...”

என்னை நெற்றியில் முத்தமிட்டவர், சாக்குக்கட்டிலில் சரிந்து படுத்துக்கொண்டு என்னையும் இழுத்து அணைத்துக்கொண்டார். இருவருமே ஆள் பாதி ஆடை பாதி. எனக்குள் எந்த உணர்ச்சியும் இல்லை. காற்சட்டை விறைக்கவில்லை... இருவருமே ஆடாமல் அசையாமல் ஆகாயத்தைப் பார்த்தபடி படுத்திருந்தோம். சிறிது நேரத்து மௌனத்தை அவரே கலைத்தார்.

"எனக்குத் தெரியும்... நீ நல்ல பெடியன். இப்பிடியெல்லாம் குறுக்காலை போற மாதிரி யோசிக்காமல் நல்லபடியாய் கவனமெடுத்துப் படி. பெரியவனாய் வா. உனக்கு நல்ல மனிசி கிடைப்பா. சரிதானே."

"ம்..."

"இனி தற்கொலை அது இதெண்டு சொல்லுவியா?"

"இல்லை..."

"இப்பவும் என்னை லவ் பண்ணுறியா?"

...மௌனம்.

அவரும் எழும்பி சட்டையைப் போட்டபடி,

"சரி எழும்பு சேட்டை போடு..."

"ம்..."

புறப்படத் தயாரானேன்.

"டேய் கிட்ட வா"

"ம்..."

என்ரை கையை தனது தலையில் எடுத்து வைத்தவர். "போகமுதல் எனக்கு இரண்டு சத்தியம் பண்ணிட்டுபோ."

"என்னது..."

"உனக்கு உண்மையிலையே என்னிலை அன்பு இருந்தால், நீ தற்கொலை செய்யிறணெண்டு போகக்கூடாது. அடுத்தது இனிமேல் இந்தப் பக்கம் வரக்கூடாது. என்னை எங்கை கண்டாலும் கதைக்கவும்கூடாது நானும் கதைக்கமாட்டன். சத்தியம் பண்ணு."

"சத்தியம்..."

"நான் சொன்னதை திருப்பிச் சொல்லி சத்தியம் பண்ணு..."

அவர் சொன்னவைகளை திரும்பச்சொல்லி சத்தியம் பண்ணிவிட்டு புளியமரத்தடிக்கு வந்து சைக்கிளை எடுத்தன். ஆனாலும் வீட்டை போக மனம் இல்லை. அங்கையே புளியமரத்து வேரிலை கொஞ்ச நேரம் இருந்தேன். புத்தனுக்கு போதி மரம் என்றால் எனக்கு புளியமரம். ஞானம் கிடைத்தது போலிருந்தது.

அதுக்குப் பிறகு அம்மம்மா வீட்டிலை இருக்கப் பிடிக்காமல் வீட்டிற்கே வந்து விட்டிருந்தேன். மலரக்காவை சந்திக்கவேயில்லை. அவரது செய்திகள் மட்டும் கிடைத்துக்கொண்டிருக்கும்.

மொட்டை மூர்த்தி இறந்து போச்சாம்...

மனேச்சருக்கும் மலரக்காவுக்கும் ஒரு பிள்ளை பிறந்ததாம்...

மலரக்காவை விட்டிட்டு மனேச்சரும் கலியாணம் கட்டி வேறை ஊருக்கு போட்டாராம்...

மலரக்காவின் சகோதரங்கள் வெளிநாடு வந்து திருமணமாகி செட்டில் ஆகிட்டார்களாம்...

மலரக்காவின்ரை பிள்ளையளையும் மலரக்காவையும் அவரது சகோதரங்கள் வெளிநாட்டுக்கு கொண்டு வர முயற்சி செய்தபோது குழந்தைகள் இரண்டும் வந்திட்டுதாம். மலரக்கா தாய்லாந்திலை பிடிபட்டு ஜெயில்லையாம்.

ஜெர்மனியிலையிருந்து போன ஒரு ஏஜெண்டு மலரக்காவை ஜெயில்லை இருந்து வெளியாலை எடுத்து ஜெர்மனிக்கு கொண்டு வந்திட்டாராம். மலரக்கா இப்ப அந்த ஏஜென்சிகாரனோடைதானாம். ஒரு குழந்தையுமாம். அவர் ஏற்கனவே கலியாணம் ஆனவராம்.

ஏஜெண்டுகாரனுக்கு வேறையொரு பெண்ணோடை தொடர்பாம். அதனாலை மலரக்கா குழந்தையோடை பிரான்சுக்கு வந்திட்டாவாம்...

மலரக்காவின்ரை தங்கை ஒருத்தருக்கு குழந்தை இல்லாததாலை கடைசிக் குழந்தையை அவா தத்தெடுத்திட்டாவாம். மலரக்கா பாரிஸ் 12 லை தனியா ரூமெடுத்து தங்கியிருக்கிறாவாம்.

அவலங்கள் | 67

மலரக்காவோடை சகோதரங்கள் பிள்ளையளும் கதைக்கிறேல்லையாம். இப்ப கோயில்லைதானாம் அவாவின்ரை வாழ்க்கை போகுது.

இவையெல்லாம் நண்பர்கள் தொலைபேசியில் எனக்கு சொன்ன தகவல்கள் .

அதிவேக இரயில் ஒரு நிறுத்தத்தில் நின்றது. பயணிகள் பலர் ஏறவும் இறங்கவும் செய்தனர். நான் கண்ணை விழித்துப்பார்த்தேன். மனைவி குட்டித் தூக்கதிலிருந்து எழுந்துவிட்டாள். மகள் நல்ல நித்திரை...

“யாரவா?”

“எவா? கோயில்லை பார்த்தவரோ?”

“ஓம் அவாதான்.”

“எங்கடை ஊர்க்காரி.”

“சொந்தமே?”

“இல்லை நல்ல பழக்கம்.”

“கோயில்லைதான் இருக்கிறனெண்டு ஏன் சொன்னவா. குடும்பம் பிள்ளை குட்டி இல்லையோ?”

“புருசன் இல்லை. பிள்ளையள் சகோதரங்கள் இஞ்சைதான் இருக்கினம். ஆனால் ஒருத்தரும் அவாவை வீட்டுக்கு அடுக்கிறேல்லை.”

“பிள்ளையளுமா?”

“ஓமாம்.”

“ஏன் அப்பிடி?”

“அது வந்து...அவாக்கு வாழ்க்கை சரியாய் அமையேல்லை. அதாலை அவாவும் ஊரிலை கொஞ்சம் அப்பிடி இப்பிடி... ஆளும் நல்ல வடிவெண்டபடியாலை உண்மையை விட பல பொய்வதந்தியள்தான் உலாவினது.”

“பாத்தனான் இப்பவே நல்ல வடிவாய்தான் இருக்கிறா. அந்தநேரம் இளமையிலை இன்னும் வடிவாய் இருந்திருப்பா. நீங்களும் பின்னாலை திரிஞ்சனியளோ.”

கொஞ்சம் பதறியவனாய் “சேச்சே அப்பிடியெல்லாம் இல்லை.” கடவுள் உள்ள கல்லிலேயே பெரிய கூழாங்கல்லாய் தேடியெடுத்து எனது பெயரை எழுதி குடுவையில் போடும் சத்தம் கேட்டது.

“அப்ப எதுக்கு வீட்டு நம்பரை பிழையாய் எழுதிக்கொடுத்தனீங்கள்.”

அன்று நள்ளிரவில் அதே புளியமரத்தின் கீழே வைத்து அதே அறை விழுந்ததுபோல் ஒரு பிரமை. கன்னத்தை மெதுவாய் தடவியபடி. “அதை கவனிச்சிட்டியா?”

“சரி நடந்ததை விபரமாய் சொல்லுறன். அப்ப எனக்கு பதிநாலு வயசு...” என்று தொடங்கிய நான், அனைத்தையும் விபரமாய் சொல்லி,அவர் அன்றைக்கு கேட்டமாதிரியே “இனிமேல் உங்களை எங்கை கண்டாலும் கதைக்கமாட்டன் என்று மலரக்கா தலையில் அடித்து சத்தியம் பண்ணிட்டன். இண்டைக்கு ஏதோ தற்செயலாய் சந்திச்சிட்டன். சிலநேரம் மலரக்கா என்னட்டை சத்தியம் வாங்கினதையே மறந்திருக்கலாம். ஆனால் நான் மறக்கேல்லை. அதுதான் வீட்டு நம்பரை பிழையாய் எழுதிக்குடுத்தனான். என்ரை சத்தியத்தை நான் காப்பாத்திட்டன்.”

“ஊகும்...இவர் பெரிய அரிச்சந்திரன். காப்பாத்திட்டாராம். இன்னும் இப்பிடி எத்தினை கதை இருக்கோ...?” மனைவியிடமிருந்து பெருமூச்சு ஒன்று வெளியானது.

நாங்கள் வசிக்கும் நகரத்திற்கு வந்துவிட்டதாக அறிவித்தலோடு இரயிலில் வேகம் குறையத் தொடங்கியது. மகளை தட்டி எழுப்பினேன்.

அலை மகள்

எழுதிய காலம் 22/09/2012

அன்றைய பூரணை நிலவு அள்ளியெறிந்து கொண்டிருந்த வெள்ளொளியில் மெல்லலைகள் வீசிக்கொண்டிருந்த முல்லைக்கடலின் ஒருபகுதி. கைகளையும், கால்களையும் அகலப்பரப்பி அண்ணாந்து படுத்திருந்தபடி ஆயிரமாயிரமாய் மின்னிக்கொண்டிருந்த நட்சத்திரங்களையும் பூரணையின், பூரணநிலையில் பூரித்துப் போயிருந்தாள் அலைமகள். ஆகாயத்தை பார்த்தபடியே கடலில் கைகால்களை விரித்து மிதப்பதென்றால் அவளிற்கு அளவற்ற ஆசை. கரையில் நின்றிருந்த பயிற்சியாளர் இரண்டாவது தடைவையும் விசிலடித்து கையில் சிறிய சிவப்பு வெளிச்சத்தையும் அசைத்துப் பார்த்துவிட்டார். அவள் அசைவதாய்த் தெரியவில்லை. கையிலிருந்த நடைபேசியில்(வோக்கி) தூரத்தே காவலிற்கு நின்ற கடற்புலிகளின் படகோடு தொடர்பு கொண்டதையடுத்து படகு அவளை நோக்கி வந்துகொண்டிருந்தது. அதன் அருகான வருகையை உணர்ந்து தன்னிலைக்குத் திரும்பியவள் தலையை திருப்பிப்பார்த்தாள். கரைக்கு போகும்படி படகிலிருந்து கட்டளை வந்தது. நீந்திக் கரை வந்து சேர்ந்தவளிடம்,

“அலை உமக்கு எத்தினை தரம் விசில் அடிக்கிறது... காது கேக்கேல்லையோ” கோபமானார் பயிற்சி ஆசிரியர். “மன்னிச்சு கொள்ளுங்கோ மாஸ்ரர். அண்ணாந்து ஆகாயத்தையே பாத்துக்கொண்டு படுத்திருந்ததிலை கவனிக்கேல்லை. நேரம் போனதே தெரியேல்லை” தயங்கியபடி சொல்லி முடித்தாள். “விட்டால் விடியும் வரைக்கும் வெள்ளி பாத்தக்கொண்டு படுத்திருப்பீர். சரி மற்றாக்கள் வெளியாலை வந்து உமக்காக காத்துக்கொண்டு நிக்கிறனம் கெதியா போய் உடுப்பை மாத்திக்கொண்டு ஓடிவாரும்.” கண்டிப்பான குரலில் சொல்லிவிட்டு போய்விட்டார். மறைப்பில் சென்று உடலில் இறுக்கமாக அணிந்திருந்த நீச்சல் உடைகளை மாற்றி சீருடைக்குள் நுழைந்தவள் ஓடிவந்து வாகனத்தில் ஏறிக்கொண்டாள். வாகனம் அவர்களது முகாமை நோக்கி ஓடத்தொடங்கியிருந்தது.

ஒன்றரை வருடங்களாகத்தான் அவளிற்கு அலைமகள் என்கிற பெயர். அதற்கு முன்னர் சோபனா. அதுவும் சொந்தப்பெயர் கிடையாது. அவளது சொந்தப் பெயர் விஜிதா. அவள் படிக்கிற காலங்களில் அழகான அகன்ற கண்களை பார்த்து எல்லாருமே அன்றைய காலத்தில் பிரபலமாகவிருந்த நடிகை சோபனாவின் கண்கள் போல இருக்கிறதென்று சொல்வார்கள். அவள் இயக்கத்தில் சேர்ந்து பயிற்சிக்குப் போனபோது அவளுடன் இருந்தவர்களும் அவளது கண்களைப்பார்த்து சோபனாவை போல இருக்கிறாய் என்று சொன்னதால் தனது இயக்கப்பெயராக சோபனா என்று வைத்துக்கொண்டாள். ஓயாத கிளிநொச்சி சண்டையின்போது வீழ்ந்து வெடித்த எறிகணையொன்றின் துண்டொன்று அவள் இடக்கண்ணை ஊடறுத்து போனதில் சிகிச்சை முடிய அழகான அகன்ற இடக்கண் இருந்த இடத்தில் ஆழமான குழியொன்று இடம்பிடித்தது. அதற்குப் பின்னர் அவளை யாராவது சோபனா என்று அழைத்தாலே அவளிற்கு நக்கல் பண்ணுவது போல இருக்கும்.

சில காலங்கள் போக கடற்புலியில் இணைந்தாள். கடுமையான பயிற்சிகள். பயிற்சி முடிவின் இறுதிநாள் நடந்த போட்டிகளில் நீண்ட நேரம் மூச்சடக்கி சுழியோடுதல், குறுகிய நேரத்தில் நீண்ட தூரம் நீந்துதல், அதிக நேரம் கடலில் அசையாமல் படுத்திருத்தல் என்று அனைத்திலும் முதலாவதாக வந்தவளிற்கு கடற்படை தளபதி நேரில் வந்து நீச்சல்காரர்கள் பயன்படுத்தும் கடல் ஆழத்திலும் நேரம் பார்க்கக்கூடியதும் தண்ணீர் உள்ளேபோகாத கைக்கடிகாரம் பரிசாகக் கிடைத்தது. அந்தக் கடிகாரத்தை அனைவரிற்கும் காட்டி பெருமை அடித்துத் திரிந்தவள் பெரும் கடற்சண்டைகளிலெல்லாம் தனது திறைமைகளையும் வெளிக்காட்டியதொரு காலத்தில் சமாதானம் என்கிற அறிவிப்பு வந்தது. பேச்சு வார்த்தையாம்...என்று செய்திகள் வெளியாகிக்கொண்டிருந்தது. அவளிற்கோ யார் பேசுகிறார்கள் எதைப்பற்றி பேசுகிறார்கள் என்பதைப் பற்றியெல்லாம் கவலையில்லை. நீண்டகாலம் பார்க்காத தனது தாயாரையும் ஒரோயொரு மூத்த சகோதரனையும் யாழ்ப்பாணத்தில் போய் பார்த்துவிட்டு வர அனுமதி வாங்கியிருந்தவள். இயக்கம் யாழ்ப்பாணத்தை கைவிட்டபின்னர் மீண்டும் யாழ்ப்பாணத்திற்கு முதன் முதலாக போயிருந்த அரசியல் பிரிவுக்காரரோடு அவளும் சேர்ந்தே போயிருந்தாள்.

மக்கள் கட்டிப்பிடித்து தூக்கியும் மாலைபோட்டு, ஏன் சிலர் ஆராத்தி எடுத்தும் வரவேற்றிருந்தனர். அந்த ஆர்ப்பாட்டங்களோடு

இடம்பெயர்ந்து கோப்பாயிலிருந்த குடும்பத்தை தேடிக்கண்டு பிடித்து போனபோது, ஓடிவந்து கட்டிப்பிடித்துக் கொஞ்சிய அம்மா... தங்கையைக் கண்ட மகிழ்ச்சியில்... வளவில் கோழியை கலைத்துக்கொண்டு ஓடிய சேவலைப் பாய்ந்து பிடித்து அடித்து குழம்பு வைக்க அண்ணியிடம் கொடுத்து விட்டு "என்ரை தங்கச்சி கடற்புலி. பெரிய பொறுப்பாளர் வேறை" எண்டு அக்கம் பக்கமெல்லாம் பெருமையடித்த அண்ணன். அவளை ஆச்சரியமாய் பார்த்தபடி மறைந்து மறைந்து திரிந்த அண்ணனின் குழந்தைகள். இவர்களோடு இரண்டு நாட்களே தங்கிவிட்டு மீண்டும் முகாமிற்குத் திரும்பிவிட்டாள். மீண்டும் சண்டை தொடங்கி விட்டிருந்த நாளொன்றில் கடல் கரும்புலிகளிற்காக பெயரை கொடுத்து கடிதமும் எழுதிக் கொடுத்துவிட்டு படகோட்டும் பயிற்சிகளும் எடுத்துக்கொண்டிருந்தாள்...முன்பெல்லாம் பெயர் கொடுத்திருந்தாலும் கடிதம் அனுப்பி பலகாலங்களின் பின்னர் அரிதாகவே அழைப்புவரும். ஆனால் கிளிநொச்சியை விட்டு இயக்கம் பின்வாங்கிய பின்னர் அழைப்புகள் அடிக்கடி வரத்தொடங்கியிருந்தது. அன்று அவளிற்கும் அவளது முகாமில் பெயர் கொடுத்திருந்த இன்னொருத்திக்கும் அழைப்பு வந்திருந்தது. அன்றிரவு இவர்கள் இருவருடன் இரண்டு ஆண்களாக நான்கு பேர் தலைவருடனான விருந்தின் பின்னர் ஐஸ்கிறீமும் குடித்து முடித்து... சில புகைப்படங்கள் என சம்பிரதாயங்கள் முடிந்த பின்னர் வாகனமொன்று நால்வரையும் தாங்கியபடி போய்க்கொண்டிருந்தவேளைதான் அவர்களிற்கான இலக்கு என்ன என்பதை ஒருவர் விளங்கப்படுத்தினார்.

முல்லையின் கடற்பகுதியொன்றில் இறங்கியவர்கள் வெடி மருந்து நிரப்பி தயார் நிலையில் இரு சிறிய வேகப் படகுகளில் ஏறியதும் தங்களிற்கு தந்திருந்த தொலைத்தொடர்புக் கருவிகளை தங்களோடு இணைத்து அவை சரியாக இயங்குகின்றதா என சரி பார்த்துக்கொண்டார்கள். அவளோடு படகில் ஏறியவன் தன்னை நீலவாணன் என்று அறிமுகப்படுத்திக்கொண்டவன் அவனே படகை இயக்கினான். கையை உயர்த்திக் காட்டிவிட்டு படகை வேகமெடுத்தான். முன்னால் கடற்புலிகளின் படகுகள் பாதுகாப்புகொடுத்தபடி வழிகாட்டியபடி போய்க்கொண்டிருந்தது.

அவர்களது இலக்கு முல்லைக் கடலில் புதிதாகக் கொண்டுவந்து வந்து நிறுத்திவைக்கப்பட்டிருந்த நவீன ராடர்கள் பொருத்தப்பட்ட தாக்குதல் கப்பல்தான். இலக்கை நெருங்கத் தொடங்கியதுமே கப்பலை சுற்றிவர பாதுகாப்பில் ஈடுபட்டிருந்த டோரா ரக

படகுகள் விழித்தக்கொள்ள சண்டை தொடங்கியது. கடற்புலி படகுகள் கடற்படையின் டோராக்களை கப்பலை விட்டு தூரமாக இழுத்துச்செல்ல போக்குக் காட்டியபடி சண்டையை தொடர்ந்து கொண்டிருந்தனர். ஆனால் இலங்கை கடற்படைக்கு அது பழகிப்போன தந்திரமாகிவிட்டிருந்தது. டோராக்கள் கப்பலை சுற்றியபடியே சண்டை நடந்தது. கப்பலில் இருந்தும் பீரங்கிகளை ஏவியபடி இருந்தார்கள். மற்றைய படகு வேகமாக கப்பலை நோக்கி போய்க்கொண்டிருந்தபோதே டோராவின் தாக்குதலால் வெடித்துச் சிதறிப்போனது. அதுவரை தூரமாக படகை வெட்டி வெட்டி ஓட்டிக்கொண்டிருந்தவன் அவளிடம் "இப்பிடியே சும்மா சுத்திக்கொண்டு இருக்கேலாது மற்ற படகு வெடிச்சிட்டுது. நாங்களும் கப்பலை அடிப்பம் எண்டு எனக்கு நம்பிக்கையில்லை அதாலை நீ கடல்லை குதி நான் தனியா முயற்சி பண்ணிப்பாக்கிறன்" என்றவனிடம், குதிக்கமாட்டேன் என்று அடம்பிடித்தாள்.

"அலைமகள் சொல்லுறதை கேள்... நீ இருந்தால் இன்னொரு இலக்கை அடிக்கலாம். அல்லது இண்டைக்கு இது சரிவராட்டில் நீயே திரும்ப அடிக்கலாம். வீணாய் எதுக்கு இரண்டு பேரும் செத்துப்போக வேணும். அதக்குத்தான் சொல்லுறன் குதிச்சிடு" என்று கத்தினான். ஆனாலும் அவள் அசையவில்லை. படகின் வேகத்தை குறைத்து வெட்டி திருப்பியவன் கொஞ்சம் நிலை குலைந்த அலைமகளை கடலில் தள்ளிவிட்டு படகின் வேகத்தைக் கூட்டினான். சில நிமிடங்களில் அந்தப் படகும் வெடித்துச் சிதறியது. இலக்கு கைகூடவில்லை. கடலில் நீந்திக்கொண்டிருந்த அலைமகளை அருகில் வந்த கடற்புலிகள் படகில் தூக்கிப் போட்டபொழுது தலையில் இரத்தம் வழிந்து கொண்டிருந்தது. சிறிது நேரத்தில் மயங்கிப்போய்விட்டாள். படகில் இருந்து விழும்பொழுது அவள் தலை படகில் மோதி வலப்பக்கம் பக்கவாட்டாக வெடித்துப்போய்விட்டிருந்தது. கரைக்கு கொண்டு வந்தவர்கள் அவளை வைத்திய சாலையில் சேர்த்துவிட்டுப் போய்விட்டார்கள். களமும் காட்சிகளும் வேகமாக மாறிக்கொண்டிருந்தது. வைத்திய சாலையில் மயக்கம் தெளிந்து பார்த்தபோது அவளுக்கு முன்னால் ஒரு இலங்கை இராணுவ அதிகாரி சிரித்தபடி நின்றிருந்தான். அவளது கைகள் கட்டிலோடு விலங்கிடப்பட்டிருந்தது. நிலைமைகள் எல்லாம் தலைகீழாக மாறிவிட்டது என்பதை உணர்ந்துகொள்ள சில மணி நேரங்கள் எடுத்திருந்தது. அடுத்தடுத்து நடந்த விசாரணைகளின் பின்னர் அவளுக்கு ஒரு இலக்கம் கொடுக்கப்பட்டது. இனி அவள்

அந்த இலக்கத்தால் தான் சிறையில் அனைவராலும் அழைக்கப் படடப்போகிறாள் .

வெலிக்கந்தை புனர்வாழ்வு முகாமில் இருந்து 26 பேரை ஏற்றி வந்த பேரூந்து யாழ்நகரத்தில் அவர்களை இறக்கிவிட்டு போய்க்கொண்டிருந்தது. அவர்களை அங்கு நின்றவர்கள் எல்லாருமே வேற்றுக்கிரக வாசிகளைப் போலவே பார்த்தார்கள். அவர்களது உடையும் கையிலிருந்த தொண்டு நிறுவனமொன்றின் பைகளும் அவர்களை புனர்வாழ்வுக்காரர் அல்லது முன்னை நாள்காரர் என்று அடையாளப்படுத்தியிருந்தது. அவரவர் தனியாக விடைபெறாமலேயே மௌனமாக பிரிந்து போக, அவளும் யாழ் நகரத்தை ஒரு தடைவை பார்த்தாள். நிறையவே மாறிப் போயிருந்தது. பில்லா 2 என்ற பிரமாண்டமான கட்டவுட்டில் அஜித் பிஸ்ரலைக்காட்டி மிரட்டிக்கொண்டிருந்தார். அப்படியொரு மொடலை அவள் பார்த்ததேயில்லை. “என்ன மொடல் பிஸ்ரலாக இருக்கும்?” யோசித்தாள். “எந்த மொடலாய் இருந்தால் எனக்கென்ன இது இப்ப தேவையில்லாத வேலை” என்று நினைத்தபடி அங்கிருந்து நகர்ந்தாள். அவளையே பலரும் பார்ப்பது போல இருந்தது. நல்லவேளையாக புனர்வாழ்வு முகாமில் தொண்டு நிறுவனமொன்று அவளிற்கு கறுப்பு கண்ணாடி வாங்கிக் கொடுத்திருந்தபடியால் அவளது இடக்கண் குழி யாரையும் மிரளவைக்கவில்லை. அங்கு நின்றவரிடம் கோப்பாய்க்கு போவதற்கான பேரூந்து இடத்தைக் கேட்டு பேரூந்தில் ஏறி அமர்ந்தாள்.

சிறையில் இருக்கும் போதும் பிறகு புனர்வாழ்வு முகாமிலிருந்தும் தனது விபரங்கள் எழுதிய பல கடிதங்கள் தனது குடும்பத்தினருக்கு அனுப்பி விட்டிருந்தாள். அந்த இரண்டரை வருசத்திலை ஒருதடைவை கூட யாருமே வந்து பார்க்கவில்லை. அவளிற்கு அண்ணனிலும் அம்மாவிலும் கோபம்தான். சிலநேரம் அனுப்பிய கடிதங்கள் அவர்களுக்கு கிடைத்திருக்காது. அல்லது வீட்டுக்காரருக்கு சிறைக்கு வந்து பாக்கிறதுக்கு இடம்வலம் தெரியாமல் இருந்திருக்கும் என்று தனக்குத்தானே சமாதானமும் சொல்லிக்கொண்டாள். வீடு வந்து சேரும்போது இரவாகத் தொடங்கியிருந்தது. வீட்டிற்கு போனவளை அம்மா ஓடிவந்து கட்டியணைக்கவில்லை. அண்ணன் மகிழ்ச்சியில் சேவலைத்தேடி ஓடியிருக்கவில்லை. ஒரே மௌனம். அவரவர் குனிந்தபடி இருக்க அண்ணிதான் தொடங்கினாள்.

"சனியன் செத்து துலைஞ்சிட்டு எண்டு நிம்மதியா இருந்தனாங்கள். இப்ப என்னத்துக்கு இஞ்சை வந்தது. ஒரு வருமானத்திலை நாங்களே மூண்டு பிள்ளையளை வளக்க படுகிற பாடு அதக்குள்ளை இதுவேறை... யார் வைச்சு சாப்பாடு போடுறதாம். பிடிபட்ட பெட்டையளுக்கெல்லாம் என்ன நடந்தது எண்டு கேள்விப்பட்டனாங்கள். உவளை மட்டும் ஆமி சும்மா விட்டிருப்பாங்களோ? இனி ஆமிக்காரன் வேறை தேடி வீட்டை வரப்போறாங்கள்"...என்று தொடர்ந்து கொண்டிருந்தவளிடம்,

"அண்ணி கதைக்கிறதை யோசிச்சு கதை..." அதுவரை அடக்கி வைத்திருந்த கோபம் ஆற்றாமை எல்லாத்தையும் சேத்து கத்தினாள்.

அப்பொழுதுதான் அண்ணனிற்கு வீரம் வந்திருந்தது. "அண்ணியை எதுக்கடி கத்துறாய். சும்மா உள்ள பெட்டையளையே கரைசேக்க படுகிற பாடு. எனக்கு வயசுக்கு வாற வயசிலை ஒரு பெட்டை வேறை இருக்கு. உனக்கு வயசும் வட்டுக்கை போட்டுது. இதுக்கை நீ தடுப்பாலை வந்திருக்கிறாய். ஒற்றைக் கண்வேறை இல்லை. உன்னை யாரடி கலியாணம் கட்டுவாங்கள். நாங்களா உன்னை இயக்கத்திலை சேரச்சொன்னாங்கள்? நீயாத்தானே ஓடிப்போனனி. என்னாலை எல்லாருக்கும் சோறு போட ஏலாது எங்கையாவது போய் தொலை" என்றவன் உள்ளே போய்விட்டான்.

அதுவரை மௌனமாக நின்றிருந்த அம்மா அருகில் வந்து மெதுவாக "பிள்ளை உன்னை பாக்க வரேல்லை எண்டதுமே உனக்கு விளங்கியிருக்கவேணும். ஆம்பிளை பிள்ளையெண்டாலும் பரவாயில்லை ஆனால்..." என்று இழுத்த அம்மாவை, "அம்மா நீயுமா...வேண்டாம்" என்றபடி வேண்டா வெறுப்பாகப் பார்த்தவள் வீதியில் இறங்கி நடக்கத்தொடங்கியிருந்தாள். இரவும் தனிமையும் எப்பொழுதுமே அவளை பயமுறுத்தியதில்லை. சந்திக்கு வந்தவள், தன்னுடன் தடுப்பில் இருந்து வெளியேறிய நண்பி கொடுத்துவிட்டிருந்த சிறுப்பிட்டிவீட்டு விலாசம் அவளிடம் இருந்தது.

சிறுப்பிட்டியில் நண்பியின் வீட்டில் தங்கியிருந்தவளிற்கு பிரச்சனைகள் இருக்கவில்லை. ஆனாலும் எத்தனை நாட்கள் மற்றவர்களிற்கு பாரமாக இருப்பது என்று மனது உறுத்திக்கொண்டிருந்தது. இப்போ மீண்டும் விஜித்தாவாக மாறி விட்டிருந்தாள். நண்பியின் அண்ணன்கள் இரண்டுபேர் பிரான்சில் இருந்ததால் அவளையும் அங்கு கூப்பிட ஒழுங்குகள் நடந்து

கொண்டிருந்தது. அவளும் போய் விட்டால் அந்த வீட்டில் எந்த உரிமையோடு தான் அங்கு இருப்பது என்கிற பெரியகேள்விக்கு ஒரு வழி கிடைத்தது. ஒஸ்ரேலியாக்கு கப்பல்லை போகலாமாம். காசும் கனக்க இல்லை. நம்பிக்கையான ஆக்கள்தான் என்கிற தகவல். பண ஏற்பாடுகள் அவளது நண்பியின் உதவியோடும் அவளும் முயற்சிகள் செய்து முடித்திருந்தனர். இனி பயண ஏற்பாடுதான். ஒஸ்ரேலியா பயணம் பற்றி அவளிற்கு புதியதாய் இன்னொரு நம்பிக்கை பிறந்திருந்த இரவுப்பொழுதொன்றில் அவளை ஏற்றிப் போவதற்கு ஒரு ஆட்டோ வந்திருந்தது.

நீண்டகாலத்தின் பின்னரான இன்னொரு கடற்பயணம். இது நாட்டிற்கானது அல்ல நாட்டை விட்டு தப்பியோடுவதற்கானது. புறப்பட முன்னர் விருந்தும் இல்லை. ஐஸ்கிறீமும் இல்லை. சீருடையும் இல்லை. சிறிய கைப்பையில் சில உடுப்புக்கள். அடையாள அட்டை. புனர்வாழ்வு முகாம் சான்றிதழ் இவைகள்தான். நண்பி கையசைத்தாள். கடற்கரையொன்றில் ஆட்டோ இறக்கிவிட்டு போய்விட சிறிய படகொன்றில் துடுப்பு போட்டபடி நாலைந்து பேராக ஏற்றி கொஞ்ச தூரத்திலேயே நின்றிருந்த ஒரு றோலர் படகில் கொண்டு போய் சேர்த்தார்கள். றோலரில் ஏறியவள் எரிந்து கொண்டிருந்த விளக்கு வெளிச்சத்தில் இயந்திரத்தை இயக்கிக்கொண்டிருந்தவனை பார்த்ததும் ஆச்சரியம். “கடல் அரசன் எப்பிடியிருக்கிறாய்” என்றவளிடம் அருகில் வந்தவன், காதருகில் “இப்ப கடல் அரசனெல்லாம் கிடையாது வெறும் ஆண்டி...என்ரை பெயர் ஜேக்கப்” என்றதும் தனது தவறை உணர்ந்தவளாய் நாக்கை கடித்தவள் “என்ரை பெயர் விஜி” என்றாள். அவனும் அவளோடு கடற்புலியில் இருந்தவன். குடாரப்பு தரை இறக்கத்தில் திறமையாக செயற்பட்டான் என்று தலைவரிடம் பரிசும் வாங்கியிருந்தவன். அதிவேகப் படகுகளை லாவகமாக செலுத்துவான். இப்பொழுது பழைய றோலர் ஒன்றின் இயந்திரத்தை இயக்கிக் கொண்டிருந்தான்.

றோலர் நகரத் தொடங்கியது. படகில் ஆண்களோடு, பெண்கள், குழந்தைகள் என நாற்பத்தியாறு பேர் இருந்தனர். அவள் தடுப்பிலும் புனர்வாழ்விலும் பார்த்த சில முகங்களும் அங்கு தெரிந்தது. படகின் பாதியை எரிபொருளும் சாப்பாட்டு சாமான்களும் தண்ணீர் கான்களும், நிரப்பியிருந்தது. ஒரு இரவும் ஒரு பகலும் ஓடி முடித்த றோலர் இரண்டாவது நாளின் இரவில் இயந்திரம் இயங்க மறுத்தது. ஆளாளிற்கு முகத்தில் கலவரம். ஜேக்கபிடம் போனவள் என்ன பிரச்சனை என்றாள். ஏதாவது சின்னப் பிரச்சனையாத்தான் இருக்கும் தொடந்து ஓடினதாலை இஞ்சின் சரியான சூடாயிருக்கு.

ஆறினால் பிறகுதான் கை வைக்கலாம். நாங்கள் பெருங்கடலுக்கை வந்திட்டதாலை இனி பிரச்சனையில்லை. ஆறுதலாய் நின்றும் போகலாம். விடிஞ்சு வெளிச்சம் வந்தால்தான் வடிவாய் பாக்கலாம் என்றான். அதைக்கேட்ட பின்னர்தான் அனைவரிற்கும் நிம்மதி. அன்று பௌர்ணமி நாள் நல்ல வெளிச்சமாக இருந்தது. கடலின் அசைவும் அதிகமாவே இருந்தது கடல் அசைவு ஒத்துவராமல் வாந்தியெடுத்தவர்கள், அழுத குழந்தைகள் என்று எல்லாருமே நித்திரையாகிப் போயிருந்தார்கள்.

அண்ணாந்து வானத்தைப்பார்தபடி நின்றிருந்தவளின் அருகில் வந்த ஜேக்கப் "என்ன விஜி அண்ணாந்து பாத்தபடி யோசினை? உமக்கு ஒஸ்ரேலியாவிலை சொந்தக்காரர் யாரும் இருக்கினமோ?"

"இல்லை உனக்கு?"

"எனக்கும் ஒருத்தரையும் தெரியாது." சிரித்தான் .

"அதுசரி எனக்கு ஆரம்பத்திலையிருந்தே ஒரு சந்தேகம். நாங்கள் ஒழுங்கா ஒஸ்ரேலியா போய் சேருவமா?"

"ஏன் என்னிலை நம்பிக்கையில்லையோ?"

"உன்னிலை நம்பிக்கையிருக்கு. ஆனால் இந்த பழைய றோலர் படகிலைதான் நம்பிக்கையில்லை."

"செத்துபோயிடுவம் எண்டு பயப்பிடுறியா."

"பயமா? மெல்லிதான் புன்னகைத்தவள். ஊரிலை தினம் தினம் சாகிறதை விட இப்பிடி கடல்லை ஒரு நாளிலை செத்துப்போகலாம். அதுக்குத்தான வந்தனான்."

"அப்ப எதுக்கு இவ்வளவு செலவு பேசாமல் குளத்திலையோ கிணத்திலையோ விழுந்திருக்கலாமே?" நக்கலாகவே கேட்டான்.

"ஓசியிலை தற்கொலை செய்யிற அளவுக்கு நான் ஒண்டும் கோழையில்லை."

"சரி சரி ரென்சன் ஆகாதை. சும்மா பகிடிக்குத்தான். உனக்கு ஒரு அண்ணன் இருக்கிறதாய் சொன்ன ஞாபகம். ஒஸ்ரேலியாவிலையும் ஒருத்தரையும் தெரியாதெண்டுறாய். இப்பிடி தனியா வேறை வெளிக்கிட்டிருக்கிறாய். என்ன செய்யப் போறாய்?"

ஒரு பெருமூச்சை உள்ளிழுத்து விட்டபடி...புனர்வாழ்வு முகாமிலையிருந்து வெளியேறிய பின்னர் நடந்து முடிந்தவற்றை அவனிடம் சொல்லி முடித்தாள்.

அனைத்தையும் கேட்டு முடித்தவன் அவளிடம் "சரியாத்தான் கஸ்ரப்பட்டிருக்கிறாய். ஒவுஸ்ரேலியாபோனதும் யாரையாவது கலியாணம் கட்டிக்கொண்டு அடுத்த வாழ்க்கையை ஆரம்பிக்கப் பார்..."

"கலியாணமா? இயக்கத்துக்கு போகேக்குள்ளை இருபது வயது. பதினைஞ்சு வருசம் இயக்க வாழ்க்கை. இரண்டரை வருசம் தடுப்பும் புனர்வாழ்வும். இப்ப வயது முத்பத்தெட்டை எட்டித்தொடப் போகுது. ஒற்றைக்கண்ணும் இல்லை வசதியும் இல்லை. இப்பவெல்லாம் மனசுக்கு முடியாதெண்டு தெரியிற எதையும் நான் முயற்சிக்கிறேல்லை ஜேக்கப்."

அவளருகில் இன்னமும் நெருக்கமானவன் "நீ சம்மதம் எண்டால் சொல்லு உன்னை நானே..."

அவன் முடிக்க முதலேயே எழுந்த பேரலையொன்று படகை தூக்கி பக்கவாட்டாக போடவே படகு உடைந்து மூழ்கத்தொடங்கியது. தண்ணீரிற்குள் அமிழ்ந்து போன அவளும் சுதாகரித்துக்கொண்டு நீந்தி மேலே வந்து பார்த்தாள். ஒரே... ஓலக்குரல்கள். வரமாட்டார்கள் என்று தெரிந்தும். அந்தோனியாரையும், பிள்ளையாரையும், மாதாவையும், அம்மாளையும் காப்பாற்றச்சொல்லி அழைத்த குரல்கள். நீந்தத்தெரிந்தவர்கள் எங்கே போவதென்று தெரியாமல் ஆளிற்கொரு பக்கமாய் நீந்தத்தொடங்கியிருந்தார்கள். மிதந்துகொண்டிருந்த பிளாஸ்ரிக் கான்கள் உடைந்த படகின் பலகைகளையெல்லாம் தேடித் தேடி தத்தளித்தவர்களிடம் கொடுத்துக்கொண்டிருந்த ஜேக்கப் விஜியை கவனித்தவன் அவசரத்தில் அவளது பெயரையும் மறந்து "அலை அந்த பிள்ளையை காப்பாத்து" என்று கத்தினான். தாயொருத்தி தனது பிள்ளையை தலைக்கு மேலே தூக்கியபடி தாழ்ந்துகொண்டிருந்தாள். ஒரு செக்கன்கள் அமைதியாக அனைத்தையும் பார்த்தவள், அந்த இடத்தை விட்டு நீந்தத் தொடங்கினாள். " அலை போகாதை அலை இவங்களை காப்பாத்து...போகாதை... எடியேய் போகாதையடி..." ஜேக்கப் கத்திக்கொண்டிருந்தான். தனது மனதிற்கு முடியாது என்று தோன்றும் எதையும் முயற்சிப்பதில் அவளிற்கு இப்போதெல்லாம் ஆர்வமில்லை.

இந்தப் பெருங்கடலில்...கடல் நீரின்குளிராலும் இந்த செக்கனில் போகாத உயிர்கள் சில நிமிடத்திலேயோ அல்லது சில மணித்தியாலங்களின் பினன்னரோ போகத்தான் போகின்றது. அதோ அவசரமாய் நீந்திக் கொண்டிருப்பவர்களிற்கும் இந்த நிலைதான். நீந்துவதற்கு இடைஞ்சலாக இருந்த நீள பாவாடையையும் கைநீள சட்டையையும் உருவியவள் "இங்கு என்னை பார்ப்பதற்கு எந்த கலாச்சாரக் கண்களும் இல்லை" என நினைத்தபடியே கடலில் நழுவவிட்டபடி வேகமாக நீந்தினாள். இப்பொழுது அவளிற்கு எந்த இலக்குகளும் இல்லை. அவலச்சத்தங்களிலிருந்து தூரமாக போய்விடவேண்டும் அது மட்டுமே நோக்கம். நீண்ட நேரம் நீந்தியிருப்பாள் இப்பொழுது கடலின் இரைச்சலைத்தவிர அவளது காதிற்குள் எதுவும் இல்லை. அப்படியே திரும்பி கை, கால்களை அகலவிரித்து அண்ணாந்து படுத்துக்கொண்டாள். அழகிய நிலவும் அதைச்சுற்றி ஆயிரமாயிரம் நட்சத்திரங்களும். இந்த உலகம் எவ்வளவு அழகானது அதே நேரம் அவ்வளவு பயங்கரமானதும்கூட. எனக்கு மட்டும் ஏன் பயங்கரத்தின் பக்கங்கள் மட்டும். அதை நானாகத் தேடிப்போனேனா? அல்லது அவை என்மீது வலிந்து திணிக்கப்பட்டவையா? அவளின் கேள்விக்கு அவளேதான் பதிலும் சொல்லியாக வேண்டும். எவ்வளவு நேரம் அப்படியே ஆகாயத்தை பார்த்தபடி இருந்திருப்பாள் எனத்தெரியாது. கடல் குளிரில் உடல் விறைக்கத் தொடங்கி கை கால்கள் சோர்வடைந்து அவளது இடக்கண் குழியில் கடல் நீர் நிரவத்தொடங்கியிருந்தது...

சிலநாட்கள் கழித்த பத்திரிகைகளின் தலைப்புச் செய்திகளில்... கரையொதுங்கும் சடலங்கள் அவுஸ்ரேலியா நோக்கி பயணித்தவர்களுடையதாக இருக்கலாம்...

கடைசி அடி

எழுதிய காலம் 10/11/2011.

சுவிஸ். சூரிச் புகையிரத நிலையத்தினுள் நுழைந்த அமுதன் அங்கிருந்த சிற்றுண்டி சாலையை நோக்கி நடந்தான். அங்கு இருந்த கதிரைகளில் பிஸ்கற்றை சாப்பிட்டபடி விளையாடிக்கொண்டிருந்த மாலதியும், தமிழினியும் பல நாட்களிற்குப் பின்னர் அமுதனைக் கண்டதும், “அப்பா” என்றபடி ஓடிப்போனவர்களை, முழந்தாளிட்டு இரண்டு கைகளாலும் கட்டியணைத்து மாறி மாறி முத்தமிட்டவன், தான் வாங்கி உடைந்து விடாமல் பத்திரமாக பாதுகாத்தபடி கொண்டு வந்த இரண்டு முட்டை வடிவிலான Kinder சொக்கிலேற்றுக்களை இருவரிடமும் கொடுத்துவிட்டு மேனகாவைப் பார்த்தான். தன்னைப் பார்க்கிறான் என்பதை கவனித்த மேனகா அவனை கவனிக்காதது போல் வாடிக்கையாளர் ஒருவரிற்கு குளிர் பானங்களை எடுத்து நீட்டிவிட்டு பணத்தை பெற்றுக்கொண்டிருந்தாள். அவசரமாக சொக்கிளேற்றுக்களை உடைத்த இருவரும் அதற்குள் இருந்த பொருத்தப்படாத விளையாட்டுப் பொருட்களை எடுத்தார்கள். மாலதிக்கு ஒரு காரும் தமிழினிக்கு ஒரு பொம்மையும் கிடைத்திருந்தது. இருவரும் அதனைப் பொருத்தித் தருமாறு அமுதனிடம் கொடுத்ததும் அவன் ஒரு கதிரையில் அமர்ந்து பொருத்தத் தொடங்கினான்.

அவர்கள் இருபக்கமாக அமர்ந்து கொண்டார்கள்.

“அப்பா நீங்கள் ஏனப்பா இப்ப வீட்டை வாறேல்லை” இது தமிழினியின் கேள்வி. அவளின் தலையை தடவியபடியே “அப்பாக்கு இப்ப தூரத்திலை வேலை அதுதான் வாறதில்லை. ஆனால் நேரம் கிடைக்கேக்குள்ளை நான் அடிக்கடி உங்களை வந்து பாப்பன். நீங்கள் அச்சா பிள்ளையள் தானே, குளப்படி செய்யாமல் அம்மா சொல்லுறதை கேட்டு நல்லபடியா படிக்கவேணும். அப்பா கெதியிலை திரும்பவும் விட்டு வந்துடுவனாம். சரியா...”என்றதற்கு ஓமென்று தமிழினி தலையாட்டினாலும், சமாதானமடையாதவளாய் “அப்பா நீங்களெண்டால் பள்ளிக்கூடம் முடிஞ்சதும் காரிலை வந்து

வீட்டை கூட்டிக்கொண்டு போயிடுவிங்கள். ஆனா இப்ப அம்மா வரும்வரைக்கும் நாங்கள் இங்கை இருக்கவேண்டியிருக்கு எனக்குப் பிடிக்கேல்லை" முகத்தைச் சுழித்தாள். "எனக்கும் தான்" என்றாள் மாலதி. ஆனால் மாலதி அவனிடம் அதிகம் கேள்விகள் எதனையும் கேட்கவில்லை. அவள் கொஞ்சம் பெரியவள் என்கிற படியால் தனது தாய்க்கும் தந்தைக்குமிடையில் ஏதோ பிரச்சனை அதனாலதான் தந்தை வீட்டிற்கு வருவதில்லை என்பது புரிந்திருந்தது. தமிழினிக்கு இப்பொழுதுதான் நான்கு வயது. அவள்தான் இருவரிடமும் கேள்விமேல் கேள்வி கேட்டுக்கொண்டிருந்தாள்.

விளையாட்டுப் பொருள்களை பொருத்திக் கொடுத்தவன் "அப்பாக்கு வேலைக்கு நேரமாகிது போகப்போறன் அப்பாக்கு உம்மா தாங்கோ" எண்டதும் இருவரும் இரண்டுபக்கக் கன்னத்திலும் ஒரே நேரத்தில் முத்தத்தைப் பதிக்க அமுதனின் கண்கள் கலங்கி விட்டிருந்தது. "இனி எப்ப வருவிங்களப்பா" என்கிற தமிழினியின் அடுத்த கேள்வி. "அப்பா கெதியிலை திரும்ப வீட்டை வந்திடுவன் குளப்படி செய்யக் கூடாது" என்று விட்டு புறப்படத் தயாரானவனிடம் தமிழினி "அப்பா எனக்கு கார் ஓட்டுற பார்பி பொம்மை வேணும்" என்றாள். மேனகாவைப் பார்த்தான். அவள் கவனிக்காதது போலவே நின்றிருந்தாள். அவளிடம் போய் "நாளைக்கு வழக்கு முடிவு தீர்ப்பு சொல்கிற நாள். எப்பிடியும் எனக்கு சார்பாத்தான் தீர்ப்பு வரும். அதுக்கு பிறகு எங்களுக்குள்ளை உள்ள பிரச்சனையெல்லாம் முடிஞ்சிடும்" என்று சொல்லி விடைபெற மனம் தவித்தது. ஆனால் தான் வந்து நிற்கிறது தெரிந்தும் தெரியாத மாதிரி நிக்கிறாள். கல்நெஞ்சக்காரி... கிட்ட கதைக்கபோகலாம் அவள் ஏதாவது சத்தம் போட்டு விட்டால் ரெயில்வே ஸ்ரேசனிலை மரியாதை போயிடும். எதுக்கு வம்பு என்று நினைத்து பிள்ளைகளை இன்னொரு தடைவை முத்தமிட்டு விட்டு நடக்கத் தொடங்கியவன் இடையில் நின்று பிள்ளைகளை ஒரு தடைவை திரும்பிப் பார்த்தான். "என்ரை பிள்ளையள் இப்பிடி பிச்சையெடுக்கிற பிள்ளையள் மாதிரி இரயில் நிலையத்திலை குந்தியிருக்கிதுகள். மனைவி திரும்பியும் பாக்கிறாள் இல்லை. ஏன் இந்த நிலைமை? நான் யாருக்கு என்ன பாவம் செய்தனான்? ஏன்? ஏன்? போய்க்கொண்டிருந்தான்...

போய்க்கொண்டிருந்த அமுதனையே மறையும் வரை பார்த்துக்கொண்டிருந்தாள் மேனகா. "பாவம் மனுசன் மெலிந்து போச்சுது. நிறைய தண்ணியடிக்கிறார் போலை. காரிலையே திரிஞ்ச மனுசன். எந்த பஸ் எங்கை போகுதெண்டே தெரியாதவர் காரையும்

வித்துப்போட்டு பஸ்சிலை ஏறி இறங்கி என்ன கஸ்ர படுறாரோ. எண்டாலும் என்னட்டை வந்து ஒரு வசனம் கதைக்காமல் போறார் போகட்டும். நாளைக்கு வழக்கு முடிவு தெரிஞ்சிடும். கடவுளே நல்ல முடிவா வரவேணும்" என மனதிற்குள் வேண்டியவள், எவ்வளவு மகிழ்ச்சியா இருந்த எங்களுக்குள் இவ்வளவு பிரச்சனை ஏன்?...

நித்திரையா தமிழா நீயும் எழுந்து பாரடா.

பாடல் சி.டியில் ஓடிக்கொண்டிருக்க அதையே முணுமுணுத்தபடி பாடசாலையால் கூட்டிவந்த பிள்ளைகளிற்கு உணவை தயாரித்துக்கொண்டிருந்தான் அமுதன். வீட்டு அழைப்பு மணி சத்தம். திறந்து பார்த்தான். அப்பாத்துரையும் பக்கத்தில் இன்னொரு புதியவர் அதுவரை அவன் பார்த்ததேயில்லை. வரவேற்றவன் "ஒரு நிமிசம் பிள்ளையளிற்கு சாப்பாடு குடுத்திட்டு வாறன்" என்றவன் அவர்களிற்கு உணவைக் கொடுத்துவிட்டு வந்து அமர்ந்தான். அப்பாத்துரையிடம் "சொல்லுங்கோ என்ன புதினங்கள். கிளிநொச்சியையும் விட்டாச்சு எண்டு செய்தியள் சொல்லுது எவ்வளவு கஸ்ரப்பட்டுக் கசை கொட்டி கட்டியெழுப்பின இடம் மனசுக்கு கஸ்ரமாயிருக்கு ஏன் அதை விட்டவை" என்று விட்டு இருவரையும் மாறி மாறிப் பார்த்தான்.

"இடங்களை விடுறதும் பிறகு பிடிக்கிறதும் இது முதல் தரம் இல்லைத்தானே. இதுவும் தந்திரோபாயமான பின் வாங்கல்தான். இந்த தடைவை கொஞ்சம் கூடுதலாய் பின்வாங்கினம் ஏனெண்டால் இழப்புகளை குறைச்சு பலத்தை தக்க வைக்கவேணும். தலைவர் பெரிய திட்டம் ஒண்டு வைச்சிருக்கிறார் அதுதான் கடைசி அடி. அதுக்கு இந்த தடைவை பெரிய தொகை ஒண்டு உடனடியா அனுப்பச் சொல்லி கேட்டிருக்கினம். அது மட்டுமில்லை இதுதான் நாங்கள் சேக்கிற கடைசி நிதி. அதாலை உங்களிட்டை இருந்து பெரிய பங்களிப்பை எதிர்பாக்கிறம். அதுக்காவவே இவரை நாட்டிலையிருந்து நேரடியா தலைவர் அனுப்பியிருக்கிறார். இவரின்ரை பெயர் விடுதலை" என்று வலக்கை விரல்களை குவித்து விளக்கத்தை சொல்லி முடித்தான் அப்பாத்துரை.

"பெரிய தொகையெண்டால் எவ்வளவு" புருவத்தை உயர்த்தினான் அமுதன்.

"குறைஞ்சது பத்தாயிரம் சுவிஸ் பிறாங்காவது எதிர் பாக்கிறம்."

"பத்தாயிரமா?..." வாயை பிளந்தவன், "இரண்டு வருசத்தக்கு முதல் நீங்கள் கடனடிப்படையிலை வாங்கின நாலாயிரமே திருப்பி தரேல்லை. ஆனாலும் நான் அதை கடனா நினைக்காமல் பங்களிப்பா தான் தந்தனான். மாத காசு வேறை தாறனான் ஆனால் பத்தாயிரம் கொஞ்சம் கஸ்ரம்."

"அமுதன் நீங்கள் காசு தரத் தேவையில்லை. வங்கியிலை கடன் மட்டும் எடுத்துத் தந்தால் போதும். நாங்கள் மாதா மாதம் காசை கட்டுவம். அவ்வளவுதான்."

"என்ரை பாங்கிலை கடன் எடுக்கேலாது. ஏற்கனவே வீட்டுக்கடன், கார் கடன் எல்லாம் எடுத்திட்டன். அதுவும் பத்தாயிரம் முடியாது." தலையைநீ சொறிந்தான் அமுதன்.

"நீங்கள் ஒண்டும் சிரமப் படவே தேவையில்லை. இதிலை கையெழுத்து மட்டும் போட்டால் போதும் உங்கடை பாஸ்போர்ட், விசா போட்டோ கொப்பி ஒண்டு அவ்வளவுதான்" என்றபடி சில படிவங்களை பையிலிருந்து வெளியே எடுத்தான் அப்பாத்துரை. ஆனாலும் அமுதனிற்கு கொஞ்சம் தயக்கமாகத்தான் இருந்தது. "இல்லை வந்து..." என்று இழுத்தான். அதைக்கவனித்த அப்பாத்துரை "என்ன யோசிக்கிறீங்கள் நீங்கள் ஒரு மாவீரரின்ரை அண்ணன். அது மட்டுமில்லை எங்கடை பொறுப்பாளர் கஸ்ரோ அண்ணையே தன்ரை குரலிலை பதிஞ்சு ஒரு சி.டி அனுப்பியிருக்கிறார் கேட்டுப்பாருங்கோ" என்றதும் பக்கத்தில் இருந்த விடுதலை ஒரு சி.டியை எடுத்து நீட்டினான். பாடலை நிறுத்திய அமுதன் அந்த சி.டியை ஓடவிட்டான். அன்பார்ந்த தமிழீழ மக்களே என்று உரை தொடங்கியது. அதற்கு முன்னர் அவன் கஸ்ரோவின் குரலை கேட்டதே கிடையாது ஆனாலும் அது கஸ்ரோதான் என நம்பினான். சுமார் ஏழு நிமிடங்கள் ஓடிய சி.டியைக் கேட்டவன் "சரி எங்கை கையெழுத்து போடவேணும்" என்றான்.

நீட்டிய பத்திரங்களில் கையெழுத்தைப் போட்டவன் தனது பாஸ்போர்ட், விசாவையும் ஒரு போட்டோ கொப்பி எடுத்துக் கொடுத்தான். எல்லாவற்றையும் பத்திரப்படுத்திய அப்பாத்துரை "இந்தாங்கோ புதிசா ஒரு சி.டி வந்திருக்கு ஏழு பிறாங்" நீட்டினான். எந்த பிரசுரமோ சி.டிக்களோ கலண்டர்களோ அமுதன் தவற விடுவதில்லை. சி.டி யை வாங்கியவன் பத்து பிறாங்கை நீட்டி விட்டு "வைச்சிருங்கோ" என்றான். அப்பொழுது வேலையால் வந்து நுழைந்த மேனகா இருவரிற்கும் வணக்கம்

அவலங்கள் | 83

சொல்லிவிட்டு அமுதனிடம் "வந்தவைக்கு ஏதாவது குடிக்க குடுத்தனிங்களோ" என்றதும்தான் அமுதனிற்கு அந்த நினைவே வந்தது. "இல்லையப்பா இனித்தான் ..." அதற்குள் சமையலறைக்குள் போனவள் "எனக்கு உங்களைப் பற்றி தெரியும்தானே. ஊர்க்கதை எண்டால் உலகத்தையே மறந்திடுவீங்கள்" என்றபடி தேனீரை தயாரிக்க தொடங்கி விட்டிருந்தாள். அமுதனோ அதற்கிடையில் மேனகாவிற்கு எதுவும் தெரிய வேண்டாம் என்று அப்பாத்துரைக்கு சைகை காட்டி விட்டிருந்தான். அவர்கள் விடைபெற்றுப் போனதும் அமுதனும் வேலைக்குப் புறப்பட்டவன் புதிதாய் வாங்கிய சி.டி யின் பொலித்தீன் உறையை பல்லால் கடித்து பிரித்து எடுத்து காரில் ஓடவிட்டு காரை இயக்கினான். "இதுதாண்டா... கடைசி அடி" செல்லப்பா பாடிக்கொண்டிருந்தார்...

வேலையால் வந்து தபால் பெட்டியை திறந்து கடிதங்களை எடுத்த அமுதன் முதலில் வங்கிக் கடிதத்தைப் பிரித்தவன் திடுக்கிட்டவனாய் அதில் வந்திருந்த தொகையை திரும்பத் திரும்பப் பார்த்தான். கடைசியில் ஒண்டு, பத்து, நூறு, ஆயிரம், பத்தாயிரம், இலச்சம் எண்டு கை விரல்களினாலும் எண்ணிப் பார்த்தான். ஆறாவது விரலில் வந்து நின்றது. அவசரமாய் கைத்தொலைபேசியை எடுத்து அப்பாத்துரையின் இலக்கங்களை அழுத்தியவன், "அப்பாத்துரை பாங்கிலை இருந்து கடிதம் வந்திருக்கு... நீங்கள் பத்தாயிரம் தானே கேட்டனீங்கள். ஒரு லச்சம் வந்திருக்கு, இப்ப என்ன செய்யிறது." மறுமுனையில் "ஓ அப்பிடியா" எனக் கேட்டவன். "தலைவர் கேட்ட தொகையை குடுக்கிறதுக்காக சில பேரின்ரை பெயரிலை கூடுதலா எடுத்தனாங்கள். அதிலை உங்கடை பேரும் வந்திட்டுது போலை... ம்... ஒரு பிரச்சனையும் இல்லை. நான் தாற எக்கவுண்டுக்கு மாத்தி விடுங்கோ" என்றான் சாதாரணமாக. "இல்லை என்னட்டை ஒரு வார்த்தை சொல்லியிருக்கலாமே... நம்பி கையெழுத்து போட்டால் இப்பிடியா செய்யிறது" கொஞ்சம் கோபமாகத்தான் கேட்டான்.

"அமுதன் காசு எங்களிட்டையா வந்திருக்கு உங்கட எக்கவுண்டுக்கு தானே வந்திருக்கு, ஏன் ரென்சன் ஆகிறீங்கள். உங்களுக்கே தெரியும் போராட்டத்துக்கு நிதி உதவி செய்யிறதிலை இன்று வரைக்கும் சுவிஸ்தான் முதலாவதா இருக்கு. சின்ன நாடு. நாங்கள் கொஞ் சப்பேர். ஆனால் கூடுதலாய் குடுக்கிறம். தலைவரே அதை தன்ரை வாயாலை புகழ்ந்து சொல்லியிருக்கிறார். அவசரம் என்றதாலை எங்களாலை ஒவ்வொருத்தராய் தொடர்பு கொண்டு விபரம் சொல்ல முடியேல்லை. கடனை நாங்கள் தானே கட்டப்போறம் பிறகெதுக்கு

பயப்பிடுறீங்கள்...'' ஆனாலும் சமாதானமடையாத அமுதன் "அதில்லை வந்து...'' என்று தொடங்கவும் குறுக்கிட்ட அப்பாத்துரை, "அமுதன் அவனவன் நாட்டுக்காக உயிரையே குடுக்கிறாங்கள் நீங்கள் காசை கடனெடுத்து குடுக்க யோசிக்கிறீங்கள். நீங்கள் யோசிக்கிறதைப் பாத்தால் நாட்டுக்காக போராடுற போராளியள் மட்டுமில்லை எங்களுக்காக உயிரை குடுத்த மாவீரர்களையும் அவமதிக்கிறமாதிரிக் கிடக்கு.'' பதறிப்போன அமுதன் "ஐயையோ அப்பிடியெல்லாம் இல்லை என்ரை தங்கச்சியும் மாவீரர் தான். எனக்கும் அந்த வலி தெரியும். எக்கவுண்ட் நம்பரை எஸ்.எம். எஸ் பண்ணி விடுங்கோ இப்பவே போய் காசை மாத்திவிடுறன்'' என்றுவிட்டு தொலைபேசியை நிறுத்தினான். ஒரு நிமிடத்திலேயே எஸ்.எம். எஸ். வந்திருந்தது.

ஒரு மாதம் ஓடிவிட்ட நிலையில் செய்திகள் எல்லாமே குழப்பமானதாகவே வந்து கொண்டிருந்தது. அமுதனிற்கும் ஒண்டும் புரியவில்லை. வங்கியில் அந்த மாதத்திற்கான கடன் பணமும் கழிந்து விட்டிருந்தது. ஆனால் அப்பாத்துரையிடமிருந்து எந்த பதிலும் வரவில்லை. போனடித்து காசு என்று கேட்கவும் அமுதனிற்கு சங்கடமக இருந்தது. அப்பாத்துரையிடம் காசு எண்டு கேக்காமல் ஊர் நிலவரத்தை கேக்கிற மாதிரி அடித்துப் பார்க்கலாம் என நினைத்தவன் போனடித்து "என்ன புதினங்கள் சாலை கடற்கரையை பிடிச்சிட்டதாவும் புலிகளையும் தலைவரையும் முற்றுகைக்குள்ளை கொண்டு வந்திட்டதா செய்தியள்ளை சொல்லுறாங்கள். உண்மையோ'' என்றதும், சிரித்தபடியே "என்ன அமுதன் நீங்களுமா அந்த செய்திகளை நம்பி போனடிக் கிறிங்கள்'' என்றபடி அப்பாத்துரை தொடங்கினான் "இலங்கை அரசுதான் புலிகள் முற்றுகைக்குள்ளை அகப்பட்டிட்டினம் எண்டு சொல்லுது. ஆனால் உண்மையிலை இலங்கை இராணுவம்தான் முற்றுகைக்குள்ளை சிக்குபட்டு நிக்கிது. வன்னிக்குள்ளை முழு ஆமியும் போய் நிக்கிறாங்கள். ஆனால் திருகோணமலை, மட்டக்கிளப்பிலை உள்ள எங்கடை படையணியள் அவங்களை சுத்தி வளைச்சு நிக்கிது. வடிவா பாத்தீங்கள் எண்டால் நாங்கள் தேள் வடிவத்திலை ஒரு தாக்குதலை நடதப்போறம். தேள் எண்டால் தெரியும்தானே?''

தட்டுத் தடுமாறிய அமுதன் "ஓம் தேள் எண்டால் நட்டுவாக்காலிதானே'' என்றான்.

“ஓம் அதுதான் அது முன்னங்காலாலை கடிக்கிற நேரம் பின் வாலாலையும் குத்தும். வாலாலை குத்துறதுதான் மோசமாயிருக்கும். அதைப்பற்றி ஒரு பெரிய இராணுவ ஆய்வாளரே எழுதியிருக்கிறார் படிச்சனீங்களோ?”

“இல்லை படிக்கேல்லை.”

“வெப்சைற்றுகளிலை இருக்கு படிச்சுப் பாருங்கோ. அதைவிட கடைசி அடிக்காக நாங்கள் வாங்கி எரிதியாவிலை நிறுத்தி வைச்சிருக்கிற பிளைட்டுகளோடை படங்கள் உங்களுக்கு மெயில் பண்ணிவிடுறன் பாருங்கோ. பிறகு சந்திப்பம்” என்று அப்பாத்துரை இணைப்பைத் துண்டித்தான்.

“அமுதனுக்கு இன்னும் குழப்பமாயிருந்தது. அவங்கள் இவங்களை சுத்தி வளைச்சிருக்கிறம் எண்டுறாங்கள். இவங்கள் அவங்களை சுத்தி வளைச்சிருக்கிறம் எண்டுறாங்கள். இவன் வேறை தேள் மாதிரி வாலாலை குத்தப்போகிறம் எண்டுறான். புலிகள் புலிமாதிரி பாயாமல் எதுக்கு தேள் மாதிரி வாலாலை குத்த வேணும்? ஒண்ணுமே புரியலையே” என்றபடியே கணினியை போட்டு மின்னஞ்சலைத் திறந்தான். ஈழம் எயார் போஸ்(Eelam Air Force)என்று எழுதிய நவீன குண்டு வீச்சு விமானங்களின் படங்கள் வந்திருந்தது. அவனிற்கு தெரிந்ததெல்லாம் சியாமா செட்டியும், அவ்ரோவும், புக்காராவும் தான். ஆனால் இதுகள் ஒண்டு கிபீர் மாதிரி இருந்தது மற்றது மிராச்சா இருக்குமோ? யோசித்தவன்... எதுவாயிருந்தாலும் படங்களை பார்க்க அவனிற்குப் புல்லரித்தது. இவ்வளவு வாங்கியிருக்கிறாங்கள் சரி ஒரு மாத காசு தானே போனால் போகட்டும் என்று நினைத்தவன், வேலையிடத்திலை எல்லாருக்கும் காட்டவேணும் என்று நினைத்தபடி கிராபிக் குண்டு வீச்சு விமானங்களை பிறின்ற் எடுத்துக்கொண்டான்.

வங்கியில் அடுத்த மாதக் காசும் கழிந்து விட்டிருந்தது. மகிந்தா நிலத்தை முத்தமிட்டு பயங்கரவாதத்தை அழித்து விட்டேன் என்று அறிவித்த அடுத்தடுத்த நாட்களில் அனைத்து செய்திகளிலும் புலிகள் அமைப்பின் தலைவர் கொல்லப்பட்டு விட்டதாக தலையின் வலப்பக்கம் காயமடைந்த படத்தினை திரும்பத் திரும்ப போட்டுக்காட்டிக் கொண்டிருந்தார்கள். அமுதனிற்கு உடல் விறைத்து பைத்தியம் பிடித்ததைப் போல ஒரு உணர்வு. பி.பி.சி. தொடங்கி சி.என்.என். என்று உள்ளூர் செய்தி அனைத்தையும் மாறி

மாறிப் பார்த்தவன், அப்பாத்துரைக்கு போனடித்து விடயத்தைக் கேட்டான்.

பெரும் சத்தமாய் சிரித்த அப்பாத்துரை "பார்த்தியளா நீங்களும் ஏமாந்து போயிட்டியள் இதுதான் எதிரிக்குத் தேவை. அவன் எங்களையும் சர்வதேசத்தையும் குழப்பிறதுக்கு செத்துப்போன யாரோ ஒருத்தரின்ரை தலையிலை தலைவரின்ரை முகம் மாதிரி பிளாஸ்ரிக்கிலை செய்து வைச்சு படமெடுத்து போட்டிருக்கிறாங்கள். ஆனால் தலைவர் ஆறாயிரம் போரோடை முல்லைத்தீவை விட்டு தப்பி காட்டுக்குள்ளை போயிட்டார்" என்றான் .

"உண்மையாவே" என்று கேட்ட அமுதனிற்கு தலைவர் தப்பிவிட்டார் என்ற செய்தி கொஞ்சம் நிம்மதியாய் இருந்தது. ஆனால் "வாங்கின பிளைட்டுகள் எல்லாம் எங்கை ? அதுகளை ஏன் பாவிக்கேல்லை" என்று கேட்டான். "அதெல்லாம் பத்திரமா எரித்தியாவிலை நிக்கிது. தலைவர் அடுத்த சண்டையை தொடங்கினதும் இவங்கள் எரித்தியாவிலை இருந்து போய் அடிச்சிட்டு வருவாங்கள். சரி நான் கொஞ்சம் அலுவலாய் இருக்கிறன் பிறகு கதைக்கிறன்" என்று தொடர்பைத் துண்டித்தான் அப்பாத்துரை. இந்த மாதமும் அமுதன் காசைப் பற்றிக் கதைக்கவில்லை.

மாதம் மூன்றைத் தாண்டி அந்த மாதக் காசும் கழிந்து அமுதனின் நிலைமை கவலைக்கிடமாகி விட்டிருந்தது. அப்பாத்துரையை தொலைபேசியில் பிடிக்க முடியவில்லை. மேனகா அன்று வழைமை போல் தனது காரிற்கு பெற்றோலை நிரப்பிவிட்டு எரிபொருள் நிரப்பும் நிலையத்தில் கடன் அட்டையை நீட்டினாள். அது வேலை செய்யவில்லை அவசரத்திற்கு என வைத்திருக்கும் பணத்தை எடுத்துக் கொடுத்து விட்டு, வீட்டிற்கு போகிற வழியில்தான் வங்கி, போய் கேட்கலாமென நினைத்து வங்கிக்குப் போயிருந்தாள்.

வீட்டின் வரவு செலவுக் கணக்குகள் அனைத்தையும் அமுதனே கவனிப்பதால் மேனகா அவற்றை கவனிப்பது கிடையாது. வங்கிக்கு போய் நிலைமையை கேட்டதும் தான் அவளிற்கு புரிந்தது. பணம் இல்லாததால் அந்த மாத கடன் காசு கழியாமல் கடன் அட்டைகள் முடக்கப்பட்டிருந்ததோடு அனைத்து பண கொடுப்பனவுகள் வீட்டுக் கடன் உட்பட வங்கியால் திருப்பிவிடப்பட்டிருந்தது. இவ்வளவு நிலைமை மோசமாகியும் தனக்கு எதுவும் தெரியாமல் மறைத்த அமுதன் மீது ஆத்திரமாய் வந்தது. வீட்டிற்குப் போனவள் நேரடியாக அமுதனிடம் போய் "பாங்கிற்கு என்ன நடந்தது?"

என்றதும் தான் மேனகாவிற்கு எல்லாம் தெரிந்துவிட்டது என்பதை உணர்ந்தவன் தயக்கத்தோடு நடந்து முடிந்தது அனைத்தையும் சொல்லி முடித்தான். மேனகாவிற்கு கோபம் அதிகரித்ததே தவிர குறையவில்லை.

அன்றாடக் கடனை ஈடு செய்வதற்காக மேனகாவின் நகைகள் எல்லாம் ஒவ்வொன்றாக விலைபோய் தாலியும் இறுதியாக அடைவு வைத்தாகிவிட்டது. அமுதனிற்கும் மேனகாவிற்கும் சின்னச் சின்னப் பேச்சுக்கள் கூட பெரும் சண்டையாக மாறத்தொடங்கி ஆறு மாதங்கள் கடந்த நாளொன்றின் இரவில் பிள்ளைகள் இருவரும் நித்திரையாகிப் போன பின்னர் வேலையால் வந்த அமுதனிடம் "அப்பாத்துரை தன்னோட மச்சானின்ரை பேரிலை ஒரு றெஸ்ரோரண் வாங்கிட்டானாம் தெரியுமோ?"

"ம்..." என்றான்.

"அவனிட்டை காசு கேட்டினீங்களோ?" அதற்கும் ம்...தான் பதிலாக வந்தது. மேனகா தொடர்ந்து பேசிக்கொண்டே போனாள். அமுதனிடமிருந்து ம்...மட்டுமே பதிலாக வந்துகொண்டிருக்க வெறுப்பின் உச்சத்தை மேனகாவும் கோபத்தின் உச்சத்தை அமுதனும் தொட்டுக்கொண்டிருந்த அந்தத் தருணங்களில் "சே நீங்களெல்லாம் ஒரு மனுசனா?... ஏதாவது வாயைத் துறந்து கதையுங்கோ. உங்களை ஒரு ஆம்பிளை எண்டவே வெட்கமாயிருக்கு" என்றதும் "மேனகா..." எனக் கத்தியபடி அமுதனின் கை அவள் கன்னத்தில் இறங்கியது மட்டுமல்ல எட்டி உதைத்தும் விட்டான்.

சத்தம் கேட்டு பிள்ளைகள் எழுந்து வந்து அழத் தொடங்கவே... தன்னிலைக்குத் திரும்பிய அமுதனிற்கு ஆத்திரத்தில் எவ்வளவு பெரிய தவறைச் செய்து விட்டோம் என்று புரிந்தது. பிள்ளைகளை சமாதானப்படுத்தி அவர்களை படுக்கைக்குக் கொண்டுபோய் விட்டான். மேனகா அழுதபடியே படுக்கையறைக்குள் போய் கதவை பூட்டிக்கொண்டுவிட்டாள். கதவருகே வந்து நின்று மன்னிப்பு கேட்டுப்பார்த்தான். கதவு திறக்கவேயில்லை. அவள் ஏதாவது செய்து விடுவாளோ என்றும் அமுதனிற்கு பயமாக இருந்தது. போலிசிற்கு போனடிக்கலாமா என்றும் யோசித்தான். வேண்டாம் அவங்கள் வந்தால் சும்மா உள்ள பிரச்சனையையும் பெரிதாக்கிப்போடுவாங்கள். எதற்கும் விடியட்டும் என நினைத்தவன் விஸ்கியை திறந்து கிளாசில் ஊற்றிக் குடித்தபடி படுக்கை அறை

கதவையே பார்த்தபடி சத்தம் ஏதாவது கேட்கிறதா என கவனித்தபடி இருந்தான்.

காலை மேனகா பிள்ளைகளை பாடசாலைக்கு தயார் பண்ணிக்கொண்டிருக்கும் சத்தத்தத்தில் திடுக்கிட்டு விழித்துப் பார்த்தான், "சே... கலியாணம் கட்டி இத்தினை வருசத்திலை ஒரு நாள் இப்பிடி மோசமாய் நான் நடந்ததேயில்லை. இண்டைக்கு அவளுக்குப் பிடிச்ச சொக்கிலேற் கேக் வாங்கிக் கொண்டு போய் குடுத்து காலிலை விழுந்தாவது மன்னிப்பு கேட்கவேணும் என்று நினைத்தவன். மாலை பாடசாலையால் பிள்ளைகளையும் அழைத்துக்கொண்டு கேக்கோடு போயிருந்தான். வேலையால் மேனகா வந்ததும் பிள்ளைகளை அறைக்குள் அனுப்பிவிட்டு கேக் பெட்டியை கையில் எடுக்கும் போதே அவள் ...

"உங்களோடை கொஞ்சம் கதைக்கவேணும் கோபப்படாமல் ஆறுதலா கேளுங்கோ" என்ற படி மேசையில் அமர எதிரே அவன். கேக் பெட்டியை இருவரிற்கும் நடுவில் வைத்தவன் "சரி சொல்லு" என்றான். "நான் இண்டைக்கு வேலைக்கு போகேல்லை" என்றபடி பையில் இருந்து சில காகிதங்களை எடுத்தவள், "நான் நல்லா யோசிச்சு ஒரு முடிவுக்கு வந்திட்டன். நாங்கள் பேசாமல் டிவோஸ் எடுப்பம் இதை தவிர வேறை வழி இல்லை..."

அதிர்ந்துபோனவன் "என்ன கதை கதைக்கிறாய் பிள்ளைகளையாவது கொஞ்சம் யோசிச்சியா?"

"பிள்ளையளை யோசிச்சு அதுகளின்ரை எதிர்காலத்தை நினைச்சுத்தான் இந்த முடிவே எடுத்தனான்."

"என்ன சொல்லுறாய்?"

"நாங்கள் கட்ட வேண்டிய கடன் காசை கணக்கு பாத்தன். எங்கடை வருமானத்தை விட மூண்டு மடங்கு வருது. நாங்கள் இருபத்து நாலு மணித்தியாலமும் வேலை செய்தாலும் காணாது. நகைகளும் வித்தாச்சு, தெரிந்த ஆக்களிட்டை கடனும் வாங்கியாச்சு, இந்த மாதம் வீட்டுக்கடன் கட்ட முடியேல்லை. இப்பிடியே போனால் வீட்டைப் பிடுங்கிபோடுவாங்கள். பிறகு நாங்கள் பிள்ளையளோடை சேர்ந்து தற்கொலை செய்யவேணும் இல்லாட்டி சூறிச் ரெயில்வே ஸ்ரேசனிலை தான் போய் படுத்திருந்து பிச்சையெடுக்கவேணும். இந்த இரண்டும்தான் தெரிவு. இதிலை

எதை செய்யலாமெண்டு நீங்களே சொல்லுங்கோ...''தற்கொலையா... விவாகரத்தா...?''

“பிள்ளையளோடை தற்கொலையா? என்ன விசர் கதை கதைக்கிறாய். டிவோஸ் எடுத்தால் எல்லாம் சரியாயிடுமா'' என்றவன் விவாதங்கள் தொடர்ந்தது. சண்டை பிடித்தபடி சேர்ந்து இருப்பதை விட பிரிந்து போவது நல்லதாகத்தான் தெரிந்தது. கடைசியில் மேனகா சொன்னவைகள் அவனிற்கு சரியாகப்படவே மன வேதனையுடன் விவாகரத்து எடுக்க சம்மதித்தான். அவன் ஆசையாய் வாங்கி வந்த கேக் குப்பைக் கூடையை நிரப்பியிருந்தது.

அப்பாத்துரையோ சிறிய தொகை கொடுத்தவர்களிற்கு தலைவர் விரைவில் வருவார் வந்ததும் கணக்கு தரலாமென்று பதில் சொல்லிவிட்டிருந்தான். பெருமளவில் கடனெடுத்துக் கொடுத்தவர்களிற்கு ஒரு புதிய திட்டத்தை அறிவித்தான். அதுதான் கொத்து றொட்டித் திட்டம். சூரிச்சில் உள்ள அனைத்துத் தமிழர்களும் தினமும் தனது மச்சானின் கடையில் கொத்து றொட்டி வாங்கவேண்டும். அதன் வருமானத்தை சேர்த்து மொத்தமாக்கி ஒவ்வொருத்தரின் கடனாக அடைக்கலாம். வேறு வழியின்றி கடன் கொடுத்தவர்களே சம்மதித்தும் இருந்தார்கள். உணவு விடுதியில் வேலை செய்த அமுதனும் பசிக்காவிட்டாலும் அப்பாத்துரையிடம் கொத்து றொட்டி வாங்க தொடங்கியிருந்தான். வருடம் ஒன்றை தாண்டி விட்டதொரு நாளில் தற்செயலாக அவனைப் போலவே பெருந்தொகை கடன் வாங்கிக் கொடுத்திருந்த ரமேசை சந்தித்த போது, “அப்பாத்துரை உங்கடை கடனை ஒரு மாதிரி கட்டிட்டானாமே''

என்று அவன் சொன்னபோதுதான் தாங்கள் எல்லாருமே ஒட்டுமொத்தமாக ஏமாற்றுப்படுவதை உணர்ந்தான். அவர்களைப் போலவே பெருந்தொகை கடன் எடுத்துக்கொடுத்த அனைவரையும் தொடர்பு கொண்டார்கள். கடையிசில் ஆறு பேர் சேர்ந்து அப்பாத்துரைக்கு எதிராக வழக்கு போடுவது என முடிவு செய்து வழக்கும் தாக்கல் செய்திருந்தார்கள்.

அன்று வழக்கின் இறுதிநாள், வழக்குப் போட்ட ஆறு பேரும் வந்திருந்தார்கள். வழக்கில் நல்லபடியாய் தீர்ப்பு வந்தால் சூரிச் சிவன்கோவிலுக்கு அடுத்த திருவிழாவிற்கு காவடி எடுப்பதாக நேர்த்தி வைத்தபடி அமுதனும் போயிருந்தான். ஆனால் அவர்களில் ரமேஸ் மட்டும் நீதிமன்றத்திற்குள்ளே வராமல் வெளியேயே

நின்றிருந்தான். அவனது நடவடிக்கைகள் வித்தியாசமாய் இருந்ததை கவனித்த அமுதன் அவனருகே போய் "நேரமாகிது உள்ளை வாடா" என்று அழைத்தான். "நான் வரேல்லை நீ உள்ளைபோ" என்றான் ரமேஸ். நிறைய குடித்திருந்தான் என்றது அமுதனிற்குப் புரிந்தது. "என்னடா செய்யப் போறாய்" என்றதற்கு தனது ஜக்கெற்ரை விலக்கி இடுப்பில் செருகியிருந்த கத்தியைக் காட்டியவன் "இண்டைக்கு அப்பாத்துரையை போடப்போறன்."

"டேய் விளையாடாதை தீர்ப்பு எங்களுக்கு சாதகமாய்தான் வரும். அவசரப் படாதை..."

"சும்மா போடா. அவனிட்டை காசு இருக்கு. கிரிமினல் லோயரை வைச்சு வாதாடிட்டான், எங்கடை அரசாங்க லோயர் என்னத்தை கிழிச்சவன். அது மட்டுமில்லை காசையும் குடுத்திட்டு கையெழுத்து வைச்ச எங்களுக்கு லூசா... இல்லையா? எண்டு டெக்ரர் சேட்டிபிக்கற் வேறை எடுக்க வைச்சது மட்டுமில்லை. கொத்து றொட்டி வேறை தீத்திட்டாங்கள்."

"எனக்கு நம்பிக்கை இருக்கடா. நாங்கள் யாருக்கும் துரோகம் செய்யேல்லை யாரையும் ஏமாத்தேல்லை. கடவுள் ஒண்டு ஒருத்தர் இருக்கிறார். எல்லாம் நல்லபடி நடக்கும்."

"சும்மா போடா. நீயும் உன்னோடை கடவுளும்... அவரே காசு உள்ளவன், ஏமாத்திறவன் பக்கம் தான் நிக்கிறார்."

"டேய் உனக்கு இப்பதான் கலியாணமாகி ஒரு பிள்ளை வேறை பிறந்திருக்கு. காசையும் குடுத்திட்டு நீ ஜெயிலுக்குப் போனால் உன்ரை குடும்பத்தை ஒருக்கா நினைச்சுப் பார்."

"என்ரை குடும்பம் நாசமாப் போனாலும் பரவாயில்லை. பலபேரின்ரை குடும்பம் நிம்மதியா இருக்கும். காசை சுத்தினவங்களுக்கு லண்டனிலை குணத்துக்கும், பாரிசிலை யோகனிற்கும் ஆசை தீர அடியாவது போட்டாங்கள். நாங்கள்தான் காசை குடுத்திட்டு வாயைப் பார்த்துக்கொண்டு நிக்கிறம்."

அதற்கு மேல் அவனுடன் கதைத்து பிரயோசனம் இல்லையென நினைத்த அமுதன் மற்றவர்களிடம் போய் நிலைமையை விளங்கப் படுத்தி அவர்களை அழைத்து வந்ததும் அவர்கள் ரமேசை அமத்தி பிடிக்க, அவன் செருகி வைத்திருந்த கத்தியை உருவி எடுத்தவன் அவனை விடவேண்டாம் என்றபடி ஒதுக்குப்புறமாக இருந்த ஒரு

குப்பைக் கூடையில் கத்தியைக் கொண்டுபோய் எறிந்துவிட்டு வரும்போது, புதிய AUDI கார் ஒன்றில் அப்பாத்துரை நீதிமன்ற பகுதிக்குள் நுழைந்துகொண்டிருந்தான்.

நீதிமன்றத்திற்குள் அனைவரும் எழுந்து அமர்ந்ததும் நீதிபதி தீர்ப்பினை படிக்க ஆரம்பித்தார்.

"இதுவரை நடந்து முடிந்த விசாரனைகள், விவாதங்கள், பரிசோதனைகளின் அடிப்படையில் வழக்கை தொடர்ந்த ஆறு பேரும் கடன் பத்திரங்களில் அவர்களே கையெழுத்திட்டுள்ளனர். அவை போலியானவை அல்ல என்பதை பரிசோதனைகள் நிருபிக்கின்றது. அதேவேளை சம்பத்தப்பட்டவர்கள் மீது நடத்தப்பட்ட உளவியல் பரிசோதனைகளில் அவர்கள் அனைவருமே எவ்வித உளவியல் தாக்கங்கள் பிரச்சனைகளுமற்றவர்கள் என்கிற அவர்களது மருத்துவ பரிசோதனை உறுதி செய்திருப்பதால் அவர்கள் அனைவருமே தங்கள் சுய விருப்பின் பேரில் சரியான மனநிலையில் இருந்தே கையெழுத்தை இட்டிருக்கும் சாத்தியம் தெளிவாகின்றது. ஆகவே அவர்கள் பெற்றுக்கொண்ட கடன்களிற்கு அவர்களே பொறுப்பாளிகள் ஆகின்றார்கள். அடுத்ததாக அவர்களை அப்பாத்துரை மோசடி செய்தார் என்பதற்கான சரியான வலுவான ஆதாரங்கள் உறுதிப்படுத்தப்படவில்லை. அப்பாத்துரையின் தனிப்பட்ட வங்கிக் கணக்கிற்கு பணம் ஏதும் மாற்றம் செய்யப் பட்டிருக்கவில்லை. எனவே அப்பாத்துரை இந்த வழக்கிலிருந்து விடுவிக்கப்படுகிறார். ஆனால் சுவிஸ் நாட்டில் தடை செய்யப்பட்ட அமைப்பான புலிகள் அமைப்பு கடந்த காலங்களில் நிதி மோசடிகளில் ஈடுபட்டது காவல்துறையாலும் நீதிமன்றங்களாலும் உறுதி செய்யப்பட்டுள்ளது. அதைப்போல இந்த சம்பவத்திலும் நிதி மோசடிகள் நடந்திருக்கின்றதா என்பதனை காவல்துறையினர் கண்டு ஆராயவேண்டும். மேலதிகமாக அப்பாத்துரை நிதிகளை பெறுவதற்காக சம்பந்தப்பட்டவர்களை மிரட்டியோ அல்லது அழுத்தங்களைப் பிரயோகித்திருந்தாலோ சரியான ஆதாரங்களுடன் அவர்கள் மீண்டும் காவல்துறையின் உதவியுடன் இந்த வழக்கை மீளாய்விற்குட்படுத்தலாம். வழக்கு முடிந்தது"

என்றுவிட்டு நீதிபதி எழுந்து போய்விட்டார்.

அப்பாத்துரை அவர்களைப் பார்த்து நக்கல் சிரிப்பு ஒன்றை வீசி விட்டு காரில் ஏறிப் போய்விட்டான். "அப்பவும் சொன்னான் இந்த கோட்டு, கேசிலை எனக்கு நம்பிக்கையிலையெண்டு கேட்டியா.

ஏதோ தர்மம் நியாயம், கடவுள் எண்டாய் எங்கை எல்லாம் போனது. போடா நீயும் உன்ரை சாமியும்" என்று அமுதனைத் திட்டிவிட்டு ரமேஸ் போய்விட மற்றையவர்கள் எதுவும் பேசாமல் அங்கிருந்து போய்விட்டார்கள். சோர்வோடு பஸ் நிலையத்தில் வந்து இருந்தவன் சட்டைப் பையை தடவிப்பார்த்தான். வழக்கு நல்லபடியாய் முடிந்த பின்னர் தமிழினிக்கு கார் ஓடுற பார்பி பொம்மை வாங்குவதற்காக வைத்திருந்த பணத்தை எடுத்தபடி ஒரு கடைக்குள் நுழைந்தவன் ஒரு விஸ்கி போத்தலை வாங்கி விட்டு ரமேசிடம் இருந்து பறித்த கத்தி எறிந்த குப்பைக் கூடை பக்கம் போய் கத்தியை தேடியெடுத்து இடுப்பில் செருகி விட்டு வந்த பஸ் ஒன்றில் ஏறிக்கொண்டான்.

அப்பாத்துரையின் கார் அதன் பார்கிங்கில் நுழைந்து கதவு சாத்தப்படுவற்கு முன்னராக அவசரமாக ஓடிப்போய் உள்ளே நுழைந்துகொண்டான். காரை விட்டு இறங்கிய அப்பாத்துரை அமுதனைப் பார்த்து அதிர்ச்சியடைந்திருந்தாலும் தன்னை சுதாகரித்துக்கொண்டு, "என்ன அமுதன் இந்த நேரத்திலை, அதுவும் இங்கை" என்று வில்லங்கத்திற்கு ஒரு சிரிப்பை வரவழைத்துக்கொண்டு கேட்டான். எதுவும் பேசாமல் அப்பாத்துரையை நோக்கி முன்னேறிய அமுதன் திடீரென அவனை நோக்கிப் பாய்ந்தவன் காரோடு அப்பாத்துரையை சாத்தி அழுத்திப் பிடித்தபடி இடுப்பில் செருகியிருந்த கத்தியை உருவினான். அப்பாத்துரை பதறியவனாய் "அமுதன் சொல்லுறதைக்கேள் சத்தியமா என்னட்டை ஒரு சதமும் இல்லை எல்லாம் ஊருக்கு அனுப்பிட்டன் என்னை நம்பு..."அமுதன் அப்பாத்துரையின் அடிவயிற்றில் கத்தியை செருகி இழுத்தான். அடிவயிற்றை பொத்திய அப்பாத்துரை "என்னை ஒண்டும் செய்யாதை உன்ரை காசு முழுக்க நான் திருப்பி தாறன் என்னை விட்டிடு" என்றபடி அடிவயிற்றை பொத்தியிருந்த கைகளை எடுத்துக் கும்பிட்டான். அவனது கைகள் இரத்தத்தால் நனைந்து போயிருந்தது. "அட ஒரு குத்திலையே ஊருக்கு அனுப்பின காசு திரும்பி வந்திட்டுது" என்றபடி அமுதன் கத்தியை அப்பாத்துரையின் வயிற்றிக்கும் மார்பிற்கும் இடையில் ஓங்கி இறக்கினான்.

"என்னை விட்டுடடா நான் பிள்ளை குட்டிக்காரன் கும்புடறனடா" அவனது நாக்கு குளறி சத்தம் கம்மியது...

"நானும் கூடத்தான் பிள்ளை குட்டிக்காரன். உன்ரை மனிசி பிள்ளையள் கடைசிவரைக்கும் சந்தோசமா வாழுறதுக்கு

எங்கடை காசு உன்னட்டை இருக்கு. ஆனால் எங்கடை பிள்ளை குட்டியளை பற்றி நீ யோசிச்சியா" என்று கத்தியபடி அப்பாத்துரையை கீழே விழுத்தியவன் அவன் மீது செருகியிருந்த கத்தியை உருவிவிட்டு அவனது மார்பில் ஏறி அமர்ந்து, கத்தியை இரண்டு கைகளாலும் இறுக்கிப் பிடித்து தலைக்கு மேலாக தூக்கி ஓங்கி அவனது நெற்றியில் குத்தினான். "டக்…" என்ற சத்தத்துடன் ஒரு அங்குலமளவு மட்டுமே நெற்றியில் கத்தி இறங்கும்போதே அமுதனின் கைகள் வழுக்கி அவனது கையொன்று அறுக்கப்பட்டு இரத்தம் வழியத் தொடங்கியிருந்தது. ஆனால் அவனது மது வெறியும் கொலைவெறியும் சேர்ந்திருந்ததில் கை அறுபட்ட வலியை அவன் உணர்ந்திருக்கவில்லை. மெல்ல எழுந்தவன் அப்பாத்துரையின் நெற்றியில் குத்திநின்ற கத்தியின் அடிப்பாகத்து பிடியில் "இது தாண்டா கடைசி அடி" என்று சத்தமாய் கத்தியபடி தனது வலது சப்பாத்து காலால் ஓங்கி அடித்தான்… "சறக்…" என்கிற சத்தத்தோடு அப்பாத்துரையின் மண்டையோடு உடைந்து கத்தி மண்டைக்குள் இறங்கியது.

"எமது கைகள் எந்த ஆயுதத்தை ஏந்த வேண்டும் என்பதை எதிரி மட்டுமல்ல துரோகிகளும் தீர்மானிக்கிறார்கள்" என கையில் வழிந்த இரத்தத்தால் பார்க்கின் சுவரில் எழுதி முடித்தவன் தனது கைத்தொலைபேசியை எடுத்து காவல்துறையின் இலக்கங்களை அழுத்தினான். அவனிற்கு அருகாக காவல்துறையின் வாகனங்களின் சைரன் ஒலிக்கத்தொடங்கியிருந்தது.

கைரி

எழுதிய காலம் 09/02/2014

பிரான்சின் மெல்லிய குளிர்... இன்று லீவு நாள். போர்வைக்குள் இருந்து எழுந்து வெளியே வர விருப்பமில்லாமல் படுத்திருந்த சாமிடம், “எழும்பி வாங்கோ தேத்தண்ணி போட்டு வைச்சிருக்கு” என்கிற மனைவியின் சத்தத்தையடுத்து, பாதித் தூக்கத்தோடு வந்து அமர்ந்தவன் தேனீர் கிண்ணத்தில் இருந்து எழுந்த ஆவியில் இருந்து வந்த தேயிலை மணத்தை கண்ணை மூடி இழுத்து அனுபவித்தபடி குடிப்பதற்காய் வாயருகே கொண்டு போகும்போது, தேனீர் ஆவியில் தனது காவிப்பற்கள் தெரிய சிரித்துக்கொண்டிருந்தாள் கைரி. அப்படியே அந்த ஆவியை சாம் உற்றுப் பார்த்துக்கொண்டேயிருந்தான்.

1985 ஆம் ஆண்டின் இறுதிப்பகுதி. பலாலி இராணுவ முகாமினைச் சுற்றி கண்ணி வெடிகளை வைத்து பலாலியில் இருக்கும் இராணுவத்தினரை முகாமிற்குள் முடக்குவதற்காக புலிகள் அமைப்பினரின் கண்ணி வெடிப்பிரிவு அடங்கிய பதினாறு பேர் கொண்ட குழுவொன்று பலாலி வசாவிளான் பகுதிக்கு அனுப்பி வைக்கப்பட்டிருந்தது. அன்றைய காலப் பகுதியில் சாதாரணமாக இராணுவம் ரோந்து சென்று கொண்டிருந்த காலகட்டங்கள். அவர்கள் ரோந்து வரும்போது ஏதாவது ஒரு இயக்கம் கைக்குண்டை எறிந்து விட்டு ஓடிவிடுவார்கள். குண்டு வெடித்த சத்தம் கேட்டதும் இராணுவமும் வானத்தை நோக்கியோ அல்லது கண்டபடி சுட்டுவிட்டு முகாமிற்குள் போய் விடுவார்கள். அப்படி அவர்கள் சுடும்போது யாராவது ஒரு பொதுமகன் அதில் சிக்கி இறந்தும் போயிருப்பார். அன்றைய காலத்தில் வசாவிளான் சந்தியில் புளொட் இயக்கம் ஒரு மண் காவலரண் அமைத்து காவல் கடைமையில் இருந்திருந்தார்கள். பலாலிக்கு சென்ற புலிகள் அணிக்கு சாம் தான் பொறுப்பாளன். அங்கு புளொட் இயக்கத்திற்கு பொறுப்பாளராக இருந்த அரியம் என்பவரோடு கதைத்து பலாலியை சுற்றி உள்ள சிறிய பாதைகள் மற்றும் இராணுவத்தின் பாதுகாப்பு வேலிகளை அண்மித்து கண்ணிகளை புதைக்கத் தொடங்கியிருந்தான்.

பலாலி முகாமைச் சுற்றி பெரும்பாலும் தோட்டக்காணிகளே இருந்தன. காலையில் தோட்டங்களிற்கு வேலைக்கு போகிறவர்களில் ஒருத்திதான் கைரி. கறுத்த கொஞ்சம் குள்ளமான ஆனால் உழைப்பால் உறுதியடைந்த உடல்வாகு. வெற்றிலை போட்டு காவியேறிய பற்கள். வாரியிழுக்கப்படாத பிசிறு பிடித்த தலைமுடியை அள்ளி கொண்டை முடிந்திருப்பாள். மேற்சட்டை போட்டிருக்கமாட்டாள். பெரும்பாலும் அழுக்கான ஒரே பச்சை நிறத்திலான சேலை அணிந்து அதை குறுக்கு கட்டாக கட்டியிருப்பாள். பார்வைக்கு வயது ஒரு 55 - 60 என்று மதிக்கத்தக்க ஒருத்தி. ஆனால் வேலைக்குப் போகின்ற மற்றைய தொழிலாளர்களை விட அவரிடம் ஒரு வித்தியாசம் என்னவென்றால் எப்பொழுதும் கையில் ஒரு கேத்தலில் சுடச்சுட தேனீர் இருக்கும். அந்தக் கேத்தலின் வாயில் ஒரு மூக்குப்பேணி கவிழ்த்து கொழுவியிருக்கும். சுருட்டை புகைத்தபடியே போய்க்கொண்டிருப்பாள்.

இப்பேதெல்லாம் புளொட்டின் காவல் நிலைகள் புலிகளின் கைகளிற்கு மாறியிருந்தது. பலாலி முகாமில் இருந்த இராணுவம் ஆசிரியர் பயிற்சி கல்லூரிக்கு முன்னேறி விட்டிருந்தார்கள். அடுத்ததாக அவர்களது இலக்கு புன்னாலை கட்டுவன் மத்திய மகாவித்தியாலயம் ஆகும். அதனை பிடித்து அங்கு முகாம் அமைப்பதற்காக இராணுவம் முன்னேறி வருவதும் புலிகள் மறித்து தாக்குவதுமாக இருந்து கொண்டிருந்த ஒரு நாளின் காலைப் பொழுதில் வழைமைபோல தோட்டத் தொழிலாளர்கள் வேலைக்குப் போய்க்கொண்டிருந்த நேரம் இராணுவம் தாக்குதலை தொடங்கியிருந்தது. புலிகளும் எதிர் தாக்குதலை நடத்தத்தொடங்க வானில் எழுந்த உலங்கு வானூர்தி தாக்குதலை நடத்தத் தொடங்க பலர் மரங்களிற்கு கீழ் பதுங்கியும் சிலர் நிலத்தில் விழுந்தும் படுத்திருக்க கைரி மட்டும் கையில் கேத்தலோடு சேலைத் தலைப்பை எடுத்து தலைக்கு மேலே பிடித்தபடி சாதாரணமாய் நடந்து வந்து கொண்டிருந்தாள். அதனை கவனித்த சாம் ஏய் கிழவி சாகப்போறியா என்றபடி கைரியை இழுத்து மண் காப்பரணிற்குள் தள்ளிவிட்டு வானத்தை நோக்கி சுட்டவன் தயாராய் கட்டி வைக்கப்பட்டிருந்த அவுட் வாணங்களை மளமளவென கொழுத்திவிட்டான். அவை வானத்தில் போய் பெரிய சத்தத்தோடு வெடிக்கத் தொடங்க புலிகள் ஏதோ ஆயுதத்தால் தாக்குகிறார்கள் என நம்பிய உலங்கு வானுர்தி பலாலி முகாமிற்குள் போய் இறங்கிக் கொண்டது.

சிறிது நேரத்தில் சண்டை முடிந்ததும் கைரி அங்கிருந்து போய் விட்டாள். மறுநாள் வழைமை போல வேலைக்குப் போக வந்த கைரி காவலரணில் நின்றவனைப் பார்த்து வாயில் இருந்து சுருட்டை எடுத்தவள் தனது காவிப்பற்கள் தெரிய சிரித்தபடி “தம்பி தேத்தண்ணி வேணுமோ” என கேத்திலை நீட்டினாள். அவன் வேண்டாமென தலையசைக்க,

“ஏன் தம்பி அவங்களும் நல்லவங்கள் தானே. தோட்டத்திலை வேலை செய்யேக்குள்ளை விசுக்கோத்து (பிஸ்கற்)எல்லாம் சாப்பிட தாறவங்கள். எதுக்கு அவங்களோடை அடிபடுறியள்” என்றவளை எரிச்சலுடன் பார்த்தவன் அவளிற்கு ஈழம், விடுதலை, போராட்டம் என்று வகுப்பெடுக்க விருப்பம் இல்லாமல், “விசுக்கோத்து தந்தால் நல்லவங்களா?சரி சரி பேசாமல் போ...”என்றதும் சுருட்டைப் புகைத்தபடி காவலரணைக்கடந்து போய்க்கொண்டிருந்தாள். பின்னர் ஒவ்வொருநாளும் வழைமைபோல வேலைக்குப் போகும்போது காவலரணில் நிற்கும் அவனிடம் அவள் தேத்தண்ணி வேணுமா எனக் கேட்பதும் அவன் வேண்டாமென தலையசைப்பதும் வழைமையானதொன்றாகி விட்டிருந்தது.

கைரியைப் பற்றி ஊருக்குள் விசாரித்தவரை அவர்கள் சொன்னது. ஆயக்கடைவை பிள்ளையார் கோயிலிற்கு யாரோ எழுதிவைத்துவிட்டுப்போனதொரு பனங்காணியில் ஒரு கொட்டில். அதற்குப் பின்னால் அவளது கழிவறை(கக்கூஸ்). கொஞ்சம் தூரமாக ஒரு கிடங்கை வெட்டி அதில் குறுக்கே ஒரு பனங்குற்றியை போட்டு அதனைச்சுற்றி கிழுவந் தடிகளை நட்டு பனையோலையால் அடைத்த வேலி. அந்தப் பனங்காணிக்கு பாதுகாப்பு வேலி எதுவும் கிடையாது. இதுதான் அவளது குடியிருப்பு. ஆனால் அவள் ஒரு உதவாதவள், குடிகாரி. இளமையாக இருந்த காலத்திலை ஊருக்குள்ளை கன ஆண்களை கையிற்குள் போட்டு வைச்சிருந்தவள். தோட்ட வேலைக்குப் போற இடத்திலை ஆமிக்காரரையும் விட்டு வைக்கிறேல்லை. இவளது தொல்லை தாங்கமுடியாமல்தான் அவளின்ரை புருசன்காரனும் தண்ணியடிச்சு செத்துப் போயிட்டான். ஒரேயொரு மகன் தேவன். அவனும் ஈ.பி.ஆர்.எல்.எவ்.இயக்கத்துக்கு போயிட்டான். இள வயதிலை ஆடின ஆட்டத்துக்கு இப்ப கொஞ்சம் மூளை பிசகாயிட்டுது. எல்லாம் கடவுளின்ரை தண்டனை. இப்பதான் ஊருக்குள்ளை கன குடும்பம் நிம்மதியாய் இருக்கு. இப்படி ஊருக்குள் கிடைத்த தகவல்களை வைத்து அவனும் கைரியைப் பற்றி அதே பிம்பத்தை கட்டி வைத்திருந்தான்.

அன்று ஈ. பி. ஆர்.எல்.எவ் அமைப்பை தடை செய்து அவர்களது முகாம்கள் அனைத்தையும் தாக்கி தப்பியோடியவர்களை புலிகள் தேடிக்கைது செய்து கொண்டிருந்த நாள். அவனும் தனது குழுவை வீதியெங்கும் காவலில் நிறுத்திவிட்டு ஆயற்கடைவை பிள்ளையார் கோயில் மடத்தில் இருந்தபடி நடைபேசியில்(வோக்கி ரோக்கி) கட்டளைகளை கொடுத்துக்கொண்டிருந்த வேளை வழைமைபோல் கையில் கேத்தலுடன் லேசாய் தள்ளாடியபடியே வந்த கைரி அவனின் பக்கத்தில் போய் குந்தியபடி "தம்பி உம்மோடை கொஞ்சம் கதைக்கவேணும்."

அவன் நடைபேசியின் சத்தத்தை குறைத்தபடி, "என்ன தண்ணியடிச்சிருக்கிறியா?"

"ஏன் தண்ணியடிச்சாக்களோடை கதைக்க மாட்டியளோ?"

"கசிப்பு எங்கை வாங்கினனி?"

"சொல்லமாட்டன் . சொன்னால் அவனை நீங்கள் அடிப்பியள்."

"ம்... சொல்லு என்ன வேணும்?"

"நீங்கள் பெரிய சாதிக்காரனோ?"

கொஞ்சம் திடுக்கிட்டவன்... "எதுக்கு அப்பிடி கேக்கிறாய்."

"நான் எப்ப தேத்தண்ணி குடிக்கக் கேட்டாலும் வாங்கி குடிக்கிறேல்லை. அதுதான் கேட்டனான்."

"அப்பிடியெல்லாம் இல்லை. நீ பாவம் கூலி வேலை செய்து உழைக்கிறனி. அதே நேரம்...நீ சுத்தமாயில்லை" என்று சொல்ல வாயெடுத்தவன் அதனை விழுங்கிவிட்டு... "அது சரி நீ கதைக்கிறதை பாத்தால் தெளிவா இருக்கு. உன்னைக் கொஞ்சம் மூளை சுகமில்லாதவள் எண்டு ஊருக்குள்ளை சொல்லினம் எதுக்கு இப்பிடி திரியிறாய்?"

கேத்தலை திறந்து அதற்குள் இருந்த சிறிய போத்தலை எடுத்து சாராயத்தை ஒரு முடறு குடித்தவள் அதை மூடி மீண்டும் கேத்தலிற்குள் வைத்து வாயை துடைத்தவள். "தம்பி எனக்கு இப்ப எத்தினை வயசு சொல்லும் பார்ப்பம்"

"ரொம்ப முக்கியம். ஒரு 55 இருக்குமோ?"

விழுந்து விழுந்து சிரித்தாள்.

"உண்மையிலேயே லூசா இருக்குமோ..." என்று அவன் யோசித்துக் கொண்டிருக்கும்போதே,

இடுப்பில் செருகி வைத்திருந்த தீப்பெட்டியை எடுத்து அதற்குள் பாதி எரிந்திருந்த சுருட்டை உருவி பத்தவைத்து ஒரு இழுப்பு இழுத்து புகையை விட்டபடி "எனக்கு இப்பதான் 43 ஆகிறது. இப்பவும் நான் குளிச்சு நல்ல துணி போட்டா வடிவாத்தான் இருப்பன். ஆனா என்ரை ராசா என்னை விட்டுப் போகேக்கை மகனுக்கு நாலு வயது. அவர் போன கையோடை இந்த ஊரிலை சந்தி வீட்டு பெரியய்யா தொடக்கம் என்ரை சாதி சனத்திலை உள்ள ஆம்பிளையள் வரைக்கும் இரவிலை என்ரை கொட்டிலுக்குள்ளை வராத ஆக்கள் கிடையாது. எனக்கெண்டு எந்த உதவியும் இல்லை. இவங்களை எதிர்க்கிற திராணியும் இல்லை. இவங்களிட்டை இருந்து தப்பிக்கிறதுக்காகத்தான் நானே இப்பிடி மாறிட்டன். இப்ப எனக்கு எந்த ஆம்பிளையாலையும் பிரச்சனையள் இல்லை."

"சரி இப்ப உன்ரை பிரச்சனை என்ன அதை மட்டும் சொல்லு?"

"காத்தாலை ஏரியா பொறுப்பாளர் ராசனின்ரை காம்புக்கும் போய் சொல்லிட்டுத்தான் போனனான். என்ரை மகனை மட்டும் ஒண்டும் செய்து போடாதையுங்கோ ராசா. எனக்கு கொள்ளி போட அவன் மட்டும்தான் இருக்கிறான். எங்கையாவது அம்பிட்டா என்னட்டை கொண்டு வந்து தாங்கோ நான் அவனை எங்கையாவது அனுப்பி விடுறன்" என்று கலங்கிய கண்களோடு கையெடுத்துக் கும்பிட்டாள்.

"சரி சரி அழாதை நான் வோக்கியிலை அறிவிக்கிறன். எங்கையாவது அம்பிட்டா கட்டாயம் வீட்டை அனுப்பி விடுறன்" என்றபடி வோக்கியில் விபரத்தை அறிவித்துக் கொண்டிருக்கும் போதே கைரி எழுந்து தலைக்கு மேல் கை கூப்பி பிள்ளையார் கோயிலை பார்த்து கும்பிட்டுவிட்டு கேத்திலைத் தூக்கிக் கொண்டு அங்கிருந்து போய் விட்டாள்.

புலிகளிற்கும், ஈ.பி. ஆர்.எல்.எவ்விற்கும் நடந்த மோதல்களை தங்களிற்கு சாதகமாகப் பயன்படுத்தி பலாலி ஆமியும் அச்சுவேலி சந்தியைப் பிடிக்கும் முயற்சியில் முன்னேற முயன்று கொண்டிருந்ததில் மூன்று நாட்களாக சண்டை நடந்துகொண்டிருந்தது. இரவில் பலாலி பிரதான தளத்திலிருந்து அதிகமாக செல்லடித்தார்கள். அப்படி

அடித்த செல்லொன்று கைரியின் கக்கூஸ் கிடங்கிற்குள்ளும் விழுந்து வெடித்ததில் கிடங்கு தூர்ந்துபோய் அதைச்சுற்றியிருந்த காவோலை வேலியும் எரிந்து போய் விட்டிருந்தது. “கட்டையிலை போவார். நாசமா போவார். பீ... கிடங்குக்கை குண்டு போட்டவங்கள் உருப்பட மாட்டாங்கள்” என்று பலாலி ஆமிக்காரரை திட்டியபடியே வழைமை போல வேலைக்குனு போவதற்கு கேத்தலோடு வந்த கைரி அவனிற்கு மூக்கு பேணியில் தேனீரை ஊற்றி நீட்டியபடியே “தம்பி மகனின்ரை தகவல் ஏதும் தெரிஞ்சதோ” என்றாள்.

“இல்லை எல்லா முகாமுக்கும் அறிவிச்சிருக்கிறன். தப்பியோடின கனபேர் புளொட்காரரின்ரை உதவியோடை இந்தியாக்கும் போயிருக்கிறாங்கள். ஏதும் தகவல் கிடைச்சால் சொல்லுறேன்” என்றபடி வெறும் மூக்குப் பேணியை அவளிடம் நீட்ட, “இண்டைக்கு இவங்கள் எனக்கு வேலை வைச்சிருக்கிறாங்கள் இன்னொரு பீ... கிடங்கு வெட்டவேணும்” என்றவளிடம்,

“ஆமிக்காரன் விசுக்கோத்து தாறவன் நல்லவன் எண்டு சொன்னாய் இப்ப திட்டுறாய்.”

“நீங்களும் தான் அடிக்கிறியள் அது எங்கை போய் விழுதெண்டு ஆருக்கு தெரியும். அது மாதிரி அவனும் அடிச்சது என்ரை கிடங்கிலை விழுந்திட்டுது.” சுருட்டை இழுத்து புகை விட்டபடி வேலைக்கு நடக்கத் தொடங்கியிருந்தவளிடம்,

“ஏய்... அதென்ன உன்ரை பேர் கைரி வித்தியாசமாயிருக்கே ?...”

நின்று திரும்பிப் பார்த்து “என்ரை பெயர் கைராசி. அதை என்ரை ஆச்சி கைரி எண்டு கூப்பிட்டதாலை அதையே எல்லாரும் கூப்பிடத் தொடங்கிட்டினம். உண்மையிலை என்ரை கை.. ராசிதான் என்ரை கையாலை தேத்தண்ணி வாங்கி குடிச்சனியள்தானே உங்களுக்கு ஒண்டும் நடக்காது நல்லாயிருப்பியள். தம்பி உங்கடை பெயர்?”

“சாம்...”

“அப்பிடியெண்டால்?”

“ஏவுகணை...”

“அப்பிடியெண்டால்?”

“அது வந்து...சொன்னாலும் உனக்கு விளங்காது போ...”

“என்ன இழவோ சரி போறன்...” போய்க்கொண்டிருந்தாள். அவள் இழுத்து விட்ட சுருட்டு புகை அவனது நாசியில் ஏறிக்கொண்டிருந்தது.

ஒரேயொரு வருடகாலம்தான் காட்சிகள் வேகமாக மாறி விட்டிருந்தது. ஊரெங்கும் இந்திய இராணுவம் பரந்து நின்றிருந்தார்கள். கனரக ஆயுதங்களோடு வாகனங்களில் வீதி வலம் வந்த புலிகள் சைக்கிள்களில் கைத் துப்பாக்கிகளோடு மட்டும் ஒழுங்கைகளினுடாக ஒழிந்து திரியத் தொடங்கியிருந்தார்கள். தினம் சுற்றி வளைப்புக்கள். தேடங்கல். ஆங்காங்கே சண்டைகள். மரண தண்டனைகள். புளொட்டிடம் இருந்து புலிகளிடம் மாறிய காவலரண்கள் எல்லாம் இப்போ இந்தியனாமியினதாய் மாறி விட்டிருந்தது மட்டுமல்லாமல் அதிகரித்தும் இருந்தது.வ டக்கு ஏழாலையில் ஏழு கோயிலடியில் இருந்த வாழைத் தோட்டம் ஒன்றில் சாம் தனது நண்பர்களோடு பதுங்கியிருந்த மதியப் பொழுதொன்றில் சைக்கிளில் வேகமாய் வேர்க்க விறுவிறுக்க ஓடிவந்த லோலோ சைக்கிளை நிறுத்தி விட்டு தனது இடுப்பில் இருந்த பிஸ்ரலை உருவி மகசீனை கழற்றியவன் மளமளவென ரவைகளை எண்ணி விட்டு ஆறு அடிச்சிருக்கிறன் ஆள் தப்பியிருக்காது என்றவனிடம்.

“யாரது” என்று தலையை கீழிருந்து மேலாக ஆட்டி சைகையில் கேட்டதும் “சந்தி வீட்டு பெரியய்யா ஜே.பியர்தான். கனதடவை றை பண்ணினான். இண்டைக்குத்தான் அகப்பிட்டவர். தோட்டத்துக்குள்ளை நிக்கிறார் எண்டு ஒருதன் வந்து சொன்னவன் அங்கை வைச்சே போட்டாச்சு. உவன் கைரின்ரை மகனும் இந்தியாவிலையிருந்து வந்து புன்னாலைக் கட்டுவன் சந்தி ஆமியோடைதானாம் நிக்கிறானாம். வீட்டை போய் வாறவனாம். அடுத்தது அவன்தான்” என பிஸ்ரலின் குழாயினுள் ஒரு துணியை கம்பியால் தள்ளி துடைத்தபடி சொல்லி முடித்திருந்தான்.

அடுத்தநாள் காலை சாம் அச்சுவேலிப்பகுதிக்கு போகவேண்டிய தேவை இருந்தது. அதற்கு ஒழுங்கையூடாக போய் ஆயக் கடைவை பகுதியில் புன்னாலை கட்டுவன் பிரதான வீதியைக் கடக்கவேண்டும். தனது கைத்துப்பாக்கியை சரி பார்த்து இடுப்பில் செருகிக் கொண்டு ஏழாலையிலிருந்து குப்பிளான் ஊடாக புன்னாலைக் கட்டுவனை நோக்கி சைக்கிளை மிதித்தான். பிரதான வீதியை அண்மிக்கும்போதே எதிரே ஒழுங்கையில் இந்தியனாமி தென்பட, சைக்கிளை போட்டுவிட்டு அங்கிருந்த வீட்டு வேலியை தாண்டி ஓடத் தொடங்கியிருந்தான். ஆமியின் சூட்டுச்

சத்தங்கள் கேட்கத் தொடங்கியிருந்தது. கோயிலுக்குப் பின்னால் இருந்த பனங்கூடல் ஊடாக ஓடியவன் கைரியின் குடிசையை கடந்து ஓடும்போது. கைரி குடிசை வாசலில் இருந்த அடுப்பில் கேத்திலை வைத்து ஊதிக் கொண்டிருந்தாள். நாய்களின் குரைச்சல் சத்தம் அதிகமாகிக் கொண்டும் இருந்தது இந்தியனாமி சுற்றி வளைத்து விட்டதை அவனால் உணர முடிந்திருந்தது. அவனையே பார்த்துக்கொண்டிருந்த கைரியின் குடிசைப் பக்கமாக திரும்பவும் ஓடி வந்தவனிடம்,

"என்ன தம்பி பிரச்சனையோ? ஆமிக்காரன் வாறான் போலை கிடக்கு வீட்டுக்கை போய் ஒழியப்பு" என்றாள்.

"இல்லை இதுக்கை ஒழிக்கேலாது. கிட்ட வந்திட்டாங்கள் இதை திறந்து பாத்தலே பிடி படவேணும்."

என்று சுத்திவர பாத்தவனிடம் ஏதோ யோசித்தவள் சுருட்டையும் நெருப்புப்பெட்டியையும் கையில் எடுத்தபடி "சரி கெதியா வா... அப்பு" என்று அவனின் கையைப் பிடித்து குடிசையின் பின்னால் பனையோலை வேலியல் அடைக்கப்பட்டிருந்த இருந்த கக்கூஸ் கிடங்கிற்கு இழுத்துப் போனவள் அவனை ஒரு மூலையில் இருத்தி, அவசரமாக ஓடிப்போய் சில காவேலைகளை எடுத்து வந்து அவனை மூடிவிட்டு காத்திருந்தாள். நாய்களின் குரைப்புச் சத்தம் அண்மையாக கேட்கத் தொடங்கியதோடு கைரியின் நாயும் குரைத்தது. கக்கூசின் வாசலை ஓலைத் தட்டியால் சாத்திவிட்டு குழியின் நடுவே குறுக்காக போடப்பட்டிருந்த பனை மரக் குற்றியில் தனது சேலையை முழங்காலிற்கு மேலே உயர்த்திவிட்டு குந்தி அமர்ந்தவள் சுருட்டை வாயில் வைத்து தீப்பெட்டியில் குச்சியை உரசி "பக்...பக்"கென்று சுருட்டைப் பற்ற வைத்த சத்தத்தோடு சாமின் இதயத் துடிப்பும் வேகமாகி அவனது காதுகளிற்குள் இறங்கிக் கொண்டிருந்தது.

"ஏ உதர் யாக்கர் தேக்கோ..." (ஓய் அங்கை போய் பார்) என்கிற சத்தம் கேட்டது. ஒருவன் நடந்து வரும் சத்தம் அருகாக வந்து கொண்டிருந்தது. சாம் தனது கைத்துப்பாக்கியை இறுக்கமாகப் பிடித்திருந்தான். வந்தவன் தட்டிக்கு மேலால் எட்டிப்பார்க்கவும், கைரி சத்தமாக "ஓய் பேழுறதை எட்டிப் பாக்கிறான்" என்றபடி எழும்ப, வந்த ஆமிக்காரன் "ஓகே...ஓகே..." என்றபடி அங்கிருந்து போய்விட்டான். சில நிமிடங்களில் இந்தியனாமி அங்கிருந்து போய் விட்டதை உறுதி செய்த கைரி "தம்பி வா ராசா" என்று சத்தம்

கொடுத்ததும் கையில் இறுக்கப்பிடித்திருந்த துப்பாக்கியை மீண்டும் இடுப்பில் செருகிவிட்டு காவேலைகளை விலக்கிவிட்டு வெளியே வந்தவன். கைரிக்கு நன்றி சொல்லிவிட்டு புறப்படப்போனவனிடம். "இன்னும் கொஞ்சம் பொறு. அவங்கள் தூரமா போகட்டும் வா தேத்தண்ணி குடிச்சிட்டுப் போ..." என்று அழைத்துப்போய் அவனிற்கு தேனீரை ஊத்திக் கொடுத்தவள். "ஏன் ராசா சந்தி வீட்டு பெரியய்யாவை சுட்டவங்கள்?... லோலோ தான் சுட்டதெண்டு கதைக்கிறாங்கள் பாவமல்லோ?"

"உனக்கும் அவரை பிடிக்காதுதானே. அவரும் உன்ரை கொட்டிலுக்கை புகுந்தவர் எண்டு அண்டைக்கு சொல்லி கவலைப் பட்டாய். பிறகென்ன இப்ப பாவம் எண்டுறாய்."

"ஆனாலும் ஒரு உயிரல்லோ? அதை விட இது தண்டனை அவருக்கில்லையே. அவர் போய் சேந்திட்டார். அவரின்ரை குடும்பமல்லோ அனுபவிக்கப்போகுது..."

பாதி தேனீரைக் குடித்தவன் "... சரி நான் போயிட்டு வாறன்."

"தம்பி இன்னொரு விசயம்."

"என்ன?"

"மகன் இந்தியாவிலையிருந்து வந்து நிக்கிறான் என்னை பாக்கத்தான் வந்தவன். இன்னும் கொஞ்ச நாளிலை திரும்ப இந்தியா போயிடுவான். அவனை ஒண்டும் செய்துபோடாதையுங்கோ" என்றபடி அவனைப்பார்த்து கையெடுத்துக் கும்பிட்டவளின் கண்கள் கலங்கியிருந்தது.

"சரி. கெதியா போகச் சொல்லு" என்று விட்டு சாம் அங்கிருந்து போய் விட்டான்.

அடுத்தநாள் மதியமளவில் குப்பிளான் சந்தி ராணியக்காவின் இடியப்பக் கடையடியில் சாம் ஒரு வாழைப்பழத்தை வாங்கி வாயினுள் தள்ளிக் கொண்டிருக்கும் போது, இயக்கத்திற்கு ஊரில் தகவல் சொல்லும் பபியன் வந்து "அண்ணை... இப்பதான் கைரின்ரை மகன் வீட்டை வந்திட்டு போனவன். வாற வழியிலை லோலோ விட்டை விசயத்தை சொன்னான். லோலோ கைரி வீட்டுப் பக்கமா போகிறான்."

"கைரின்ரை மகன் திரும்ப போயிட்டானா?"

“ஓமண்ணை போயிட்டான். போகேக்குள்ளைதான் நான் கண்டனான்” என்றான் பபியன்.

“பிறகெதுக்கு லோலோ கைரி வீட்டை போனவன்.”

ஏதோ விபரீதமாக நடக்கப்போவதை உணர்ந்தவனாய், சைக்கிளை கைரி வீட்டை நோக்கி வேகமாய் மிதித்தான். சாம் கைரி வீட்டை நெருங்கிக் கொண்டிருக்கும்போதே சில சூட்டுச் சத்தங்கள் அவனது காதில் விழுந்தது. சாம் மேலும் வேகமாக சைக்கிளை மிதித்தான். அடுத்த சில நிமிடங்களில் எதிரே சைக்கிளில் வந்துகொண்டிருந்த லோலோ “அண்ணை கைரியை போட்டிட்டன் ஆமி வரப்போறான் கெதியா இங்கையிருந்து ஓடுங்கோ” என்றபடி அவனைக் கடந்து போய்விட்டிருந்தான். திரும்பப் போகலாமா? விடலாமா என யோசித்த சாம் முடிந்தவரை மூச்சிரைக்க சைக்கிளை மிதித்தான்.

வீட்டு முற்றத்தில் கைரி நெற்றியிலும் மார்பிலும் இரத்தம் வழிய பின் பக்கமாக சரிந்து விழுந்து போயிருந்தாள். அவள் சாப்பிட்டுக்கொண்டிருந்திருக்கவேண்டும். கவிழ்ந்து கிடந்த அலுமினிய சாப்பாட்டுக் கோப்பையில் சோறும் கோழிக்கறியும் சிதறிக் கிடந்தது. அவளின் நாய் அங்குமிங்கும் ஓடியபடி சாமை பார்த்து குரைத்ததோடு ஊளையிடவும் செய்தது. மேலே பனை மரத்திலிருந்த ஒரு காகம் தமக்கான உணவு கிடைத்து விட்டதென்று கரைந்ததைத் தொடர்ந்து அங்கு வந்த பல காகங்கள் கீழிறங்கி சிந்திக் கிடந்த சோற்றை கொத்தத் தொடங்கியிருந்தது. ஒரு காகம் ஆ..வென்று வாய் திறந்து கிடந்திருந்த கைரியின் வாயிலிருந்த சே.ாற்றை கொத்திக்கொண்டிருந்தபோது இன்னொரு காக்கை அவளது கண்களை கொத்தத் தொடங்கியிருந்தது... அங்கிருந்து புறப்பட்டவனிடம், “ஏன் தேத்தண்ணி குடிக்கேல்லையோ” என்கிற கைரியின் குரலை கேட்டு திடுக்கிட்டு திரும்பி நிமிர்ந்து பாத்தவனிடம், “தேத்தண்ணி ஆறிட்டுது. சூடாக்கித் தாறன்” என்றபடி சாமின் மனைவி தேனீரை தூக்கிக்கொண்டு போயிருந்தாள்.

அகதிக் கொடி

எழுதிய காலம் 21/09/2014

கொழும்பு கட்டுநாயக்கா விமான நிலையத்தில்... பிரான்சில் இருந்து வந்த விமானம் தரையிறங்கி ஓடு பாதையில் ஓடத் தொடங்கியிருந்தது... மற்றைய பயணிகள் கவனத்தை இவர்கள் மீது திருப்பி விடாதபடி கடைசி வரிசையில் இருத்தப்பட்டிருந்த இருவர்களினதும் கைகளிலும் விலங்கிடப்பட்டு போர்வையால் மறைக்கப்பட்டிருந்தது. பத்து மணிநேரப் பயணம் இருவருமே ஒருவரோடொருவர் எதுவும் கதைக்கவில்லை. ரமணனுக்கு அருகில் இருந்தவன் மீது வெறுப்பும் கோபமுமாக வந்தது. தனது திட்டம் தோற்றுப்போக அவனும் ஒரு காரணம் என்று நினைத்தான். ஆனால் அவனும் தன்னைப்போலவே திருப்பி அனுப்பப்பட்டிருப்பதால் அவன் மீது பரிதாபமும் வந்தது. “எல்லாமே அந்த ஆதித்தனாலை வந்தது...” அடுத்தது என்ன நடக்கப் போகுதோ என்கிற பயத்தின் காரணமாக இரவு முழுவதும் பசிக்கவில்லை, கொஞ்சம் வைன் வாங்கி குடித்தால் நித்திரையாவது கொள்ளலாம் என நினைத்து ரமணன் பணிப்பெண்ணிடம் கேட்ட போது இவர்களிற்கு காவலாக வந்திருந்த பிரெஞ்சுக்கார காவல் அதிகாரி தண்ணீரை மட்டுமே குடிக்க அனுமதி என்றுவிட்டு இவர்களது வைனையும் தானே குடித்து உணவையும் சேர்த்தே சாப்பிட்டு நன்றாக நித்திரை கொண்டு எழும்பியிருந்தான்.

விமானம் நின்று அனைத்துப்பயணிகளும் இறங்கி முடித்த பின்னர், நான்கு பேர் விமானத்தினுள் ஏறி அவர்களிற்கு அருகில் வந்து பிரெஞ்சு அதிகாரிக்கு தங்களை அறிமுகப்படுத்தி கை குலுக்கியதும் ஏற்கனவே போடப்பட்டிருந்த விலங்குகள் அகற்றப் பட்டு புதியதாய் வந்தவர்கள் கொண்டு வந்த விலங்கை மாட்டியதும் பிரெஞ்சு அதிகாரி ஒரு பைலை அவர்களிடம் கொடுத்து விடை பெற்றான். இருவரையும் விமானத்தை விட்டு வெளியே கொண்டு சென்றதும் விமான நிலையத்தில் ரமணனை மட்டும் தனியாக ஒரு பாதையால் வெளியே கொண்டுசென்று வெள்ளை வான்

ஒன்றில் அவனை ஏற்றி கண்களைக் கட்டியதும் வாகனம் ஓடத் தொடங்கியது.

வெள்ளை வேனைப் பார்த்ததுமே அது பற்றிக் கேள்விப்பட்ட கதைகள் எல்லாம் அவனிற்கு மனத்திரையில் ஓடத்தொடங்கியிருந்தது மட்டுமல்ல யாரோ ஒரு பெண்ணின் பெயரும் நினைவில் வந்து போனது. அது ஏன் இப்போது நினைவில் வந்தது என்று அவனுக்கே தெரியாதது மட்டுமல்ல... "அம்மாவும் அக்காவும் எனக்கு என்ன நடக்கிறது என்று தெரியாமல் காசு வருமெண்டு காவல் இருப்பார்கள்.." என்று நினைக்க எதுக்கடா பிறந்தோம் என்றிருந்தது. கிட்டத்தட்ட ஒரு மணி நேர பயணத்தின் பின்னர் வாகனம் ஓரிடத்தில் நின்றதும் ரமணனை அழைத்துக் கொண்டு போய் கண்ணை மட்டும் அவிழ்த்து விட்டு கதவைப் பூட்டிவிட்டு போய்விட்டார்கள்.

ரமணன் அறையை சுற்றி வரப் பார்த்தான்... அது காவல் நிலையம் போல இல்லை. ஒரு பொருள் கூட இல்லாத ஒரு வீட்டின் அறை போலவேயிருந்தது. மனதில் மரணபயம் தொற்றிக்கொண்டு அடுத்த செக்கன் என்ன நடக்கப் போகின்றது என்கிற படபடப்போடு திகிலானதாக கடந்து கொண்டிருந்தது. ஒருவன் வந்து ரமணனை இன்னொரு அறைக்குள் அழைத்துப்போனான். அந்த அறை எதோ ஒரு தொழில்கூடம் போல வகை வகையாக பல அளவுகளில் இரப்பர் குழாய்கள், கம்புகள், வயர்கள் வரிசையாய் அடுக்கி வைக்கப்பட்டிருந்தது. நடுவில் ஒரு வாங்கு, சுவர் ஓரமாக ஒரு மேசை, இரண்டு கதிரை அவ்வளவுதான். ரமணனின் விலங்கை அகற்றியவன் அவன் உடம்பிலிருந்த அனைத்து துணிகளையும் கழற்றச்சொன்னான். உடைகளை கழற்றிவிட்டு ஜட்டியோடு நின்றிருந்தவனிடம் ஜட்டியையும் கழற்றச் சொல்லி உரத்துச் சொன்னதும் கொஞ்சம் கூச்சத்தோடு அதையும் கழற்றினான். மீண்டும் வலக்கையில் விலங்கை மாட்டி அவனை இழுத்துக் கொண்டு போய் வாங்கில் முகம் குப்புறபடுக்க வைத்து விலங்கின் மறுபக்கத்தை வாங்கின் காலோடு பூட்டியதும் ரமணன் தனக்கு அடுத்து நடக்கப் போகும் சித்திரவதைகளை தாங்குவதற்கு மனதை தயார்ப்படுத்துவதைத் தவிர வேறு தெரிவுகள் எதுவும் அவனிடம் இருக்கவில்லை.

ரமணனின் பின் உடம்பு முழுதும் ஒருவன் மாறி மாறி அடித்த பின்னர், விடுகின்ற சிறிய இடைவேளையில் எதிரே கதிரையில் இருந்த ஒருவன் தனது கைத்தொலைபேசியில் அனைத்தையும்

படமாக்கியபடி கேள்விகளைக் கேட்பான். ரமணன் பதில் சொன்னதும் திரும்ப அடி விழும். அவனின் முதலாவது கேள்வி உனக்கு லீடர் யார்... லீடர் என்றால் ஆதித்தன் பெயரைத் தான் சொல்ல வேண்டும். ஆனால் யாரும் இல்லை சார் என்று முனகினான். ஓ அப்போ நீதான் லீடரா என்றதும் மீண்டும் அடிவிழத் தொடங்கும். நீங்கள் எத்தனை பேர்... யார் உங்களுக்குப் பணம் தருவது, உங்கள் திட்டம் என்ன... இப்படி கேட்கப்பட்ட எந்தக் கேள்விக்கும் ரமணனிடம் பதில் இல்லை. விழுந்த அடியில் ஒன்று கழுத்துக்கு கீழே முள்ளந்தண்டில் விழ தலை சுற்றி கண்கள் இருட்டிக் கொண்டு வந்தது.

வேலையால் வந்த ரமணன் கடிதப் பெட்டியைத் திறந்தான். வழக்கம் போல விளம்பரங்களாலும் பணம் கட்ட வேண்டிய பில்களாலும் நிரம்பிப் போயிருக்கும் கடிதப் பெட்டியில் எப்போதாவதுதான் தேவையான அல்லது முக்கியமான கடிதம் வந்திருக்கும். அன்று அவனுக்கு இரண்டு கடிதம் வந்திருந்தது. ஒன்று அவனது அம்மாவின் கடிதம். அடிக்கடி போனில் கதைத்தாலும் அம்மா கடிதம் எழுதுவதை நிறுத்துவதில்லை. அது தேவையானது. அடுத்தது முக்கியமான கடிதம். அகதி விண்ணப்பங்களை பரிசீலிக்கும் அலுவலகத்தில் இருந்து வந்திருந்தது. கொஞ்சம் படபடப்போடு அதைப்பிரித்தான். பிரெஞ்சு மொழியில் இருந்த கடிதம் புரியவில்லை. உடனே அவனுக்கு கேஸ் எழுதின ஆதித்தனுக்கு போனடித்தவன் "அண்ணை கொமிசனிலயிருந்து கடிதம் வந்திருக்கு போனமுறை வந்தது போலத்தான் இருக்கு" என்றதும், அவர் உடனே கடிதத்தை கொண்டு வரச் சொல்லியியிருந்தார். ரமணன் வீட்டுக்குள் போகாமல் திரும்ப சுரங்க ரயிலைப் பிடித்து ஆதித்தனின் அலுவலகம் நோக்கி போய்க்கொண்டிருக்கும் போது ரயிலில் அம்மாவின் கடிதத்தைப் பிரித்தான்...

கடிதத்திற்குள் அவன் கட்டத் தொடங்கியுள்ள வீட்டின் வரைபடமும் இதுவரை அவன் அனுப்பிய பணத்துக்கான செலவுக்குறிப்புக்களும் அம்மாவின் எழுத்தும் இருந்தது. வரவு செலவு கணக்குத் துண்டுகள் அனுப்பவேண்டாம் எண்டு சொன்னாலும் அம்மா விடுவதில்லை. தாயும் பிள்ளையும் எண்டாலும் வாயும் வயிறும் வேறை எண்டு சொல்லி அனுப்பிக் கொண்டே இருப்பார். இப்போ இந்த வீட்டை கட்டிமுடிப்பதுதான் அவனது பெரிய வேலை மட்டுமல்ல அவனது கனவும் கூட. "எண்பத்தி ஐய்ந்தாம் ஆண்டு பலாலி ஆமி... குரும்பசிட்டிக்கு

வந்த நேரம் நீ வயித்திலை. அக்காவையும் கொண்டு கையிலை அகப்பட்டதை தூக்கிக்கொண்டு நானும் உன்ரை அப்பாவும் வெளிக்கிட்டனாங்கள். நாங்கள் பரம்பரையாய் வாழ்ந்த வீடு எனக்கு சீதனமாய் தந்தவை" என்று வீட்டைப் பற்றி அம்மா கதை கதையா சொல்லுவார்.

அதுக்குப்பிறகு அவனுக்கு நினைவில் இருந்ததெல்லாம் தொடர்ச்சியான இடப் பெயர்வும், மாறி மாறி சொந்தங்கள் தெரிந்தவர் வீடுகளில் குடியிருந்தது மட்டும்தான். வன்னிக்குள் வந்து படித்துக் கொண்டிருந்தவன், வீட்டுக்கு ஒருவர் இயக்கத்துக்கு என்றதும் போய் விட்டான். அக்கா காதலித்து கல்யாணம் செய்து கொண்டு போய் விட, அப்பாவும் நோயில் விழுந்து இறந்த செய்தி முகாமிலிருந்தவனுக்கு பிந்தியே கிடைத்திருந்தது.பேச்சு வார்த்தை தொடங்கி விட்டிருந்ததால் தனித்துப் போயிருந்த அம்மாவை அடிக்கடி போய் பார்த்து விட்டு வருவான். அம்மாவுக்கு இரண்டு ஆண் சகோதரங்கள் ஒருவர் ஆஸ்திரேலியா, மற்றவர் கனடா. கனடா மாமாவின் புண்ணியத்தில் அம்மாவின் வாழ்க்கை ஓடிக்கொண்டிருந்தது.

எல்லாமே வேகமாய் மாறி சண்டை தொடங்க அவனுக்கு அம்மாவின் தொடர்பு விட்டுப்போனது. தந்திரோபாய பின் வாங்கலில் தொடக்கி இரண்டு வருட இறுதியில் எந்த தந்திரோபாயமும் இல்லாத பொழுதொன்றில் ஆயுதங்களை எறிந்த ஆயிரக்கணக்கானவர்களைப் போலவே அவனும் ஆயுதத்தை ஏறிந்து விட்டு கையைத்தூக்கியிருந்தான். அப்பா அம்மா செய்த புண்ணியமோ என்னவோ சில விசாரணைகளுக்குப்பிறகு புனர் வாழ்வு முகாமுக்கு அனுப்பி விட்டிருந்தார்கள். அங்கு ஆறு மாதம் கழித்து வெளியே வந்தபோது அம்மா எப்பிடியோ தேடிப்பிடித்து கூட்டிப் போக வந்திருந்தார் கூடவே அக்காவும் நின்றிருந்தாள். அவளுக்கு ஒரு ஆண்குழந்தை. அனைவரையும் ஒன்றாய் கண்டது மகிழ்ச்சி. ஆனால் அக்கா கண்ணைக் கசக்கினாள் காரணம் அத்தான் காணாமல் போனவர் பட்டியலில் சேர்க்கப்பட்டிருந்தார்.அவனை கண்டுபிடித்துவிட்ட அம்மா அடுத்ததாக மருமகனின் தேடலை தொடங்கியிருந்தார். புனர்வாழ்வு முடிந்து வந்திருந்தாலும் புலனாய்வாளர்களின் தொல்லை தொடரவே கனடா மாமாவின் உதவியோடு பிரான்சுக்கு வந்து இரண்டு வருடமாகிறது. அவனது அகதி தஞ்சக் கோரிக்கை இரண்டாவது தடவையும் நிராகரிக்கப் பட்டு கடிதம் வந்து விட்டது . அந்தக் கடிதத்தை எடுத்துக்கொண்டு

அவனிற்கு அகதி தஞ்ச கோரிக்கையை எழுதிக்கொடுத்த ஆதித்தனின் அலுவலகத்திற்கு வந்துவிட்டிருந்தான் இப்போது...

ஆதித்தன் அலுவலகத்தில் கணினியில் தமிழ் வானொலி கேட்டபடி எதையோ எழுதிக் கொண்டிருந்தார்... அனேகமாக யாரோ ஒருவனின் தலைவிதியாகத்தான் இருக்கவேண்டும். வெளிநாட்டில் அகதிகளுக்கு கேஸ் எழுதுபவர்கள் தான் பிரம்மாக்கள். அவர்களுக்கு நான்கு தலை இல்லையே தவிர நான்கு தலைக்குரிய தலைக்கனம் இருக்கும். பவ்வியமாக தனக்கு முன்னால் வந்தமர்த்த ரமணன் நீட்டிய கடிதத்தை வாங்கிப் படித்தவர் உதட்டைப்பிதுக்கி "ம்... நாட்டிலை வசிக்கிறதுக்கு உமக்கு உண்மையில பிரச்சனை எண்டுறதுக்கு ஆதாரம் போதாது அதாலை அகதிக் கோரிக்கையை நிராகரிக்கப்பட்டிருக்கு எண்டு எழுதியிருக்கிறாங்கள்" என்று விட்டு கடுமையாக யோசித்துக் கொண்டிருந்தவரிடம் "அண்ணை அடுத்தது என்ன செய்யலாம்?" எண்டு மெதுவாகக் கேட்டான். "எத்தினையாயிரம் பேருக்கு விசா எடுத்துக் குடுத்திருப்பன். இயக்கம் மட்டும் இருந்திருந்தால் இப்ப உம்மடை கையிலை விசா இருந்திருக்கும். அவங்கள் இல்லாமல் போனாப்பிறகு எனக்கு மட்டுமில்லை கனபேரின்டை தொழில் படுத்திட்டுது..." என்று அவர் கடிதத்தை கையில் வைத்து யோசித்துக் கொண்டிருக்கும் போது வானொலியில் செய்திகள் தொடங்கவே "இவங்கள் வேற ஒரு செய்தியையே எல்லாரும் கொஞ்சம் கொஞ்சம் மாத்தி சொல்லுவாங்கள்" என்றபடி அதை நிப்பாட்டப் போனவர் செய்தித் தலைப்பைக் கேட்டதும் அவர் முகத்தில் ஒரு பிரகாசம் தெரிந்தது.

செய்தியை பொறுமையாகக் கேட்டவர் உடனே ரமணனிடம் "தம்பி உம்மட்டை பேஸ் புக் எக்கவுண்ட் இருக்குதோ" என்றார். "ஓமண்ணை சொந்தப் பெயரில ஒண்டும் பேக் ஐடி இரண்டும் வைச்சிருக்கிறன் என்றபடி தனது ஐ போனை எடுத்து அவருக்கு காட்ட முயற்சிக்கும்போது, "நல்லது அப்பிடியே வைச்சிரும் விசா இருக்கோ இல்லையோ உதுகளுக்கு மட்டும் குறையில்லை. இரண்டு பேக் ஐடி யும் பொம்பிளை பெயர் தானே?..."

"இல்லையண்ணை ஒண்டுதான்..." லேசாய் நெளிந்தான் ரமணன்.

"சரி நான் சொல்லுறதை கவனமாய் கேளும் அதை ஒழுங்காய் செய்தால் உமக்கு விசா கிடைக்கும்" என்றபடி திட்டத்தை விளங்கப் படுத்தினார். அவர் கையை ஆட்டி கண்களை உருட்டி திட்டத்தை

சொல்லி முடித்து கடைசியாய் மேசையில் ஓங்கி அடித்து "எப்படி என்னோடை பிளான்?" எண்டு அவனைப் பார்த்துக் கேட்டார்.

வன்னியில் தாக்குதல் திட்டங்களை தளபதிகள் விளங்கப்படுத்திய போதே சிரித்தபடி கேட்டுக்கொண்டிருந்தவனுக்கு இவரின் பிளான் கொஞ்சம் தயக்கமாக இருந்தது. "அண்ணை ஒண்டும் பிழைக்காது தானே ஏதும் பிரச்சனை வந்தால் என்ன செய்யறது" என்று இழுத்தவனுக்கு,

"தம்பி நான் ஒரு லோயர் சொல்லுறன் நீர் பயப்பிடாமல் சொன்னதை செய்தால் போதும். என்னோடை பிளான் பிசகாது எண்ணி ஆறு மாதத்திலை உமக்கு விசா... ஒரு பிரச்சனையும் வராது"

அவர் தன்னைத்தானே லோயர் எண்டு அடிக்கடி சொல்லுவாரே தவிர இதுவரைக்கும் பிரான்சிலை ஒரு கோட்டுப்படியேறி கோட்டுப் போட்டு வாதாடியதாய் அவன் கேள்விப்பட்டதேயில்லை.

"சரியண்ணை நீங்கள் சொன்னபடி செய்யுறன். ஆனால் கொடி எங்கை வாங்கிறது?"

என்றதும் எழும்பி பின்னாலிருந்த அலுமாரிக்கு மேலே இருந்த கடுதாசிப்பெட்டிக்குள் கையை விட்டு சுருட்டி இருந்த சிவப்பு மஞ்சள் கலரில் புலிக்கொடி ஒன்றை எடுத்து அவனுக்கு முன்னால் போட்டார். ஆச்சரியமாய் அவரிடம்...

"நீங்கள் கொடி யாவாரமும் செய்யிறீங்களோ?"

"தம்பி இந்தத் தொழிலில எல்லாம் செய்ய வேணும் இதெல்லாம் உங்களுக்கு புரியாது கொடிக்கு முப்பது யூரோ. கடிதம் படிச்சு சொன்னதுக்கு இருபது யூரோ. எல்லாமா ஐம்பது யூரோ எடும். நாளைக்கு சொன்ன வேலையை கச்சிதமா செய்திட்டு எனக்கு போன் அடியும்" என்றார். ஐம்பது யூரோவை எடுத்து அவரிடம் நீட்டி விட்டு கொடியை எடுத்துக்கொண்டு போய்விட்டான் .

அவரது திட்டத்தை நிறைவேற்ற இன்னொரு ஆள் தேவை, வேலை வெட்டி இல்லாமல் ஊரை சுற்றும் ரவி நினைவுக்கு வரவே போனடித்து விடயத்தை சொன்னான். அவனும் குஷியாகி "ஒண்டும் பிரச்னை இல்லை," தான் வருவதாகச் சொன்னான்.

வேலையிடத்தில் முதலாளியிடம் லீவு கேட்க வேண்டும். அவரை சங்கரன் அண்ணை எண்டுதான் கூப்பிடுவான். கடையில்

அவர்கள் இருவர் மட்டுமே வேலை செய்வார்கள், ஆறுநாள் வேலை. திங்களில் கடை பூட்டு. அதைத்தவிர தலை போகிற விடயம் என்றாலும் கடையைப்பூட்ட மாட்டார். அவர் கனடா மாமாவின் நண்பர் என்பதால் அவனுக்கு விசா இல்லை என்று தெரிந்தும் வேலை கொடுத்திருக்கிறார். சம்பளம் குறைவுதான் ஆனாலும் நியாயமாக நடந்து கொள்வார். அவரது பலசரக்கு கடையில் வேலைக்குச் சேர்த்த இரண்டு வருடத்தில், தான் பிரான்ஸ் வந்து ரயில் நிலையத்தில் படுத்து கஸ்ரப்பட்ட கதையை ஒருநாளைக்கு ஒரு தடவையாவது சொல்லாமல் விட மாட்டார். அவர் நல்லவர்தான் ஆனால் அவருக்கு தொழில்தான் முக்கியம், அதைத் தவிர்த்து அரசியல் மற்றும் போராட்டம் - அது உள்ளூராக இருக்கட்டும் உலக அளவில் இருக்கட்டும் எதுவுமே பிடிக்காது.

சொல்லப்போனால் இந்த ஆயுதப் போராட்டமே தேவையில்லாத ஒன்று என்பதுதான் அவரது வாதம்.

ஒரு தடவை அவரோடு போராட்டம் பற்றி கதைக்கப்போய், "அண்ணை போராட்டம் நடந்தபடியால் தானே காங்கேசன்துறையில இருந்த நீங்கள் பாரிசுக்கு வந்து கடை போட்டு வசதியாய் வாழ முடியுது" என்று சொன்னதுதான்..

"தம்பி எனக்கு ஊரிலை இருந்த வெத்திலை தோட்டம் எவ்வளவு எண்டு தெரியுமோ? வெத்திலையின்டை பெறுமதி தெரியுமா? நாங்கள் வெத்திலைக்கொடியை பொற்கொடி எண்டுதான் சொல்லுறனாங்கள். ஒவ்வொரு இலையும் பொன் மாதிரி. எங்கடை சடங்குகளிலை வெத்திலை இல்லாத ஒரு சடங்கை சொல்லு பார்ப்பம்... அப்பிடிப்பட்ட வெத்திலை தோட்டம் ஏக்கர் கணக்கிலை வைசிருந்தனாங்கள் எண்டால் எவ்வளவு பணக்காரராய் இருந்திருப்பம் எண்டு யோசி...அங்கயும் உழைப்பு இங்கயும் உழைப்பு அப்பதான் முன்னேறலாம் இனி வீண் கதை என்னோடை கதைக்காதை..."

என்று அவனைப்போட்டு சப்பித் துப்பி விட்டிருந்தார். நல்ல வேளை வேலையை விட்டுத் தூக்கவில்லை என்கிற நிம்மதி அன்று ஏற்பட்டது.

நாளைக்கு லீவு கேக்க வேணும் அதுவும் வெள்ளிக்கிழமை காய்கறி வியாபாரம் நல்லா நடக்கிற நாள். பாரிஸ் புறநகர்ப் பகுதியில் உள்ள ஒரேயொரு தமிழ்க்கடை அது. அங்கு இருக்கின்ற அனைத்து தமிழ்சனங்களும் வருவார்கள். வடிவா கவனிக்காட்டி

வாற சனம் முருங்கைக்காயையும் வெண்டிக்காயையும் முறிச்சு வைச்சிட்டு போயிடுங்கள். லீவைப் பற்றி யோசித்தபடியே வேலையை செய்து கொண்டிருந்தான். கடை பூட்டும் நேரம் சாமான் எல்லாம் எடுத்து உள்ளை வைத்து முடித்து முதலாளி முன்னால் போய் நின்றான்.

கணக்குப் பார்த்துக் கொண்டிருந்தவர் தலையை நிமிர்த்தி "ஊருக்கு அனுப்பக்காசு கேட்டனியல்லோ எவ்வளவு வேணும்" என்றார்.

"ஓம் எழுநூறு யூரோ தங்கோ... மாதம் முடிய கணக்கு பாப்பம்" தலையை சொறிந்தான். பணத்தை எண்ணி நீட்டியவர் "ஏதோ வீடு கட்டத்தொடங்கினதா சொன்னனி என்ன மாதிரி, எங்கை கட்டுறாய்?" என்றதும் அவசரமாய் போய் தனது பையிலிருந்து அம்மா அனுப்பிய கடிதத்தை கொண்டுவந்து பிரித்து வீட்டுப்பிளானை காட்டியபடி.

" இது எங்கடை குரும்பசிட்டி காணிக்கை தான் கட்டப் போறன்.இப்ப மூண்டு மாதத்துக்கு முதல்தான் ஆமி அந்தப் பகுதியை சனத்துக்கு திருப்பிக் குடுத்தவன். அதுக்கை இருந்த வீடும் இடிஞ்சு அத்திவாரம் கூட இல்லை. எல்லையை கண்டு பிடிக்கவே சரியா கஸ்டப்பட்டதா அம்மா சொன்னவா. அம்மாக்கு திரும்ப அதுக்குள்ளை ஒரு வீடு கட்ட வேணும் எண்டு ஆசை. தொடங்கியிருக்கிறன் பாக்கலாம்" என்று பெருமூச்சோடு முடித்தான்.

"உன்னுடைய குடும்ப பிரச்சனை எல்லாம் எனக்குத் தெரியும். நீயும் உன்ர மாமன் மாதிரி நல்லவன். என்ர குடும்பத்தில ஒருத்தன் மாதிரி ஏதும் உதவி எண்டல் தயங்காமல் என்னட்டை கேள் தம்பி" என்றதும்,

"நாளைக்கு லீவு வேணும் அண்ணை ஒரு சிநேகிதன்டை கலியாணம் கட்டாயம் போகவேணும்." தலையைக் குனித்தான்.

"இப்பதான் உன்னை நல்ல பெடியன் எண்டனான். பொதுவா சனி ஞாயிறுலை தானே கலியாணம் வைக்கிறவங்கள் நாளைக்கு வெள்ளிக்கிழமை வேறை... மரக்கறி வரும்..." யோசித்தார்.

அவரிடம் பொய் சொல்ல கொஞ்சம் சங்கடமாகவே இருந்தது. ஆனால் வேறு வழியில்லை. "இது நாள் நச்சத்திரம் பார்த்து கோயில்லை நடக்கிற கலியாணம் அதுதான் வெள்ளிக்கிழமை வைக்கிறாங்கள் மத்தியானம் முடிஞ்சிடும். உடனை வந்திடுவன்..."

அடுத்த பொய்யையும் சொன்னான்.

“சரி நான் சமாளிக்கிறான் போட்டு ஆறுதலாய் வா...” அனுமதி கொடுத்தார்.

ரமணனுக்கு மகிழ்ச்சி. இருபது யூரோவை நீட்டி “அண்ணை சிம் காட்டை றீசார்ச் பண்ணி விடுங்கோ” என்றான். அந்த லைக்கா சிம் காட்டும் சங்கரன் தனது பெயரில்தான் பதிவு செய்து கொடுத்திருந்தார். சிம் றீசார்ஜ் ஆகி எஸ் .எம்.எஸ்.வந்ததும் விடை பெற்றான்.

அடுத்தநாள் காலை எழும்பி அறையில் உள்ளவர்கள் வேலைக்குப் போகும்வரை காத்திருந்தவன் போனில் சார்ஜ் இருக்கிறதா என்று சரி பார்த்துக் கொண்டு ரவி சம்பவ இடத்துக்கு வருவானா என்பதை உறுதி செய்துவிட்டு, “செய்தி வெளியானதும் முதலாளிக்கு கட்டாயம் தெரிய வரும். கோவப்படுவார். என்ன செய்யலாம்...? அதை பிறகு பாக்கலாம்.” கொடியை எடுத்து விரித்துப் பார்த்தான். கொடி கட்டத் தடிதேவை? யோசித்த பொழுது மூலையில் கிடந்த தும்புத்தடி கண்ணில்பட தும்பும், தடியும் வேறு வேறானது... இப்போ தடியில் கொடி...எல்லாம் சரி பார்த்தவன் ரயிலைப் பிடித்து சம்பவ இடத்துக்கு வந்திருந்தான், அவனைப்போலவே மேலும் பலர் புலிக்கொடி, பதாகைகளோடு வந்து கொண்டிருந்தார்கள். இன்னொரு தடவை திட்டத்தை மனதில் ஓடவிட்டான்...ஸ்ரீ லங்காவிலிருந்து வந்திருக்கும் அமைச்சர் அங்குள்ள நட்சத்திர விடுதியில் தங்கியிருக்கிறார் அவருக்கு எதிர்ப்பு காட்ட இங்குள்ள தமிழ் அமைப்பு ஒன்று அழைப்பு விடுத்திருந்தது... இந்த எதிர்ப்பில் ரமணனும் கலந்து கொள்ள வேண்டும்.. அமைச்சர் விடுதியிலிருந்து கூட்டத்திற்கு செல்லும் போது அவரின் வாகனத்தின் முன்னால் வீதியில் தீடிரென கொடியோடு பாய்ந்து,

“நீதி வேண்டும்...சர்வதேச விசாரணை வேண்டும்... வெளியே போ...”

என்று கத்திவிட்டு காவலுக்கு நிற்கும் போலிசின் கையில் அகப்படாமல் அங்கிருந்து வெளியேறிவிட வேண்டும். இதை இன்னொருவர் வீடியோவாக எடுக்க, அந்த கிளிப்பை உடனடியாக அவனது பேஸ்புக்கில் அப்லோடு பண்ணி, பலருக்கும் ரக் பண்ணிவிட, செய்தி எல்லா இடமும் பரவும் அவ்வளவுதான்...

“அமைச்சருக்கு எதிப்புத் தெரிவித்த காரணத்தால் ரமணன் ஸ்ரீலங்கா சென்றதும் கைது செய்யப்பட வாய்ப்புகள் அதிகம். உயிருக்கும் ஆபத்து நேரலாம் எனவே அவரது அகதி விண்ணப்பதை மறு பரிசீலனை செய்ய வேண்டும்.”

இதுதான் ஆதித்தன் அகதிகள் விண்ணப்பதை பரிசீலிக்கும் அலுவலகத்துக்கு ஆதாரங்களோடு எழுதப்போகும் அடுத்த கடிதம்.

அமைச்சர் வந்த செய்தியை வானொலியில் கேட்டதும் ஆதித்தனுக்கு உதித்த திட்டம் இதுதான் .

ரவியைத்தேடி போனடித்தபோது, ஒரு பியரை உறுஞ்சியபடி கூலாக நடந்து வந்து கொண்டிருந்தான்.“என்னடா காலங் காத்தலையே தொடங்கிட்டியா? இந்தா என்னை வடிவா போக்கஸ் பண்ணி எடு” என்று தனது கைத்தொலைபேசியை கொடுத்துவிட்டு, “நான் அடுத்த பக்கம் போறன். அங்கையிருந்து ரோட்டுக்கு குறுக்கா பாய்ஞ்சு வருவன். தவற விட்டிடாதை” என்றுவிட்டு வீதியின் மறு பக்கம் போனவன் காவலுக்கு நின்ற போலிஸ்காரனுக்கு தூரமாக பாதுகாப்புக்கு போடப்பட்டிருந்த தடை வேலிக்கு அருகாக தயாராய் நின்றிருந்தான். தூரத்தில் தெரிந்த விடுதியின் முன்னால் நின்றிருந்த வாகனத்தில் அமைச்சர் வந்து ஏறுவது தெரிந்தது. அந்த வாகனத்திற்கு முன்னால் இரண்டு மோட்டர் சைக்கிளில் பாதுகாப்பு பொலிசார் தயாராய் நின்றிருந்தார்கள். அமைச்சர் வாகனத்தில் ஏறியதும் ஆர்ப்பாட்டக்காரர்கள் உசாராகி கொடிகளையும் பதாதைகளையும் உயர்த்திப்பிடித்து கோசங்களை எழுப்பத் தொடங்கியிருந்தனர். அமைச்சரின் வாகனம் உருளத் தொடங்க ரமணனுக்கு இதயத் துடிப்பு அதிகரித்து லேசாய் படபடப்பு தொடங்கியிருந்தது. ரவியை மாதிரி ஒரு பியரை அடிச்சிட்டு வந்திருக்கலாமோ என்றும் யோசித்தான்.

அமைச்சரின் வாகனம் கிட்டே நெருங்கிக்கொண்டிருந்தது. ஆர்ப்பாட்டக்காரர்கள் எழுப்பிய கொட்டொலிச் சத்தங்களும் கோசங்களும் வேகம் பிடிக்கத் தொடங்க... காவல்துறையினர் பரபரப்பானார்கள். வாகனம் கிட்டே நெருங்கி விட்டது, ரமணன் எதிரே நின்ற ரவியைப் பார்த்தான். அவன் வலக்கை கட்டை விரலை உயர்த்திக் காட்டி விட்டு கைத்தொலைபேசியை உயர்த்தி வீடியோவில் ரமணனை பதியத்தொடங்க... ரமணன் கொடியை உயர்த்திப் பிடித்தபடி “இனப் படுகொலை அரசு அமைச்சரே திரும்பிப் போ...” என்று கத்தியபடி தடுப்பு வேலியைத் தாண்டவும்,

"எங்கள் தாகம் தமிழ் ஈழத் தாயகம்…"

என்று சத்தமாகக் கத்தியபடி கொடியோடு இன்னொருவன் எதிரேயிருந்து தடுப்பு வேலியைத் தாண்டி அமைச்சரின் வாகனத்துக்கு முன்னே பாய்ந்து வீதியில் குறுக்கே படுத்துக்கொண்டான்…

"எனக்கு குடுத்த ஐடியாவையே ஆதித்தன் இன்னொருத்தனுக்கும் குடுத்திட்டானோ?"

என்று ரமணன் ஒரு கணம் தடுமாறி நிக்க, மேலும் பலர் தடுப்பு வேலியை தாண்டி வீதியில் இறங்க முயற்சித்தனர். காவலுக்கு நின்ற போலிசார் மேலதிகமாக கலகமடக்கும் போலிசாரின் உதவிக்கு அழைப்பு விடுத்தபடியே வீதிக்கு வருபவர்களை தடுக்கும் முயற்சியில் இறங்கினார்கள்.

எதிரே தடுப்பு வேலிக்குப் பின்னால் நின்ற ரவியும் உற்சாகமாகி தடுப்பைக் கடந்து வந்து அனைத்தையும் கைத்தொலைபேசியில் பதிவு செய்து கொண்டிருந்தான். யாரோ எங்கிருந்தோ எறிந்த பியர்ப்போத்தல் ஒன்று வீதியில் விழுந்து உடைந்து சத்தம் கேட்டது… போலிஸ் வாகனங்களின் சைரன் சத்தங்கள் அந்த இடத்துக்கு அருகாகக் கேட்கத் தொடங்கியிருந்தது. வீதியில் படுக்க முனைந்தவர்களை போலிசார் பிடித்து விலங்கு மாட்டிக் கொண்டிருக்க அமைச்சரின் வாகனம் அந்த இடத்தைக் கடந்து போய்விட்டிருந்தது.

பறந்து வந்த இன்னொரு பியர்ப்போத்தல் ஒன்று ஒரு போலிஸ்காரனின் முதுகைப்பதம் பார்க்க அவன் இடுப்பிலிருந்த கண்ணீர்ப் புகைக்குண்டை கழற்றி ஆர்ப்பாட்டக்காரர்களை நோக்கி உருட்டி விட்டான். அந்த இடம் சிறிய கலவரமாக மாறிக்கொண்டிருந்தது. மேலதிகமாக வந்த போலிசாரில் ஒருவன் தன்னை நோக்கி வருவதைப்போல இருக்கவே ரமணன் கொடியை வீதியில் எறிந்து விட்டு வேகமாக தடுப்பு வேலியைத் தாண்டியபடி ரவியைத் தேடினான். காணவில்லை. கண்ணீர்ப்புகை காற்றில் கரைந்து அவனுக்கும் லேசாய் கண்ணில் எரிச்சல் ஏற்பட அங்கிருந்து ரயில் நிலையத்துக்கு வந்து ரயிலில் ஏறிவிட்டான், வீட்டுக்குப் போவதா அல்லது வேலையிடத்துக்கு போவதா என்று குழப்பமாக இருந்தது. வீட்டுக்குப் போய் முதல் வேலையாய் ரவிக்கு போனடிப்பம் என்று முடிவெடுத்தான்.

அவலங்கள் | 115

சங்கரன் கடையில் நல்ல சனக் கூட்டம்... தனியாக சமாளிக்க முடியாமல் அல்லாடிக் கொண்டிருந்தவர்... முருங்கைக்காய் ஒன்றை எடுத்து கொலை வெறியோடு அதை முறுக்கிக் கொண்டிருந்த வயதான பெண்ணைப் பார்த்து,

"அம்மா... யூஸ் பிழிஞ்சு குடிக்க இது கரும்பில்லை. முருங்கைக்காய், இதுக்கு மேலை முறுக்க வேண்டாம்"

என்று கொஞ்சம் கடுப்பாக சொல்லிவிட்டு, "இண்டைக்கெண்டு இவன் லீவு எடுத்திட்டான்" என்று ரமணனைத் திட்டியபடி பரபரப்பாக நின்றிருந்தவருக்கு கடைத் தொலைபேசியும் விடாமல் அடிக்க இலக்கத்தைப் பார்த்தார், அது அவரது வீட்டு இலக்கம். "மனிசி தான் இவளுக்கு நேரம் காலம் கிடையாது" என்றபடி எகிறிய கோபத்தில் அதை எடுத்து காதில் வைத்து, "என்னடி வேணும்" என்றதும்...

"என்னப்பா செய்தி பாத்தனியளோ?"

"இப்ப ரெம்ப முக்கியம் உனக்கு வேறை வேலையில்லை வையடி"

என்றபடி போனை வைக்கப் போனவரிடம், "முக்கியமான செய்தி டுபுக்கு டொட் கொம்மிலை போய் பாருங்கோ" என்றதும் தொலைபேசி துண்டிக்கப்பட்டது.

அப்பிடியென்ன முக்கிய செய்தியாயிருக்கும் என்றபடி தனது ஐ போனில் கூகிளில் புகுந்து டுபுக்கு டொட் கொம் என்று தட்டினார்.

"போராட்டம் மாபெரும் வெற்றி. ஸ்ரீ லங்கா அமைச்சர் தனது வாகனத்திலிருந்து பின்கதவால் தப்பியோட்டம்..." என்கிற செய்தித் தலைப்பில் சில படங்களும் போடப்பட்டிருந்தது. ஒரு படத்தில் ரமணன் கொடியை உயர்த்திப் பிடித்தபடி பாய்கின்றதைப்போல இருந்த படத்தைப்பார்த்ததும் சங்கரனுக்கு சட்டென்று கோபம் தலைக்கேறி தன்னை மறந்து "பரதேசி" என்று சொல்ல அவருக்கு முன்னால் முறுக்கிப்பார்த்த முருக்கைக்காயை கையில் பிடித்தபடி பணத்தை நீட்டிய பெண்,

"யாரைப் பாத்து பரதேசி என்டுறாய்? ஊரிலை எங்களுக்கு முருங்கைத் தோட்டமே இருந்தது உனக்குத்தெரியுமா. இந்தா உன்ரை முருங்கைக்காய்"

என்று அதை அங்கேயே எறிந்துவிட்டு போக, "ஐயோ அம்மா நான் பரதேசி எண்டு சொன்னது உங்களை இல்லை. அது வேற பரதேசி" என்று சொன்னதும். "அப்ப நான் வேற பரதேசியா" என்றபடி அவர் கோபமாக கடையை விட்டு வெளியேறிக் கொண்டிருக்கும்போதே இரண்டு பிரென்சுகாரர்கள் உள்ளே நுழைந்தார்கள்.

சரி அவர் போனால் என்ன இப்ப வெள்ளைக்காரனெல்லாம் வெள்ளிக்கிழமை விரதம் பிடிக்கிறாங்கள் போல. முறுக்கி எறிஞ்சிட்டு போன முருக்கங்காயை நிமித்தி இவங்களுக்கு விக்கலாம் என நினைத்து அதை எடுத்தபடி நிமிர்ந்தபோது... வந்தவர்களில் ஒருவன் தனது அடையாள அட்டையை அவரது முகத்துக்கு நேரே நீட்டியபடி "போலிஸ்" என்றுவிட்டு ஒரு கைத்தொலைபேசியை எடுத்துகாட்டி இது உங்களுடையதா என்றான்.

சங்கரனின் கோபம் இப்போ பயமாக மாறி லேசாய் உதறல் எடுக்க, "இல்லை" என்றபடி தலையாட்ட... அவனோ விடுகிற மாதிரியில்லை. ஒரு இலக்கத்தைச் சொல்லி இந்த இலக்க சிம் காட் உங்களுடையது தானே என்றான். ரமணனுக்கு தன்னுடைய பெயரில் கடையின் விலாசம் போட்டு லைக்கா சிம் காட் பதிந்து கொடுத்தது நினைவில் உறைக்க, லைக்கா எண்டாலே பிரச்சனையாக் கிடக்கு என்றபடி எனக்கு எதுவும் தெரியாது... என்று தொடங்கியவர் சகல விடயத்தையும் போலீஸ்காரரிடம் சொல்லி ரமணனின் வீட்டு விலாசத்தையும் எழுதிக் கொடுத்துவிட்டார்.

நன்றி சொல்லியபடி காவல்துறையினர் போன பின்னர்தான் கவனித்தார் கடையில் நின்றவர்கள் மட்டுமல்ல கோபித்துக்கொண்டு போன பெண் கூட திரும்ப வந்து அவரை ஒரு மாதிரியாகப் பார்த்துக்கொண்டு நின்றிருந்தார்கள். "ஒண்டுமில்லை தெரிஞ்ச போலிஸ்காரங்கள்தான் ஒருத்தனைப்பற்றி விசாரிக்க வந்தவங்கள்" என்று சொல்லி சமாளித்தாலும் அவருக்கு அது பெரிய அவமானமாக இருந்தது மட்டுமல்ல திரும்பவும் ரமணன் மீது கோபம் வர "இனி இவனை வேலைக்கு வைசிருக்கிறேல்லை" என்று முடிவெடுத்திருந்தார். ஆனால் அவர் படித்த செய்தியில் ஒன்று மட்டும் அவருக்குப் புரியவில்லை... "வாகனத்திலிருந்த அமைச்சர் எப்பிடி பின் கதவால் தப்பியோடியிருப்பர் ஒருவேளை பின்னலை டிக்கியில் இருந்திருப்பாரோ?"

வீடு வந்த ரமணன் ரவியின் போனுக்கும், தனது போனுக்கும் மாறி மாறி அடிதுக்கொண்டேயிருந்தான். ரிங் போய்க்கொண்டிருந்தது பதிலில்லை. அவனோடு தங்கியிருக்கும் சிவாவிற்கு அன்று லீவுநாள், அவன்தான் அன்று வீடு துப்பரவாக்கி சமைக்கவேண்டும். அப்போதுதான் நித்திரையால் எழும்பியவன் வீட்டு போனை போட்டு அமத்திக்கொண்டு நின்ற ரமணனிடம் "என்னடா இண்டைக்கு வேலைக்கு போகேல்லையோ?" என்றபடி படுக்கையை எடுத்து மடித்துக் கொண்டிருக்க கதவில் யாரோ தட்டவே "ரவியாகத்தான் இருக்கவேண்டும்" என்று நினைத்தபடி அவசரமாகப் போய் திறந்தவன் உறைந்துபோய் நின்றான்.

அடையாள அட்டையைக் காட்டிவிட்டு உள்ளே வந்த போலிசார் இருவரும் அவர்களிடம் விசாவை காட்டும்படி கேட்க சிவா அவசரமாக தனது விசாவை எடுத்துக் கட்டினான். அதிர்ந்து போய் நின்ற ரமணனிடம் மீண்டும் விசா என்றதும், தயங்கியபடியே ஒரு பைலை எடுத்து நீட்டினான். அதற்குள் இரண்டு வருடத்திற்கு முன்னர் அவன் அகதி அந்தஸ்து கோரியதிலிருந்து கடைசியாய் அவனது கோரிக்கை நிராகரித்து வந்த கடிதம் வரை எல்லாமே இருந்தது. ஒருவன் மேலோட்டமாய் அனைத்தையும் பார்த்துக் கொண்டிருக்கும்போது... "டேய் தும்புத் தடியின்ரை தும்பு இங்கை கிடக்கு தடி எங்கையடா?" என்று மெதுவாக ரமணனிடம் கேட்ட சிவாவைப் பார்த்த போலீசார் "இங்கு பிரெஞ்சில் மட்டும்தான் கதைக்க வேண்டும்" என்று கண்டிப்பாக சொல்லிவிட்டு ரமணனை சோதனை செய்தபின்னர் விலங்கை மாட்டி அழைத்துக்கொண்டு போனார்கள். சிவாவிற்கு எதுவும் புரியாமல் தும்பின் தடியை தேடத் தொடங்கியிருந்தான்.

காவல் நிலையத்தில் வைத்து ஒரு அதிகாரி அவனின் போனைக் காட்டி "இது உன்னுடையதா?" என்று கேட்டபோதுதான் ரமணனுக்கு எல்லாம் புரிய ஆரம்பித்திருந்தது.

கலவரத்தில் கைதான ரவி அப்புறுவராக மாறி பொலிசாரின் கையில் போனையும் கொடுத்து எல்லாமே விபரமாக சொல்லிவிட்டிருந்ததால் அவனை விடுதலை செய்து விட்டிருந்தனர். அன்று வெள்ளிக்கிழமை என்பதால் இரண்டு நாள் கழித்து திங்கட் கிழமை காலை போலிசார் ரமணனை நீதிபதியின் முன்னால் கொண்டு போய் நிறுத்தியிருந்தர்கள். அவனுக்கு சரியாக பிரெஞ்சு மொழி தெரியாது என்பதால் ஒரு மொழிபெயர்ப்பாளரும் வந்திருந்தார். நீதிபதி சொன்னதை மொழிபெயர்ப்பாளர் பெயர்த்தார்.

“பிரெஞ்சு நாட்டின் சட்டங்களை மீறியது, காவல்துறையினரின் கடமையை செய்யவிடாமல் தடுத்தது, காவல் அதிகாரி ஒருவர் கடமையில் இருந்தபோது அவர் காயமடையக் காரணமாக இருந்தது ஆகிய குற்றங்கள் உங்கள் மீது சுமத்தப்பட்டுள்ளது எனவே நீங்கள் குற்றவாளியா சுற்றவாளியா...” என்று கேட்டுவிட்டு நீதிபதியும் மொழிபெயர்ப்பாளரும் அவனை உற்றுப்பார்த்தார்கள்.

“எப்பிடி சொன்னால் என்னை விடுவினம் அண்ணை” என்று மொழிபெயர்ப்பாளரிடம் அப்பாவியாய் அவன் கேட்க, எரிச்சலுடன் அவனை முறைத்தவர், தன் கடமை தவறாது அவனது கேள்வியையும் மொழிபெயர்த்தார்.

லேசாய் புன்னகைத்த நீதிபதி மீண்டும் அவனிடம் “நீங்கள் குற்றவாளியா சுற்றவாளியா?...”

சுற்றவாளி எண்டால் அதை நிருபிக்க வேணும். லோயர் வைக்க வேணும். அதெல்லாம் சிக்கல் பேசாமல் குற்றவாளி எண்டு ஒத்துக்கொண்டால் பாவம் பார்த்து விட்டாலும் விடுவங்கள். அல்லது இரண்டு மூண்டு மாசம் உள்ளை போட்டிட்டு விடுவங்கள். என்று நினைத்து “குற்றவாளி ஐயா” என்றான்.

நீதிபதி தொடர்ந்தார்... “குற்றத்தை ஒப்புக்கொண்ட நபரது அகதி தஞ்சக் கோரிக்கை நிராகரிக்கப்பட்டிருப்பதாலும் அவருக்கு இந்த நாட்டில் தங்கியிருக்க அனுமதிக்கும் ஆவணங்கள் எதையும் கொண்டிருக்காததால் அவர் உடனடியாக பிரான்ஸ் நாட்டை விட்டு வெளியேற வேண்டும்...”

“ஐயோ அண்ணை அவரிட்டை சொல்லுங்கோ என்னிலை எந்தப் பிழையும் இல்லை. போலிஸ்காரனுக்கு போத்திலாலை எறிஞ்சது சத்தியமா யாரெண்டு எனக்கு தெரியாது...”

என்று ரமணன் கெஞ்சிக் கொண்டிருக்கும்போதே போலிசார் மீண்டும் விலங்கை மாட்டி அவனை அழைத்துக் கொண்டு போய் காவல் நிலையத்தில் அடைத்தார்கள். அவன் கைது செய்யப்பட்டபோது அவனிடம் இருந்த ஏழுனூறு யூரோவையும் காவல் துறையினர் எடுத்திருந்தனர். அந்தப் பணத்திலேயே அவனுக்கு உணவு வாங்கிக் கொடுத்துவிட்டு அதற்கான பில்லையும் அவனிடம் காட்டிய பின்னர் அதனை ஒரு பையில் போட்டு வைத்திருந்தார்கள். அன்றிரவும் அவனுக்கு உணவு வாங்கிய பில்லோடு இன்னொரு பேப்பரையும் ஒரு போலிஸ்காரன் காட்டினான். அது அன்றிரவு

அவன் ஸ்ரீலங்கா செல்வதற்கான பயணச் சீட்டு... ரமணனுக்கு இப்போ இரவா பகலா?... என்ன நாள், என்ன நேரம் என்று எதுவுமே தெரியாதவனாய் விடை தெரியாத கேள்விக்குறி ஒன்று மட்டும் முன்னால் தெரிந்தது.

பாரிஸ் சார்ல் டி கோல் விமான நிலையம், எயார் லங்கா விமானத்தில் பயணிகள் ஏறுவதற்கு முன்னராக காவல் துறையினர் வாகனத்தில் ரமணனை அழைத்துப்போய் பரிசோதனை செய்து விமானத்தில் ஏற்றி அங்கு தயாராய் நின்றிருந்த அதிகாரியிடம் பைல் ஒன்றையும் கொடுத்துவிட்டுப் போனார்கள். சிறிது நேரத்தில் அவனுக்குப் பக்கத்தில் இன்னொருவனை ரமணனைப் போலவே விலங்கிட்டு கொண்டு வந்து இருத்தினார்கள். அவனை எங்கேயோ பார்த்த ஞாபகம் வரவே "யாரது?..." யோசித்தான்.

பயணிகள் விமானத்தில் ஏறத்தொடங்கியிருந்தனர். சட்டென்று அவன் யாரென்று நினைவுக்கு வந்தது. அருகில் இருப்பவன்தான் அன்று அவனுக்கு எதிரே இருந்து ஓடிவந்து அமைச்சரின் வாகனத்துக்கு முன்னால் படுத்தவன், அவனே தான்...

காவலுக்கு வந்த அதிகாரி அவர்களுக்கு சீட் பெல்ட்டை போட்டு கை விலங்கு தெரியாமல் இருக்க போர்வையால் மூடி விட்டான். விமானம் பயணிகளால் நிரம்பி உறுளத்தொடங்கியிருந்தது... இதுவரை தனியாகப் போகிறோமே என்று கவலையோடு இருந்தவனுக்கு கொஞ்சம் தெம்பாக இருக்க பக்கத்தில் இருந்த அதிகாரிக்கு கேட்காமல் மெதுவாக தனது தலையை குனிந்து வாயை அவனது காதுக்குள் வைத்து

"உங்களுக்கும் விசாப்பிரச்சனையோ?..."

"இல்லை எனக்கு சிட்டிசன்" என்று அலட்சியமாகவே சொன்னான் அவன்.

அதிகாரி இவர்களை லேசாய் முறைத்துவிட்டு ஒரு புத்தகத்தை எடுத்துப் பிரித்து அதற்குள் புகுந்துவிட்டான்.

"ஒரு சிட்டிசன்காரன் உண்மையாவே உணர்வோடை போராடியிருக்கிறான்" என்று நினைத்த ரமணனுக்கு பக்கத்திலிருந்தவன் உயர்த்த ராஜகோபுரமாகத் தெரிந்தான். விசாவுக்காக கொடி பிடித்த தன்னை நினைக்க கேவலமாக இருந்தது.

ஆனால் சிட்டிசன்காரனை நாடு கடத்த மாட்டங்களே...என்கிற சந்தேகத்தில் மீண்டும் அவனிடம்,

"அப்ப எதுக்கு உங்களை நாடு கடத்துறாங்கள்?"

ஸ்ரீலங்காவிலை கனக்க கள்ள மட்டையைப் போட்டிட்டன். என்ரை பேரை இன்ரப்போல் போலிஸ் பட்டியலிலை போட்டிட்டாங்கள். அதுதான் இப்படி ஒரு ஐடியாவைப் போட்டு அமைச்சரிண்டை காருக்கு முன்னாலை பாய்ஞ்சனான். செய்தி பரவினதும் இங்கை ஒரு லோயரை வைச்சு இலங்கைக்கு அனுப்பினால் உயிருக்கு ஆபத்து எண்டு வழக்காடலாம் எண்டு நினைச்சன். ஆனால் பிழைச்சுப் போச்சு" என்று உதட்டைப் பிதுக்கினான். சில வினாடிக்கு முதல் ரமணனுக்கு ராஜகோபுரமாய் தெரிந்தவன் இப்போ அமெரிக்காவின் இரட்டைக்கோபுரமாய் இடிந்து விழுந்துகொண்டிருந்தான். அதற்குப் பிறகு அவனோடு பேசவேயில்லை.

ரமணன் கண்ணை விழித்துப் பார்த்தான்... அவன்மீது தண்ணீர் ஊற்றப்பட்டிருந்தது, ஒருவன் அவனது விலங்கை அகற்றி விட்டு அங்கு கிடந்த துணிகளை எடுத்துக் கொடுத்து போட்டுக் கொள்ளச் சொன்னான். ஜீன்ஸ், ரீ சேட், ரேபன் கண்ணாடி, ரீபக் சப்பாத்து அணிந்து அறைக்குள் ஒரு பைலோடு நுழைந்த அதிகாரி கதிரையில் அமர்ந்து பைலைப் பிரித்து அவனைப் பார்த்து சரளமான தமிழில், "பெயர் ரமணன் தியாகராஜா...இயக்கப் பெயர் சேரமான், சிறுத்தைப்படைப் பிரிவு, சரணடைந்து வவுனியா புனர்வாழ்வு முகாம் முடித்து வெளியேறியிருக்கிறாய்...எப்பிடியோ பிரான்ஸ் போயிட்டாய் அங்கை போய் அமைச்சருக்கு எதிராய் ஆர்ப்பாட்டம்...ம்... தவறு உன்னிடம் இல்லை எங்களிடம்தான்" என்றவன், ரமணனிடம் எந்த விசாரணையும் செய்யவில்லை. அங்கு நின்றவர்களிடம் சைகை காட்டிவிட்டு போனான்.

ஒருவன் வந்து ரமணனின் கண்ணைக் கட்டி வாகனத்தில் ஏற்றினான். சில மணி நேரப் பயணத்தின் பின்னர் அவனை இறக்கி நடத்தினார்கள். பாதை கடினமாக இருந்தது. சில இடங்களில் தடுக்கி விழப்போனான். இப்போ பலர் அவனைச்சுற்றி நின்று கதைப்பது கேட்டது. யாரோ அவனை அமத்தி முழங்காலில் இருத்தி கண் கட்டை அவிழ்த்து விட்டான். வெய்யில் வெளிச்சத்தில் எல்லாம் மங்கலாகத் தெரிந்தது. இமைகளை வெட்டி தலையை மெதுவாக திருப்பி வலப்பக்கம் பார்த்தான். அவனைப்போலவே மேலும் இரண்டு பேர் முழங்காலில் இருத்திவைக்கப்பட்டிருந்தனர். இடப்

பக்கம் தலையைத் திருப்பினான். காலை சாதாரண உடையில் பைலோடு வந்த அதிகாரி இப்போ இராணுவச் சீருடையில் விறைப்பாய் நின்றிருந்தான். என்ன நடக்கப் போகிறது என்று ரமணன் ஊகிக்க முன்னரே பின்னால் பல துப்பாக்கிகள் லோட் பண்ணும் சத்தம் கேட்டது. கண்களை இறுக முடினான்... அம்மாவும் அவர் அனுப்பிய வீட்டின் வரைபடமும் கண்ணுக்குள் நிழலாய் அசைய துப்பாக்கிகள் சடசடத்த சத்தத்தில் காடு அலறி ஒய்ந்தது...

முக்கிய செய்திகள்... இன்று மாலை பதவியா காட்டுப்பகுதியில் நடந்த மோதலில் விடுதலைப் புலிகள் அமைப்பிற்கு தலைமை தாங்கி அதற்கு புத்துயிர் கொடுக்க முயன்ற மூன்று புலி உறுப்பினர்கள் சுட்டுக் கொல்லப்பட்டனர். இவர்கள் இறுதி யுத்தம் நடந்து முடித்த பின்னர் வெளிநாடுகளிற்கு பயணம் செய்து அங்குள்ள புலிகளின் அதரவு அமைப்புகளோடு தொடர்புகளைப் பெற்று அவர்களின் நிதியுதவியோடு மீண்டும் ஒரு ஆயுதப் போராட்டத்தை தொடங்கும் நோக்கோடு ஸ்ரீலங்கா திரும்பியிருந்தார்கள். இவர்கள் இராணுவத்தினர் மீது தாக்குதல் சதித்திட்டம் ஒன்றை திட்டமிட்டுக் கொண்டிருந்த வேளை புலனாய்வுப் பிரிவினருக்கு கிடைத்த இரகசியத் தகவலையடுத்து நானூருக்கும் அதிகமான இராணுவத்தினர் அவர்களது மறைவிடத்தை சுற்றிவளைத்த போது சுமார் அரை மணி நேரம் நடந்த மோதலில் அந்த இடத்திலேயே மூன்று புலி உறுப்பினர்களும் கொல்லப்பட ஒரு இராணுவ வீரர் காலில் காயமடைந்தார். அவர்களின் மறைவிடத்திலிருந்து எராளமான ஆயுதங்களும் கைப்பற்றப்பட்டது...

கொல்லப்பட்டவர்கள் சுப்பன். வான் புலிப்பிரிவு, தயாளன். கடற்புலிப் பிரிவு, ரமணன். புலனாய்வுப் பிரிவுகளில் இயங்கியவர்கள் என அடையாளம் காணப்பட்டு அவர்களது உடலங்கள் வவுனியா வைத்திய சாலையில் ஒப்படைக்கப்பட்டுள்ளது. காயமடைத்த இராணுவவீரர் மேலதிக சிகிச்சைகளுக்காக அனுராதபுரம் வைத்திய சாலைக்கு அனுப்பி வைக்கப்பட்டார். வெளிநாட்டு சுற்றுப் பயணத்தை முடித்து நாடு திரும்பிய அமைச்சர் கருத்துக் கூறுகையில் இந்த நாடு மூவின மக்களும் சமாதானத்தோடும், சகோதரத்தவத்தோடும் வாழும் நாடு. இங்கு பிரிவினைக்கோ வன்முறைக்கோ இடமளிக்க முடியாது என்றார்... செய்திகள் தொடர்ந்து ஒலித்துக் கொண்டிருந்தது...

பீனாகொலடா

எழுதிய காலம் *17/10/2014*

இன்று லீவு நாள். வழக்கம் போல ஆறுதலாக நித்திரையால் எழும்பி சோம்பல் முறித்து... போய் ஒரு பிளேன் டீ யை போட்டு எடுத்தபடி ஹாலுக்குள் வந்து டிவியைப் போட்டு விட்டு சோபாவில் அமர்ந்து டீ யை ஆசையாய் ஒரு உறுஞ்சு உறுஞ்சும் போதே...

"என்னாங்கோ ஒருக்கா வாங்கோ" என்று அறையில் இருந்து மனைவியின் சத்தம்...

"லீவு நாளிலை கூட நிம்மதியாய் ஒரு டீ குடிக்க முடியேல்லை"

என்று சின்ன சினத்தோட அறைக்குள் போய் எட்டிப்பார்க்க... கட்டிலில் குவிந்து கிடந்த துணிகளில் சிலதை எடுத்து என்னிடம் நீட்டியபடி "இதுகளை கொண்டு போய் ரெட் குறொஸ் பெட்டிக்குள்ளை போடிட்டு வாங்கோ. முக்கியமா இந்த பச்சை ரீ சேட். நீங்கள் போடுறதும் இல்லை வருசக் கணக்கா கிடக்கு. இந்த வருசமாவது எறியுங்கோ" என்றபடி அதை மட்டும் தனியாக கையில் தந்தாள்...

வருசத்துக்கு ஒரு தரம் இப்பிடித்தான் அலுமரிக்குள் இருக்கும் பாவிக்காத உடுப்புகளை பொறுக்கியெடுத்து கொண்டுபோய் செஞ் சிலுவைச்சங்க பெட்டிக்குள் போடுவது வழைமை. செஞ்சிலுவை சங்கக்காரன் உன்மையிலேயே அந்த உடுப்புக்களை இங்கை ஏழை மக்களுக்கு கொடுக்குறானா? அல்லது ஆப்பிரிக்காவுக்கோ, ஆசியாவுக்கோ அனுப்புகிறானா? அதையும் விடுத்து குப்பையிலை போடுகிறானா? என்பதெல்லாம் அவங்களுக்கு மட்டுமே வெளிச்சம். மனிசி தந்த உடுப்புக்களை கொண்டு மறுபடியும் ஹாலுக்குள் நுழைந்து சோபாவில் சரிந்தபடி அங்கிருந்த சின்ன மேசையில் உடுப்புக்களை போட்டுவிட்டு அந்த பச்சை ரீசேட்டை கையில் எடுத்தபடி டிவி ரிமோட்டை அமத்தியபடி டீயை உறுஞ்சத் தொடங்கினேன்...

கொழுத்திய கோர வெய்யில் தலையில் பட்டு விடாமல் தடுக்கும் முயற்சியாக புத்தகப் பையை தலைக்கு மேலே தூக்கிப்பிடித்தபடி புழுதி படர்ந்த பாதையில் வீட்டை நோக்கி ஓட்டமும் நடையுமாக போய்க் கொண்டிருந்தாள் அமுதவல்லி. வீட்டை நெருங்கும் போது அவள் வீட்டிலிருந்து புறப்பட்டு வெளியே வந்த புல்லட் வண்டி அவளைக் கடந்து போகும்போது அதிலிருந்த ராமலிங்கம் அவளைப்பார்த்து லேசாய் புன்னகைத்து விட்டுப்போனான் .

"ஐயையோ இவன் என்னத்துக்கு வீட்டுக்கு வந்திட்டு போறான். அன்னிக்கு இப்பிடித்தான் தனியா வந்து கொண்டிருந்த நேரம் தீடிரென முன்னாலை வந்து "ஏய் என்னைக் கட்டிகிறியா" எண்டு கேட்டிவிட்டு போனான். அவளும் பயத்தில யாருக்கும் சொல்லவேயில்லை. இப்ப நேர வீட்டிலேயே வந்து வீட்டிலேயே கேட்டிட்டு போறானா?"

அமுதவல்லிக்கு இதயத்துடிப்பு அதிகரிக்க இன்னமும் வேகமாக வீட்டுக்குள் ஓடிப்போய் நுழைந்து மூச்சுவாங்க நின்றவளை,

"ஏய் பெட்டைக்கழுதை இப்பிடியா ஓடி வாறது. கலியாணமாகி நாளைக்கே அடுத்தவன் வீட்டுக்கு வாழப்போற பெட்டச்சி அடக்க ஒடுக்கமா ஒழுங்க இரு..."

என்று அவள் அம்மா திட்டியதும் எதோ நடக்கப்போகிறது என்று அவளுக்குப் புரிந்தது. நேரே அடுப்படிக்குள் போய் பானைக்குள் இருந்த தண்ணீரை செம்பில் நிரப்பியெடுத்து அவசரமாய் அண்ணாந்து குடிக்கும் போதே பாதி நீர் கடவாயால் கழுத்து வழியாக அவள் சட்டையை நனைத்தபடி கீழிறங்கிக் கொண்டிருக்க, குடித்து முடித்தவள் சட்டையை உதறியபடி,

"அம்மா எதுக்கு அவன் இங்கை வந்திட்டு போறான்..." முடிக்க முதலே கையை ஓங்கிக் கொண்டு முன்னால் வந்த அம்மா,

"மூடுடி வாயை. கட்டிக்க போறவனை போய் அவன் இவன் எண்டுகிட்டு..."

"என்னது கட்டிக்க போறவனா... யாரை?"

"உன்னையத்தான்..."

"எனக்கு புடிக்கல. நான் படிக்கபோறன்."

“நீ பத்தாவது வரை படிச்சதே போதும். அப்பா வரட்டும் மீதியை பேசிக்கலாம். பொத்திக்கிட்டு உள்ளை போய் இரு...”

அமுதவல்லிக்கு ஓடி வந்த களைப்பு கோபமாய் மாறி இப்போ அழுகையாக வெடிக்கும் போல இருந்தது. அறைக்குள் போய் சாத்திக்கொண்டாள்.

சிறிது நேரத்திலேயே அப்பாவும் தங்கையும் வந்து சேர்ந்து விட்டிருந்தனர். அம்மாவும் அப்பாவும் மாறி மாறி கதைப்பது லேசாய்க் கேட்டது. இடையே அறைக்குள் ஓடி வந்த தங்கை அவளைச் சுரண்டி “அக்கா உனக்கு கல்யாணமாம்” என்றுவிட்டு ஓடி விட்டாள். விவாதம் முடிந்து அப்பா உள்ளே வந்த சத்தம் கேட்டு கட்டிலில் அமுதவல்லி எழும்பி உட்கார்ந்து கொள்ள, லேசாய் அவள் தலையை தடவியவர் .

“இந்தா பாரும்மா எனக்கும் பெரிசா பிடிக்கல. ஆனா அம்மா சொல்லுறதிலையும் நியாயம் இருக்கு. நான் சாதாரண வாத்தியார். உனக்கு அடுத்ததும் பெண்ணு ஒன்னு வீட்டில இருக்கு. அதவிட அவங்கள் நம்ம ஜாதிக்காரங்க. ஊரிலேயே பெரிய பணக்காரங்க வேறை... ஒரே பையன் அவனா வீடு தேடி வந்து கேட்டிட்டு போயிருக்கான். போற இடத்துல நிச்சயமா நீ நல்லயிருப்பாயம்மா.”

தடவிய அப்பாவின் கைகளைப் பிடித்த படி “இல்லப்பா எனக்கு படிக்கணும்” அவள் குரல் அடைத்தது.

“எனக்கும் நீ படிக்கணும் எண்டுதான் ஆசை. ஆனா வாத்தியார் பிள்ளை மக்கு என்கிற மாதிரி உனக்கு படிப்பும் பெரிசா வரல்லையே. அதைவிட மேல உன்னை படிக்க வைக்கிற வசதி கூட என்கிட்டை இல்லம்மா யோசிச்சு சொல்லு...” அவள் தலையை தான் மார்போடு அணைத்தார்...

அமுதவல்லி அப்பாவின் பேச்சில் கரைந்து போனாள். ராமலிங்கம் வீட்டில் அவன் செல்லப்பிள்ளை. ஊதரித்தனமாய் ஊர் சுற்றித் திரிந்தவன் கலியாணம் ஆகிட்டால் அடங்கிடுவான் என்பதால் அவனது ஆசைக்கு யாரும் குறுக்கே நிக்கவில்லை. அதைவிட அமுதவல்லியின் தந்தை வசதி இல்லாது விட்டாலும் வாத்தியார் ஊரில் நல்ல பெயர் எடுத்தவர். உள்ளூர் யோசியரும் ஜாதகம் பார்த்து கோவில் பூசாரியும் பூ போட்டு பார்த்து சரி சொன்னதில் சீர் வரிசை அதிகம் எதிர்பார்க்காமல் திருமணத்திற்கு சம்மதித்தார்கள். நிச்சயதார்த்தத்தின் போதே,

“ஏம்மா மருமகளே நீ முதல்லை எனக்கு ஒரு பேரனை மட்டும் பெத்துக்குடுத்துடு அது போதும் எனக்கு. அவனுக்கு நான் எங்க குல தெய்வம் முனியாண்டிக்கு மொட்டை போட்டு காது குத்தணும்...”

என்று அவளின் வருங்கால மாமியார் சொன்னபோது அங்கு நின்ற அனைவரும் விழுந்து விழுந்து சிரித்தாலும் அமுதவல்லிக்கு மட்டும் அடிவயிற்றில் இருந்து உருண்டைகள் உருள்வதுபோல இருந்தது.

சிங்கப்பூரின் இசூன் பகுதியில் நுழைந்த டாக்ஸி ஒரு அடுக்கு மாடிக் கட்டடத்தின் முன்னால் நின்றுகொள்ள பணத்தைக் கொடுத்து விட்டு நான் இறங்கியதும் பின்னால் வந்து டிக்கியில் இருந்த சிறிய சூட்கேசை எடுத்து என் முன்னால் வைத்துவிட்டு டாக்ஸி காரன் விடை பெற்றான். பத்துமணிநேர விமானப்பயணம். போய் குளித்து விட்டுமுதல் வேலையாக வீட்டுக்கார ஓனரம்மாக்கு போன் அடிச்சு நான் வந்திட்டேன் என்று சொல்லிட்டு வாடகையை கொண்டு போய் கொடுக்க வேணும் என்று நினைத்தபடி வீட்டிற்குள் நுழைத்ததும் சூட்கேசைத் திறந்து அதில் இருந்த பைலை எடுத்து பீரோவில் வைத்து பூட்டி விட்டு வீட்டு யன்னல்கள் எல்லாம் திறந்து விட்டேன். மூன்று வாரத்துக்கு மேலாக வீட்டில் இல்லை. குளியலறைக் குழாய்களில் இருந்து வரும் நாத்தம் வீட்டை லேசாய் நிறைத்திருந்தது. குளித்து முடித்து வீட்டு வாடகையையும் கொண்டு போய் கொடுத்து விட்டு சாப்பிட்டு முடித்து வீட்டுக்கு வரும் வழியில் கொஞ்சம் பியர்களையும் வாங்கிவிட்டு வழக்கம் போல அந்த மலே டாக்சிகாரனின் இலக்கத்தை அழுத்தினேன்.

போனை எடுத்தவன் “சார் வந்தாச்சா? எது வேணும் தாய்லாந்து, மலேசியா, பிலிப்பின், ஸ்ரீலங்கா, இந்தியா...?”

“ஜப்பான் இல்லையா...?”

“என்ன சார் எப்ப பாத்தாலும் ஜப்பான் கேக்ககிறிங்க... அது ரெம்ப கஷ்டம் சார்... இந்தியா ஒண்ணு இப்பதான் புதிசு...”

“இந்தா பார் எல்லாருக்கும் சொல்லுற மாதிரி எனக்கும் இப்பதான் புதிசு எண்டு சொல்லாதை. எனக்கு புதிசெல்லாம் வேண்டாம். பிறகு நான் பாடமெடுக்கவே விடிஞ்சிடும் அனுபவசாலியா அனுப்பு...”

“கடவுளே உங்களுக்குப் போய் பொய் சொல்லுவனா...”

“சரி எதுக்கு கடவுள். அவரை விடு. நோத்தா? சவுத்தா?...”

“ஒரு நிமிசம் சார் கேட்டு சொல்லுறன்.”

அவன் வேறு யாருக்கோ இன்னொரு போனில் பேசிவிட்டு... “சார் சவுத்தாம் சார்.”

“கேரளாவா... கன்னடாவா... ஆந்திராவா?”

“அதெல்லாம் நீங்களே நேரில கேட்டுத் தெரிஞ்சுக்குங்க ஒரு நைட் தானே?”

“ம்... ஆனா அடுத்த தடவையாவது ஜப்பான் றை பண்ணு...”

“பேசாமல் நீங்க ஜப்பானிலயே போய் றை பண்ணுங்க. இப்போ இந்தியாவை கூட்டிட்டு அரை மணித் தியாலத்தில வாரன்.” தொலைபேசி கட்டானது...

சே...இந்த ஜப்பான் மட்டும் கிடைக்கிதேயில்லை. சின்ன வயசில இருந்தே சோனி...ஏசியா...ஹோண்டா...டொயோட்டா... கானோன்... எண்டு பார்த்து பழகிட்டாதாலை ஜப்பான் மேலை அப்பிடி ஒரு ஈர்ப்பு. அவன் சொன்ன மாதிரி ஜப்பானுக்கே போக வேண்டியதுதான் .

இளையராஜாவின் இசை கானங்கள் காசெட்டை எடுத்து வி.சி.ஆர்.இற்குள் போட்டுவிட்டு ஒரு சிகரட்டை பத்தவைத்து பால்கனியில் நின்று இழுத்து விட்டுக்கொண்டிருந்தபோதே டாக்ஸி காரன் வீட்டு பெல்லை அடித்தான். டிவி யில் இளையராஜா...

“நான் தேடும் செவ்வந்திப்பூவிது ஒரு நாள் பார்த்து அந்தியில் பூத்தது...”

பாடிக்கொண்டிருந்தார். அவனிடம் பணத்தை கொடுத்து அனுப்பி விட்டு அவளை உட்கார் என்றபடி கதவைச் சாத்தி திரும்பினேன். சோபாவின் நுனியில் கைப்பையை இறுக்கி மார்போடு அணைத்தபடி தலையைக் குனிந்து அந்தரத்தில் அமர்திருந்தவளிடம் சம்பிரதாய ஹாய் சொல்லிவிட்டு அவளை கண்களால் அளந்த படியே ஆங்கிலத்தில் “என்ன குடிக்கிறாய்...”

“நீங்க தமிழா?”

“இல்லை இங்க்லீஷ்காரன் தமிழ்ப்பாட்டு கேட்கிறேன்...” சிரித்துவிட்டு “தமிழ்தான்...”

கொஞ்சம் பதட்டத்தோடு... "எந்த ஊருங்க..."

"பயப்பிடாதை நான் உன்னோட ஊர் இல்லை. சிலோன். என்ன குடிக்கிறாய்"

தயங்கிய படியே... "தண்ணி" என்ற படி வலக்கை பெரு விரலால் குடிப்பது போல சைகையிலும் கேட்டாள். அவள் களைத்துப் போயிருந்தது கண்களிலேயே தெரிந்தது. கொண்டு வந்து கொடுத்த தண்ணீர் டம்ளரை அண்ணாந்து மடக்கு மடக்கென குடிதவள் வாயைத் துடைத்தபடி நீட்டிய டம்ளரை வாங்கியபடி "என்ன சரியான டயட்டா இருக்கா...?"

"ஆமாங்க நேத்திக்கு ஒரு அரபிக்காரன் இன்னிக்கு மதியம் வரை குடுத்த காசுக்கு தூங்க விடவேயில்லை. ஒருக்கா குளிச்சிட்டா எல்லாம் சரியாயிடும் பாத்ரூம் எங்கயிருக்கு?..."

"அந்த ரூமுக்குள்ளை போ அதுக்குள்ளையே பாத்ரூம் இருக்கு. ஒண்டும் அவசரம் இல்லை குளிச்சிட்டு கொஞ்ச நேரம் தூங்கு. எனக்கும் கொஞ்சம் வேலையிருக்கு வெளியே போயிட்டு வாரன். என்றபடி அறைக்குள் போய் துவாயை எடுத்து அவளிடம் நீட்ட கைப்பையுடனேயே பாத்ரூமில் நுழைந்து கொண்டாள்.

அநியாயத்துக்கு அப்பாவியா இருக்கிறாளே எப்பிடி இந்த தொழிலுக்கு... ஏமாந்திருப்பாளோ? ஆனா இப்பதான் புதிசு எண்டது உண்மை. நான் இங்கேயே இருந்தால் பயத்தில படுக்க மாட்டாள் கொஞ்சம் வேலையும் செய்யலாம் என நினைத்து, போட்டோ கொப்பி கொஞ்சம் அடிக்கவேண்டியிருந்ததால் பூட்டியிருந்த பீரோவைத் திறந்து பைலை எடுத்து அதிலிருந்த சில ஆவணங்களை எடுத்துவிட்டு மீண்டும் அதை பீரோவில் வைத்து பூட்டி வெளியே வந்து கதவையும் பூட்டி விட்டு போட்டோ கொப்பி கடையை நோக்கி நடக்க ஆரம்பித்தேன்.

ஒரு மணி நேரம் கழித்து ஆறுதலாக வீடுக்கு வந்து கதவை திறந்தேன். நன்றாக இருட்டிவிட்டிருந்தது. பாட்டு காசெட் முடிந்து திரும்பவும் ரீவைண்ட் ஆகிவிட்டிருந்தது. லைட்டைப் போட்டு விட்டு அறைக்கதவை மெதுவாக திறந்து பார்த்தேன். இரண்டு கைகளையும் கூப்பி தலைக்கு வைத்தபடி முழங்கால்களை மடித்து ஒருக்களித்து ஒரு குழந்தையைப்போல படுத்திருந்தாள். 'இன்னும் கொஞ்ச நேரம் படுக்கட்டும்...' என நினைத்தபடி கொண்டு வந்த போட்டோ கொப்பிகளையும் வேறு ஆவணங்களையும்

மேசையில் பரப்பி வைத்துவிட்டு பென்சில், அழி ரப்பர், கலர் கலராய் பேனைகளையும் எடுத்துப்போட்டு விட்டு எலோக்ரோனிக் டைப் ரைட்டரை எனக்கு முன்னால் இழுத்தபடி வேலையை தொடங்கினேன்…நேரம் போனதே தெரியவில்லை. இரண்டு மணித்தியாலங்கள் ஓடிவிட்டிருந்தது.

“காசைக் குடுத்து கூட்டியந்து தூங்க வைக்கிறமோ…” என்று யோசனை வர எல்லாவற்றையும் கொஞ்சம் ஒதுக்கி வைத்து விட்டு எழும்பும் போதே… அவளும் எழும்பி வெளியே வந்தவள் “ஐயையோ ரெம்ப நேரம் தூங்கிட்டனா மன்னிச்சுக்கோங்க” என்றவளிடம்,

“மன்னிப்பு எல்லாம் கிடையாது தண்டனை உண்டு” என்றபடி இன்னொரு பாட்டுக்கசெட்டை வி சி ஆர் ரில் தள்ளிவிட்டு பிறிச்சை திறந்து பியரை எடுத்தபடி… “குடிப்பியா…?”

“விரும்பிக் குடிச்சதில்லை கசப்பு… ஆனால் குடிப்பன். கஸ்டமர் சந்தோசத்துக்காக பழகிட்டன்.”

“சந்தோசம் கஸ்டமருக்கா… உனக்கா?”

“எனக்கும்தான்… அந்த போதையிலேயே எல்லாத்தையும் மறந்து நல்லா தூங்கலாம்…”

“கசப்பு பிடிக்காது போதை பிடிக்கும். அப்பிடித் தானே…?”

லேசா வெட்கத்தோடு, “ம்…”தலையாட்டினாள். இப்போ பயம் படபடப்பு இல்லாமல் அவள் சாதாரணமாக பேசியது பிடித்திருந்தது. “ஒரு நிமிசம்…” என்றபடி அவசரமாக கீழே இருந்த கடைக்குப்போய் பொருட்களை வாங்கிவந்து கிச்சனில் பரப்பி விட்டு ஒரு ரசாயன ஆய்வுக் கூடத்தில் விஞ்ஞானி பல திரவங்களை குடுவையில் கலப்பதைப்போல, வாங்கி வந்த திரவங்களில் எல்லாத்திலும் கொஞ்சமாய் சில்வர் குடுவையில் ஊற்றி ஐஸ் கட்டியை ஒரு துணியில் போட்டு அதை மேசையில் ஓங்கி அடித்து உடைத்த துண்டுகளையும் குடுவையுள் போட்டு குலுக்கி… அதை இரண்டு கிண்ணத்தில் ஊற்றி, மேலே லேசாய் நுரையோடு இருந்த இரண்டு கிண்ணங்களையும் தூக்கி வந்து ஒன்றை அவளிடம் நீட்டி விட்டு மற்றதை அவளது கிண்ணத்தோடு முட்டி சியஸ் சொன்னதும் அதுவரை ஒரு மாய வித்தைக்காரனை பார்ப்பது போல என்னையே பார்த்துக்கொண்டு நின்றவள்.

“ஐ…கலர் கலரா இருக்கு” என்றபடி கிண்ணத்தை இரண்டு தடவை மூச்சை நிறுத்தி குடித்து முடித்து பால் குடித்து முடித்த பூனையொன்று தன் நாவால் உதடுகளை நக்குவது போல் தன் மேல் உதட்டில் ஒட்டியிருந்த நுரையை தனது நாவால் லாவகமாக நக்கி துடைத்தவள்.. மீண்டும் கிண்ணத்தை நீட்டி…

“நல்லாயிருக்கு இன்னும் கொஞ்சம் யூஸ் குடுங்களேன்…”

“இது யூஸ் இல்லை. பீனாகொலடா…”

“என்னங்க எதோ கெட்ட வார்த்தை மாதிரி இருக்கு…”

“வார்த்தைகளில் கெட்டது நல்லது தீர்மானிக்கிறது யார்? வார்த்தைகளை உருவாக்கியது நாங்கள் தானே பிறகு எதுக்கு கெட்ட வார்த்தைகளை உருவாக்கினோம்…”

“ஒன்னும் புரியல எனக்கு யூஸ் வேணும்” குடித்து முடித்த கிண்ணத்தை நீட்டியபடி… “ஆமா உங்க பேர் என்ன? சொல்லவேயில்லை…”

“நீயும் கேட்கல நானும் சொல்லல. அதை தெரிஞ்சு என்ன பண்ணப்போறம்…”

கொஞ்சம் யோசித்தவள் “என் பேரு ரோஸி ஊரு சென்னை…”

“என் பேரு ரஜேந்திர சோழன். அப்பா பேரு ராஜராஜ சோழன்…” என்று சிரித்தபடியே அடுத்த கிண்ணத்தை நிரப்பி அவளிடம் நீட்டினேன். முன்றாவது கிண்ணமும் முடிந்துவிட்ட நிலையில் அறைக்குள் புகுந்து ஜன்னல் சீலைகளை இழுத்து மறைக்க அவளும் லேசாய் தள்ளாடியபடி பின்னால் வரவே விளக்கை அணைத்தேன்.

“புதிய பூவிது பூத்தது புதிய வண்டு தான் பாத்தது”

இளையராஜா சிற்றி வேசன் சோங் போடத் தொடங்கியிருந்தார் .

முயங்கி முடித்த மூச்சுக் காற்றின் வேகம் கொஞ்சம் கொஞ்சமாய் இறங்கிக் கொண்டிருக்க போர்வையால் மார்புவரை போர்த்தபடி கட்டிலில் நிமிர்த்து அமர்தவள் லேசாய் விசும்புவது போலஇருக்க.. அவசரமாக காற் சட்டையை தேடியெடுத்து மாட்டிக்கொண்டு விளக்கைப் போட்டுப் பார்த்தேன். அழத்தொடங்கியிருந்தாள்.

“சே எதுக்கு இப்ப அழுகிறாய்.” ஆதரவாய் அவள் தலையை மார்போடு இழுத்து தடவிக் கொடுக்க...

“நான் உங்களுக்கு பொய் சொல்லிட்டன். என் பேரு ரோசியிலை... அமுதவல்லி”

“ரோஸி இல்லைன்னு தெரியும்...அமுதவல்லி என்னுதெரியாது...”

“ரோஸி இல்லேண்டு எப்பிடி தெரியும்...??

“உன்னோட ஏஜெண்டு எல்லாருக்குமே வைக்கிற பேர் ரோஸி தான்...”

“என் ஊர் கூட சென்னை இல்லை...”

“எதிர்பார்த்ததுதான். ம்...மேல சொல்லு...”

“நான் பத்தாவது படிக்கும்போதே நம்ம சாதி சனத்தில வசதியான இடத்தில கல்யாணம் பண்ணி வச்சிட்டாங்க. எனக்கு முதலாவது பெண்ணு பிறக்கும் வரைக்கும் எல்லாம் நல்லாத்தான் போய்க்கிட்டிருந்தது. எங்களோட சாதி சனத்தில முதலாவது பையனா பிறந்தா தான் ஊரிலை ஒரு மரியாதை. பையனுக்கு ஊரையே கூட்டி எங்க குல சாமி கோயில்லை மொட்டை போட்டு காது குத்துவங்க. பெண்ணா பிறந்திட்டா கண்டுக்கவே மாட்டங்க. நானும் பிரசவத்துக்கு அம்மா வீட்டுக்கு போயிருந்தனா... பெண்ணு பிறந்திருக்கு எண்டு கேள்விப்பட்டதுமே என்னோட வீட்டுக்காரர் வந்து பாக்கவேயில்லை. என்னோட துணிமணி எல்லாம் ஒருதரிட்டை குடுத்தனுப்பி என்னை வீட்டுப்பக்கம் வரவேண்டாம் எண்டு சொல்லிட்டாங்க. அப்பாக்கு ஊரில கொஞ்சம் மரியாதை இருந்ததாலை ஊர் பெரியவங்க எல்லாரும் போய் அடுத்தது பையனா பெதுக்குடுப்பா எண்டு சமாதனம் பேசி என்னையும் பிள்ளையையும் கொண்டுபோய் விட்டிட்டு வந்தாங்க.பெண்ணுக்கு நானே மகாலட்சுமி என்னு பெயர் வச்சு நானே கூப்பிட வேண்டிய கொடுமை. அங்கை முன்னைய மாதிரி பெரிசா யாருமே என்னை கண்டுக்கவேயில்லை. கொடுமையா இருந்திச்சி அப்பதான் எனக்கு...”

எனும்போதே உடைந்து அழத்தொடங்கியவளின் வாயிலிருந்து வார்த்தைகள் வர மறுத்து விக்கலாக வந்து கொண்டிருக்க தண்ணீரை எடுத்துக் கொண்டு போய் கொடுத்து... “ஒண்டும் கவலைப்படாத ஆறுதலா மீதியச் சொல்லு”என்று சமாதனப்படுத்திவிட்டு

சிகரெட்டைப் பற்ற வைத்து ஜன்னலைத் திறந்து புகையை வெளியே தள்ளிக் கொண்டிருக்கும் போது சில மடக்கில் தண்ணீரை குடித்து முடித்தவள் பெட்சீட்டை இழுத்து உடலில் சுத்தியபடி குளியலறைக்குப் போய் முக்கை சீறி முகத்தைக் கழுவிவிட்டு வந்து கட்டிலில் ஏறி குந்தியிருந்தபடி... விட்ட இடத்தில இருந்து தொடர்ந்தாள்.

"அப்பதான் எனக்கு இரண்டாவது பிரசவம் ஆச்சு. என்னோட உடம்பு ரெம்ப வீக்கா இருந்ததால பக்கத்து ஊரில இருந்த கவர்மன்ட் ஹாஸ்பிட்டல கொண்டுபோய் போடிட்டங்க. அடுத்ததும் பெண்ணாவே பிறந்திடிச்சு. செய்திய கேள்விப்பட்டு யாருமே வந்து பாக்கல. நாலு நாள் கழிச்சு அப்பாதான் வந்து வண்டிய பிடிச்சு புருசன் வீட்டுக்கு கூட்டிட்டுப் போனார். ஆனா வாசல்ல வண்டிய பாத்ததுமே என் மாமியார் "எதுக்கு இங்க வந்தீங்க நாங்க தலை முழிகிட்டம் அப்பிடியே போயிடுங்க" என்று கத்தினார்.

"சரி என் பெண்ணு மகா லட்சுமியை குடுத்திடுங்க நான் போயிடுறன்" எண்டதும்... "நீ பிரசவத்துக்கு போனதுமே அதுக்கு விசக் காச்சல் வந்து செத்துப்போச்சு. புதைச்சிட்டம் எண்டு சொல்லிட்டு உள்ளை போய் கதவை சாத்திட்டாங்க..." என்று திரும்ப உடைந்து அழுதவள் பாதி அழுகை பாதி வார்த்தைகளாக சொல்லி முடித்து சில நிமிட மௌனத்தை இடைவேளையாக எடுத்துக் கொண்டாள்...

"எனக்கு இன்னொரு ஜூஸ் தாறிங்களா?..."

"அது ஜூஸ் இல்லை. காக்ரெயில்... பீனாகொலடா."

"ஏதோ ஒண்ணு... தாங்களேன்..."

அவளின் கதையோ அழுகையோ எனக்குள் எந்த தாக்கத்தையும் ஏற்படுத்தியதாகத் தெரியவில்லை. சண்டைக் காட்சியும், பாட்டும் இல்லாத ஒரு படம் பார்த்ததைப்போல இருந்தது. அடுத்த இரண்டு பீனாகொலடாவை தயாரித்துக் கொண்டிருக்கும் போதே கிச்சனுக்குள் வந்தவள்,

"சாரிங்க என்னோட கதைய சொல்லி உங்களை குழப்பிட்டனா?"

"அதெல்லாம் இல்லை இதவிட நிறைய கதை என்னட்டை இருக்கு இந்தா..."என்று கிண்ணத்தை நீட்டி விட்டு. "எப்பிடி சிங்கப்பூர் வந்தாய்..."

கிண்ணத்தில் உதட்டை வைத்து ஒரு உறுஞ்சு உறுஞ்சியவள் மேசை மேலே ஏறி அமர்ந்தபடி, “சிங்கப்பூர் வந்தாதா…அது வந்து …ம்… நான் அப்பாவோட வீட்டுக்குப் போயிட்டானா திரும்பவும் ஊர் பெருசுகள் எல்லாம் ஒண்டு கூடி இரண்டு வீட்டையும் எங்க குல தெய்வம் சாமி கோயில்ல கூப்பிட்டு பேசினாங்க. ஆனா புருசன் வீட்டில அறுத்து விடுங்க எண்டு சொல்லிட்டாங்க. அப்பா எனக்காக எவ்வளவோ கெஞ்சி கூத்தாடிப்பார்த்தார். உன் பொண்ணுக்கு சுகம் வேணுமெண்டால் அப்பப்ப அனுப்பிவை இனி சேர்ந்தெல்லாம் வாழ முடியாது எண்டு அப்பாக்கிட்ட என்னோட மாமியார் சொன்ன வார்த்தை அன்னிக்கு செத்துப்போயிடலாம் எண்டு தோனிச்சு..மூதேவி முண்டை…” என்று தொடங்கி சில கெட்ட வார்த்தைகளால் மாமியாரைத் திட்டி பக்கத்துல இருந்த குப்பைத் தொட்டியில் காறித் துப்பியவள்,

“ஊர்காரங்க அவங்களுக்கு அடங்கிப்போயிட்டங்க. அறுத்து விடச் சொல்லிட்டாங்க. அப்பா போலிசில கூட போய் சொல்லிப் பார்த்தார். இது பெரிய வீட்டுப் பிரச்சனை நீங்களே பேசி தீத்துக்குங்க எண்டு சொல்லி அனுப்பிடங்க. என் மூத்த மகளுக்கு என்ன நடந்தது. உண்மையிலேயே காச்சல் வந்தாதா? அல்லது கொன்னு போட்டங்களா? எதுவுமே தெரியல. ஒரு மூண்டு மாசம் அழுதபடியே வீட்டுகுள்ள கிடந்தனா… அந்த ஊரிலையே எனக்கு இருக்கப் பிடிக்கல. கொஞ்சம் மாற்றம் வரட்டும் எண்டு அப்பா மதுரைக்கு சொந்தக்காரங்க வீட்டுக்கு அனுப்பி வைச்சாங்க. அதிகம் படிக்காததாலை வேலையும் எதுவும் கிடைக்கல. அங்கை ஒரு மூனு மாசம் ஓடிட்டுது.

அப்பதான் ஒரு ஏஜெண்டு “சிங்கப்பூரில வீட்டு வேலை இருக்கு. அம்பதாயிரம் செலவாகும். ஒரு வருசத்திலேயே அதை சம்பாதிச்சுடலம் போறியா?…” எண்டு கேட்டாரு. அப்பா ஊரில வீட்டை அடமானம் வச்சு குடுக்கும்போதே…

“பின்னாடி உனக்கு ஒரு தங்கச்சி இருக்கு. பாத்து நடந்துக்கோ இனி எல்லாம் உன் கையில தான் இருக்கு”

எண்டு சொல்லி கொடுத்திட்டார். அப்பதான் நானும் சம்பாதிச்சு என்னோட ஊரிலையே போய் எல்லாரும் பாக்கிற மாதிரி வாழணும் எண்டு ஒரு வேகத்தோட ஒரு வயசுக் குழந்தைய அம்மாக்கிட்ட குடுத்திட்டு இங்கை வந்து சேர்ந்தனா…”என்று அவள் இழுத்ததும்,

“ஒ கதை இன்னும் முடியலையா… பொறு.”

என்று விட்டு ஒரு கதிரையை எடுத்து மேசையில் அமர்ந்திருந்தவள் முன்னால் போட்டு அவள் கால்களுக்கிடையில் அமர்ந்து கொள்ள கால்களை கதிரையில் தூக்கி வைத்தவள்... என் தலையை வலக் கையால் கோதியபடி...

“இங்கைவந்த என்னையும் இன்னொரு கேரளா பெண்ணையும் ஏஜெண்டு கூட்டிப்போய் ஒரு வீட்டில விட்டிட்டு எங்களோட பாஸ்போட்டை வாங்கிட்டு போயிட்டான். அங்க அம்மு எண்டு ஒரு பெண்ணு இருந்திச்சு அதுதான் எங்களை கவனிச்சுக்கிட்டு இருந்திச்சு. இரண்டு நாளா சாப்பிடுறதும் கதை பேசிறதும் படுக்கிறதும் தான் வேலை. எங்களுக்கு என்ன வேலை எண்டு அம்முவைக் கேட்டபோதுதான் நான் சட்டில இருந்து அடுப்பில விழுந்தது புரிஞ்சுது. ஆரம்பத்தில கொஞ்சம் கடுமையா எதிர்ப்பு காட்டி சாப்பிடாமல் இருந்தும் பார்த்தோம். ஆனால் என்னைப் போலவே மற்ற கேரளா பெண்ணும் குடும்பத்தால பாதிக்கப்பட்ட பெண்ணுதான். எங்களோட குடும்ப பிரச்சனை நாங்க பட்ட கடன் எவ்வளவு எண்டு எல்லா விபரமுமே அம்முவுக்கு அத்துப்படியா தெரிஞ்சிருக்கு. அதெல்லாம் சொல்லி அம்மு நிதானமா பேசினப்போ தான் இந்தியாவில உள்ள ஏஜென்ட் பிளான்பண்ணியே என்னை மாதிரி பெண்ணுங்களை தேடிப்பிடிச்சு அனுப்பிறான் என்று எனக்கு புரிஞ்சுது .

பாஸ்போர்ட் கையில இல்ல. வெளியே போலிஸ் பிடிச்சா ஜெயில். அடம்பிடிச்சு ஊருக்குத் திரும்பப் போனாலும், வாங்கின கடனை அடைக்க முடியாமல் குடும்பத்தோடை தற்கொலைதான் செய்ய வேணும். ஆனா எல்லாத்துக்கும் ஒத்துக்கொண்டா ஒரு வருசத்திலேயே கடனை அடைச்சிடலாம். இனி எங்களுக்கெண்டு ஒரு வாழ்க்கை இல்லை. குடும்பத்துக்காக பிள்ளைக்காக வாழப்போறம் அதை எப்படி வாழ்ந்தால் என்ன? எண்டு அம்மு சொன்னதெல்லாம் சரி எண்டே தோணிச்சுது. நாங்களும் ஒத்துக்கிட்டோம். அம்முவே கஸ்டமரோட எப்பிடி எல்லாம் பழக வேணும் எண்டு சொல்லிக் குடுத்தா. நாங்க சரி சொன்னதுக்கப்புறம் எங்களை வேறை ஒரு வீட்டுக்கு மாத்தினாங்க. அங்கே கஸ்டமர் வந்து போவங்க ஒரு மாசத்துக்கு மேல வெளியே அனுப்பவே இல்லை. நான் நல்லபடியா நடந்துக்கிட்டதால வெளியே அனுப்புறாங்க. ஆனா பிரச்சனை ஏதும் வந்திடக்கூடாதுன்னு தமிழ்நாட்டு கஸ்டமர்கிட்ட அனுப்புறதில்லை. விசாரிச்சுத் தான் அனுப்புவாங்க. ஆனா நான் இங்க வந்ததுமே தமிழ்ப்பாட்டு போட்டிருந்துதா நான் அதிர்ச்சியாயிட்டன். நீங்க சிலோன்

எண்டதும் கொஞ்சம் நின்மதி. இங்க வந்த மூனு மாசத்தில நான் பாத்த முதல் தமிழ் கஸ்டமர் நீங்கள்தான்.”

“ஓ அதுதான் உன் கஸ்டமெல்லாம் என்கிட்ட சொன்னியா...?”

செல்லமாய் என் தலையை இழுத்து வயிற்றோடு அணைத்தவள். “நீண்ட நாளா யாரிட்டயாவது சொல்லவேணும் போல இருந்த மனப்பாரம். நீங்களும் நல்லவரா இருந்தீங்களா இந்த ஜூசும் நல்லா இருந்திச்சு அதுதான் சொல்லிட்டன்.”

“ஜூஸ் நல்லா இருந்திருக்கும். ஆனால் என்னை எப்பிடி நல்லவன் எண்டு சொல்லுறாய் ...?”

“உள்ளை வந்ததுமே உடனையே துணியை கழட்டச் சொல்லாமல் தூங்கச் சொன்ன போதே...”

“அப்ப உன்னை தூங்கச் சொன்னது விடிய விடிய விழித்திருக்கலாம் என்கிற சுயநலம் தான்” என்றபடி அவளை அப்படியே அள்ளிக் கொண்டு அறைக்குள் போய்க் கொண்டிருக்கும்போது என் கழுத்தை கைகளால் கோர்த்தபடி,

“அதுசரி நீங்க எதுக்கு சிங்கப்பூர் வந்தீங்க சொல்லவே இல்லையே...”

“இதுக்குத்தான்” என்ற படி அவளை கட்டிலில் போட்டுவிட்டு விளக்கை அணைத்தேன்.

தொலைபேசி சத்தம் கேட்டு திடுக்கிட்டு விழித்து அதை எடுத்துக் காதில் வைத்தேன். “இன்னும் ஒரு மணி நேரத்தில வந்துடுறன் ரெடி பண்ணுங்க...” போன் கட்டாகி விட்டது. அவளை கட்டிலில் காணவில்லை. நேரத்தைப் பார்த்தேன். பத்துமணியை தாண்டிக்கொண்டிருந்தது.

“எதையாவது சுருட்டிக்கொண்டு போயிருப்பாளோ”..

சட்டென்று உறைத்தது. போக முடியாது இரவே கதவைப் பூட்டி சாவியை மறைத்து வைத்திருந்தேன். காற்சட்டையை தேடினேன் காணவில்லை. அவசரமாக பெட் சீட்டை இழுத்து இடுப்பில் சுற்றியபடி எழுந்தபோது அடுப்படிக்குள் இருந்து சத்தம் வந்தது. போய்ப் பார்த்ததும் முதல்நாள் இரவு அப்படியே போட்டு விட்டிருந்த பாத்திரங்கள் அனைத்தும் கழுவி அடுக்கி

வைக்கப்பட்டிருந்தது. நான் போட்டிருந்த துணிகள் தோய்க்கப்பட்டு யன்னலுக்கு வெளியே கொடியில் தொங்கிக்கொண்டிருந்தது. நிலத்தை துடைத்துக் கொண்டிருந்தவள் என்னைக் கண்டதும்...

"எழும்பியாச்சா போய் குளிச்சுட்டு வாங்க டீ செய்யிறன்" என்றவளிடம்...

"எதுக்கு உனக்கு இந்த வேண்டாத வேலை"

"இதுக்கு எக்ஸ்ராவா பணம் எல்லாம் கேட்க மாட்டன்..."

"டாக்ஸிகாரன் போன் அடுச்சவன் ரெடியாகு..."

சட்டென்று முகம் மாறியவள்... "இன்னும் எவ்வளவு நேரத்தில வருவான்...?"

"ஒரு மணி நேரத்துக்குள்ளை..."

"சரி... பிறிச்சில குடிக்கிறதை தவிர சமையல் சாமான் ஒண்டும் இல்லை. சீக்கிரமா குளிச்சுட்டு போய் கறி காய் எதாவது வாங்கிட்டு வாங்க எதாவது சமைச்சு வச்சுட்டு போயிடுறன்..."

"அதெல்லாம் வேண்டாம் நான் குளிச்சுட்டு வாறன் நீ ரெடியாகு வெளியில எதாவது சாப்பிடலாம்" என்றபடி குளியல் அறைக்குள் போகும்போதே...

"ஒரு தடவையாவது உங்களுக்கு சமைச்சு போடணும். என்னமோ தோணிச்சுது உங்களுக்கு பிடிக்காட்டி வேண்டாம்."

அவள் குரல் தழுதழுத்தது. ஒரு விநாடிநின்று அவளை உற்றுப் பார்க்க தலைகுனிந்து நின்றாள். முதல் தடவையாக அவள் மீது எனக்கு கொஞ்சம் கரிசனை பிறந்திருந்தது."சரி வாறன்" என்றபடி குளித்து முடித்து அவள் தந்த டீ யை அவசரமாக உறுஞ்சிவிட்டு கீழே போய் ஏ.ரீ.எம் மிசினில் எனது மட்டையை விட்டு எவ்வளவு பணம் இருக்கு என்று பார்த்தேன். உடனடி செலவு போக கூட்டிக் கழித்துவிட்டு டாக்ஸிகாரனுக்கு போனடித்து "அந்தப் பெண்ணு இன்னும் ஆறு நாள் என் கூடவே இருக்கட்டும். வந்து பணத்தை வாங்கிட்டுப் போ..." என்றதும்,

"ஐயையோ அதெல்லாம் முடியாது. பிரச்சனையாயிடும். அவங்கள் சந்தேகப்படுவாங்க சார் மோசமான ஆக்கள். பிறகு நான் தொழில் பண்ண முடியாது" என்று கெஞ்சினான்.

அவனை சமாதனப்படுத்தி "அவளை எனக்கு இன்னுமொரு ஆறு நாளைக்கு பிடிச்சிருக்கு அவ்வளவுதான். அதுக்கு மேல என்னட்டை பணம் இல்லை. அவங்களுக்கு பணம் தானே வேணும் வந்து வாங்கிட்டுப் போ" என்றேன்.

டாக்ஸிகாரன் இறங்கி வந்தான் டாக்ஸியிலிருந்து. இப்போ அவனே திட்டத்தைப் போட்டான். "இப்ப கூட்டிட்டுப் போயிட்டு இன்னொரு பார்டிக்கு ஆறு நாளைக்கு வேணும் எண்டு சொல்லி சாயந்தரம் திரும்ப கொண்டாந்து விடுறேன். ஒருத்தருக்கும் பிரச்சனை இல்லை"என்றான். அவன் சொன்னதும் சரியாகப் பட்டது.

மேலே வந்த என்னிடம் "என்னங்க வெறும் கையோட வாரிங்க எதுவுமே வாங்கலையா..."

"இல்லை நீ இன்னிக்கு சமைக்க வேண்டாம். நாளைக்கு விரும்பின மாதிரி சமைக்கலாம் இப்ப புறப்படு" என்று சொன்ன என்னைப் புரியாமல் பார்த்தவளிடம்... "டாக்ஸிகாரனிட்டை பேசிட்டன். இன்னும் ஆறு நாள் என் கூடத்தான். ஆனா இப்ப போயிட்டு சாயந்தரம் வரணும்." சொல்லி முடித்ததும் அவளிடம் முதலில் சந்தேகம். விபரமாய் சொன்னதும் ஆச்சரியம். கட்டியணைத்து ஒரு இச் வைத்ததும் மகிழ்ச்சி. புறப்பட்டுப் போய் விட்டாள்.

அன்று மாலை எதிர்பார்த்து கீழேயே நின்றிருக்க மானின் துள்ளலோடு டாக்ஸியை விட்டிறங்கினாள். பணத்தை எண்ணி டாக்ஸிகாரனின் கையில் வைத்தேன். "சார் பிரச்சனை ஒண்ணும் பண்ணிட மாட்டின்களே..." குழைந்தான்.

"என்னை எவ்வளவு காலமா உனக்குத் தெரியும். இதுவரை எதாவது பிரச்சனை வந்திருக்கா...?"

"இல்லை சார். ஆனால் நீங்களும் முதல் தடவையா ஒரு வாரத்துக்குகேக்கிறீங்க..." தலையை சொறிந்தான்.

"சட்டப்படி செய்கிற எல்லா தொழிலையும் தான் பொய்யும் பித்தலாட்டமும் நிறைய இருக்கும். இது மாதிரி நாங்கள் செய்கிற தொழில் எல்லாத்துக்குமே நம்பிக்கைதான் முதல்ல முக்கியம்... அது எப்ப போகுதோ அங்கை உயிரும் போயிடும். ஒண்டு எடுக்கவேணும் அல்லது குடுக்கவேணும் இது எல்லாருக்குமே தெரியும். ஒண்டும் பிரச்னை இல்லை நம்பலாம் போ..."

“சரி சார் பொண்ணு கிட்ட போன் குடுத்து அனுப்பியிருக்கிறாங்க. காத்தால ஒருக்கா ராத்திரில ஒருக்கா மறக்காம அவ ஏஜெண்டுக்கு போன் பண்ணிட சொல்லுங்க… ஒரு பாதுகாப்புக்கு அவ்வளவு தான். இல்லாட்டி அவங்களா போன் பண்ணினா உங்களுக்கு தொந்தரவு…”

டாக்ஸிகாரன் கிளம்பும் போது “ஆமா… அவங்களிட்டை வேற பார்டி எண்டு தானே சொல்லியிருக்கிறாய்?”

“ஆமா சார்… சொல்ல மறந்திட்டன். சீனாக்காரன் எண்டு சொல்லியிருக்கிறன். அவ போன் றிங்ங் ஆனா நீங்க எடுத்திடாதீங்க சார்” … போய்விட்டான்.

பாவிப் பயலே… ஆப்பிரிக்காகாரன் எண்டு சொல்லியிருந்தாலும் பெருமையா இருந்திருக்கும். இப்பிடி சீனாக்காரன் எண்டு சொல்லி சிறுமைப்படுத்திட்டானே என்று எரிச்சலாய் இருந்தது. ஆனாலும் அடுத்த ஆறு நாட்கள் எல்லாம் மறந்து சினிமா, கடைகள், பார்க் என்று சிங்கப்பூர் முழுதும் சுற்றினோம். விதவிதமாய் சமையல் செய்தாள். அவளுக்காக சில துணிகள் எடுத்துக் கொடுத்தேன். ஜீன்ஸ் ரீ சேட்டில் அழகாயிருந்தாள். ஆறாவது பொழுதாக சூரியனும் சுருங்கி விரிந்திருந்தான் என்னைப்போலவே.

அன்று அவள் போக வேண்டிய நாள் இந்த ஆறு நாளில் நிறையவே பேசியிருந்தோம். அவள் அழுகை, சிரிப்பு, கோபம் என்று அனைத்தையும் கொட்டியிருந்தாள். அதைவிட பீனாகொலடா காக்ரெயிலை சுவையாக கலக்கக் கற்றுக்கொண்டிருந்தாள்.

எல்லாம் தயார் செய்து விட்டு டாக்ஸிகாரனுக்காக காத்திருந்த அந்த இறுக்கமான பொழுதில் இரண்டு பீனாகொலடாவை தயாரித்து இரண்டு கிண்ணத்தில் கொண்டு வந்தவள் ஒன்றை என்னிடம் நீட்டி கடைசி சியர்ஸ் என்றவள். “உங்க கிட்ட ஒன்னு கேக்கலாமா…?”

“என்ன இழுவை நீளமா இருக்கு? ம்…கேளு.”

“நீங்க எதுக்கு என்னைய மாதிரி பெண்ணுகளோட சகவாசம்… ஒரு நல்லா பெண்ணா பார்த்து கல்யாணம் பண்ணிக்கலாமே”

“நான் நல்லவனா?”

“ம்…ரெம்பவே…”

"உன்னோட ஏஜெண்டு?"

"நல்லவந்தான்..."

"உனக்கு எல்லாம் சொல்லி தந்த அம்மு?"

"அவளும்தான்..."

"உன்ன வைச்சு சம்பாதிக்கிறவனும் நல்லவன் உன்கிட்டை சுகம் அனுபவிக்கிறவனும் நல்லவன். அப்போ நீ மட்டும் உன்னை எதுக்கு கெட்டவளா நினைக்கிறாய்..."

"நான் செய்யறது எனக்கு மனச்சாட்சி உறுத்துதே. அது என்னை கெட்டவள் எண்டு சொல்லுது..."

"நீ யாருக்காவது நம்பிக்கை துரோகம் செய்திருக்கிறியா...?"

"ம்...எனக்குத் தெரிஞ்சு இல்லை..."

"அப்போ நீ நல்லவள் தான். இந்த உலகத்திலேயே நம்பிக்கை துரோகம் ஒண்டு மட்டும்தான் கெட்டது. மற்றபடி கொலை செய்தவன், கொள்ளை அடிக்கிறவன் கூட நல்லவந்தான். நீ முதல்ல உன்னோட மனச்சாட்சியை கொன்னுட்டு உனக்கு சரி எண்டு பட்டதை செய்திடு... நீ செய்தவைகளால் உனக்கு என்னவெல்லாம் கிடைக்கிறதோ அவையும் காலமும் தான் நீ செய்தவை சரியா தவறா எண்டு தீர்மானிக்கும்..." என்று குட்டி பிரசங்கத்தை முடித்தேன்.

"என்னங்க எதோ சாமியார் மாதிரியே பேசுறீங்களே..."

"அதலைதான் உன்னை மாதிரி அழகான பெண்கள் பக்கத்தில் இருக்கிறார்கள்."

லேசாய் வெட்கப்பட்டுச் சிரித்தவள் தனது பையிலிருந்து ஒரு சிறிய பார்சலை எடுத்து நீட்டி "இது உங்களுக்கு." வாங்கி பிரித்துப் பார்த்தேன். எனக்குப் பிடிக்காத பச்சை நிறத்தில் ஒரு ரீ சேட்.

"இது எப்ப வாங்கினாய்?"

"நீங்க எனக்கு ஜீன்ஸ் வாங்கும் போதே உங்களுக்குத் தெரியாமல் வாங்கிட்டன். பிடிச்சிருக்கா...?"

“ம்…பிடிச்சிருக்கு” என்றபடி அதை போட்டுக்கொள்ள டாக்ஸி வரவும் சரியாக இருந்தது. அவளிடம் கொடுக்க நினைத்து ஐம்பது டாலரைக் கையில் எடுத்ததுமே… “என்ன எனக்கு டிப்ஸ்சா..” என்கிற அவளது கடும் தொனியிலான கேள்வியால் கொஞ்சம் தடுமாறி…

ச்சே…இந்த ஆம்பிள புத்தியே இப்பிடித்தான் சொதப்பிடும் என்று நினைத்தபடி பணத்தை சட்டென்று சட்டைப்பையில் வைத்து விட்டு என்ன குடுக்கலாம் யோசித்தேன். சட்டென்று பொறி தட்டியது. காக்டெயில் கலக்கும் சில்வர் கிண்ணத்தை எடுத்து வந்து “இந்தா உனக்குப் பிடித்த பீனாகொலடா செய்ய என்னோட ஞாபகமா…” அவள் முன்னால் நீட்ட, அதை வாங்கி விட்டு என் கழுத்தை கையால் வளைத்து கன்னத்தில் அழுத்தமாய் ஒரு ப்… ச்…

நிச்சயமாய் அது சம்பிரதாய முத்தமாக இருக்கவில்லை. ஒரு ஆத்மார்த்த அன்பு இருந்தது.

“ஏதோ என்னால உனக்கு செய்ய முடிஞ்ச உதவி இவ்வளவுதான் இந்த ஆறு நாள் நிம்மதியா சந்தோசமா இருந்தியா?” என்றதும், தலையைக் குனிந்து “கல்யாணமாகி மூண்டு வருசம் என் புருசனோட இருந்ததை விட இந்த ஆறு நாள் ஆயுள் முழுதும் போதும் நன்றி” என்றவள் டாக்ஸியில் கையசைத்து விட்டுச் சென்று விட்டாள். நானும் சில நாளில் வேறு நாடுகளிற்கு போய்விட்டு சில மாதங்கள் கழித்து சிங்கப்பூர் போய் டாக்ஸிகாரனிடம் விசாரித்தேன். அவளை கொங்கொங் அனுப்பிவிட்டார்கள் இன்னொண்டு சவுத் இந்தியன். புதுசு… வேணுமா என்றான். சாமி இந்தியாவே வேண்டாம் என்று சொல்லிவிட்டேன். ஆனால் நான் ஜப்பான் கேட்பதை நிறுத்தவில்லை. அவனும் கடைசிவரை கொடுக்கவேயில்லை.

கடந்த வருடம் நானும் மனைவியும் தமிழ்நாடு முழுக்க ஒரு சுற்றுப்பயணம் போவதாக முடிவு செய்திருந்தோம். ட்ராவல் ஏஜென்சி ஒரு வாரத்துக்கான பயண திட்டத்தை தந்தான். அதிலிருந்த இடங்கள், கோவில்கள், ஊர்கள் என பாத்துக்கொண்டு வந்தபோது ஒரு ஊரின் பெயரைப்பார்ததும் சட்டென்று அமுதவல்லி நினைவுக்கு வந்தாள். பல வருடங்களுக்கு முந்திய நினைவுகளை என் மூளையின் நியாபக மடிப்புகளில் இருந்து வெளியே எடுக்க முயற்சித்தேன். அதில் பலனும் கிடைத்தது. அவளின் ஊருக்குள் எங்கள் வண்டி நுழைத்ததும் டிரைவரிடம் முனியாண்டி கோவிலை விசாரிக்கச்சொன்னேன். பிரதான வீதியில் இருந்து புழுதிபடர்ந்த மண்

பாதையில் வயலும் சிறிய பற்றை காடுகளையும் தாண்டிப்போய் முனியாண்டி கோவிலுக்கு முன்னால் வண்டி நின்றது. பரந்து விரிந்த பெரிய ஆல மரம். ஒரு மண்டபத்தில் சிறிது பெரிதாய் சிலைகள் அங்காங்கு நடப்பட்டிருந்த சூலமும் வேல்களும் லேசாய் ஒரு வித அச்ச உணர்வை தந்தது. வண்டியில் இருந்து இறங்கிய மனைவி,

“என்னங்க இப்பிடி ஒரு கோயிலுக்கு கூ ட்டியந்திருகிறீன்கள்..”

“இது சக்தி வாய்ந்த கடவுளம் போய் கும்பிடு...”

“யார் சொன்னது?”

“ஒரு பேஸ்புக் பிரெண்ட் சொன்னான்.”

“பேஸ்புக் பிரெண்ட் சொன்னதை எல்லாம் நம்பி வாறதா? லூசா உங்களுக்கு...”

“பேஸ்புக் பிரெண்ட் எண்டால் அவ்வளவு கேவலமா?”

“இல்லை கோயில் சின்னதா இருக்கே?”

“கோயில் சின்னதா இருந்தா சாமியில சக்தி இருக்காதா?”

என் கையில் இருந்த கற்பூரத்தை வெடுக்கென்று பிடிங்கியவள், கோயிலுக்குள் போய் கற்பூரத்தைக் கொழுத்தி கும்பிடும்போதே நான் கோவிலை நோட்டம் விட்டேன். அமுதவல்லி சொன்ன அடையாளங்கள் உபயகரரின் பெயர்கள் சரியாகவே இருந்தது. இதுதான் அவளது குலதெய்வகோவில் என்று உறுதியானது. மனைவி கும்பிட்டு முடித்ததும் புறப்பட்டோம். பிரதான வீதிக்கு வந்ததும் ஒரு கடைக்கு முன்னால் வண்டியை நிறுத்தச் சொல்லி. போன் ரீ சார்ச் பண்ணிட்டு வாறதா சொல்லிட்டு போய் அங்கிருந்த கடையில் நின்றிருந்த பெண்ணிடம் போன் இலக்கத்தை சொல்லி “ஏர் செல்” என்று ஐநூறு ரூபாயை நீட்டி விட்டு...

“இந்தாம்மா இங்கை அமுதவல்லி தெரியுமா? பதினெட்டு வருசத்துக்கு முன்னாடி சிங்கப்பூரில வேலை பார்த்தவங்க” என்றதும்,

பதினெட்டு வருசத்துக்கு முன்னாடியா?... அப்ப எனக்கு தெரியாதுங்க. இது நான் வாழ்க்கைப்பட்ட ஊரு. அந்த பெரியவரை கேளுங்க என்று மரத்தடியில் குந்தியிருந்தவரைக் காட்டினாள்.

அவரிடம் போய் அதே அமுதவல்லி கேள்வியை கேட்டதும், வாயில் குதப்பிக் கொண்டிருந்த வெற்றிலை எச்சிலை பக்கத்திலிருந்த செடியின் மீது பொழிந்து விட்டு, நான் கேட்டதற்கு பதில் தராமல்,

“தம்பி எந்த ஊரு எங்கையிருந்து வாறிங்க?”..எதிர் கேள்வியைப் போட்டார்.

“ஐயா நான் சிங்கப்பூரில அமுதவல்லியோடை வேலை பார்த்திருக்கிறன். இப்ப இந்த பக்கமா வந்தனா... சும்மா பாத்திட்டு போகலாம் எண்டு விசாரிச்சன் அவ்வளவுதான்” என்றதும்...

“அமுதவல்லியா...” என்று தாடையை தடவியவர் மேலதிகமா எதாவது க்குளு கிடைக்குமா? என்னைப் பார்த்தார்.

“அவ அப்பா வாத்தியார். பெரிய வீட்டில சம்பந்தமாகி பிரிஞ் சிட்டங்க இரண்டு பெண்ணு அதில ஒண்டு செத்துப்போச்சு...” என்று சொல்லிக் கொண்டிருக்கும் போதே கிழவர் கண்ணில் மின்னல்.

“அட நம்ம அமுதவல்லி... வெளிநாட்டில வேலை செஞ்ச பெண்ணு. அதோட மூத்த பெண்ணு செத்துப்போகல. அவங்க மாமியார் தான் கோவத்துல குழந்தைய யாருகிட்டயோ குடுத்திருக்காங்க. அமுதவல்லி எப்பிடியோ அதை தேடிப்பிடிச்சுட்டுது. இப்ப இரண்டு பெண்ணுங்களும் மெட்ராசில படிக்குது. அந்தப் பொண்ணு இப்போ பெரிய ஏஜெண்டு. எங்க ஊருல மட்டுமில்ல பக்கத்துக்கு ஊரு பெண்ணுகளை எல்லாம் வெளிநாட்டுக்கு வேலைக்கு அனுப்புது. அடிக்கடி அதுவும் வெளிநாடெல்லாம் போய் வருது. நம்ம சாதிக்கார பெண்ணு எண்டு சொல்லவே பெருமையா இருக்கு...”என்று இன்னொரு தடவை செடி மீது எச்சிலை பொழிந்தவரிடம்...

“வீடு எங்கை எண்டு சொல்லவே இல்லையே” என்றதும்.

“இப்பிடியே நேரா போங்க. இடப்பக்கம் பச்சை கலரில ஒரு மாடி வீடு வரும் அதோட பேர் கூட வாயில நுழையாத வெளிநாட்டுப் பேர் வைச்சிருக்கு. அதுதான் வீடு.”

அவருக்கு நன்றி சொல்லிவிட்டு புறப்படும்போது “தம்பி உங்க பேரைச் சொல்லவே இல்லையே...”

“என் பேரு ராஜேந்திர சோழன்.” அவர் முகத்தில் திருப்தியில்லை...

மீண்டும்... “உங்க முழுப்பேரு என்னதம்பி.”

அவர் என்பெயரில் என்னத்தை தேடுகிறார் என்று புரிந்தது. ஆனால் புரியாத மாதிரியே, “முளுப்பெயரா அப்பிடின்னா...” என்றதும்,

“உங்க அப்பா பெயர் என்ன தம்பி?”

போன் சார்ச் ஆகி எஸ்.எம்.எஸ் வந்தது. “அப்பா பெயர் ராஜராஜ சோழன்”... என்றுவிட்டு வண்டியில் ஏறி ரைவரிடம், “கொஞ்சம் மெதுவா போப்பா” என்றுவிட்டு இடப்பக்கம் இருந்த வீடுகளை கவனித்துக் கொண்டேயிருந்தேன்...

பச்சைக் கலர் மாடி வீடு வந்தது... முன்னால் ஒரு டொயோட்டா வண்டி. மாடிச்சுவரில் pinacolada என்று எழுதியிருந்ததை பார்த்ததும் சிரிப்புத்தான் வந்தது. வீட்டுக்கு இப்பிடி பெயரை யாராவது வைப்பாங்களா? சில நேரம் அவள் வாழ்க்கையில் அதுவே ஒரு மாற்றத்தைக் கொடுத்திருக்கலாம் அல்லது என் நினைவுகள் இன்னமும் இருக்கலாம்? என்னுடைய பெயர் தெரியாததால் நான் கற்றுக் கொடுத்த pinacolada வின் பெயரை வைத்திருக்கலாம்... என்று நினைத்தாலும் அவள் வசதியாக வாழ்வது மகிழ்ச்சியாகவும் இருந்தது.

ஆனால் பல பெண்களை வெளிநாட்டுக்கு அனுப்புறதா அந்த கிழவர் சொன்னாரே. அமுதவல்லியே அந்த ஏஜென்டா மாறியிருப்பாளா...? இருக்காது. எவ்வளவு சிரமங்களை அனுபவித்தவள் அப்படிச் செய்ய மாட்டாள். அப்போ எப்பிடி இவ்வளவு வசதி வாய்ப்புவந்தது...? இப்படி சந்தேகத்தையும் சமாதானத்தையும் மனது சொல்லிக்கொண்டிருந்தது. வண்டி ஊர் எல்லையை தாண்டிக்கொண்டிருக்க உடம்பு சூடாவது போல இருந்ததால் ஏ சி யைக் கொஞ்சம் கூட்டிவிட்டு அப்படியே சரிந்து கண்களை மூடிக்கொண்டேன்.

“என்னப்பா நித்திரை இன்னமும் முறியேல்லையோ... துணியளை கொண்டு போய் போட்டிட்டு கடைக்குப் போய் பூனைக்கு சாப்பாடும் வங்கிக் கொண்டு வாங்கோ.”

சத்தத்தைக் கேட்டு சோபாவிலில் சாய்ந்திருந்த நான் திடுக்கிட்டு விழித்துப் பார்த்தேன். ரீ.வி யில் செய்தி படித்துக்கொண்டிருந்த பிரெஞ்சுப் பெண் திடீரென என்னைப் பார்த்து,

“நீ முதல்ல உன்னோட மனச்சாட்சியை கொன்னுட்டு உனக்கு சரி எண்டு பட்டதை செய்திடு. நீ செய்தவைகளால் உனக்கு என்னவெல்லாம் கிடைக்கிறதோ அவையும் காலமும் நீ செய்தவை சரியா தவறா எண்டு தீர்மானிக்கும்...” என்று தமிழில் சொல்வது போல் இருக்க கண்களை கசக்கிவிட்டு ரீ .வி யைப் பார்த்தேன்.

லெபனானில் கட்டடங்களில் வீழ்த்து வெடித்த குண்டுகளின் கரும்புகை நடுவே வெள்ளையுடை அணிந்த குழந்தைகள் சிவப்பாய் இரத்த வெள்ளத்தில் கிடந்தன. சிரியாவில் கருப்புத் துணியால் தன்னை முழுவதுமாக மறைத்த ஒருவன் ஆரஞ்சுத் துணியோடு முழங்காலில் அமர்திருந்த அமெரிக்க படப்பிடிப்பாளனின் கழுத்தை அறுத்துக்கொண்டிருந்தான். செய்தியில் காட்சிகள் மாறிக்கொண்டிருந்தது...

பச்சை நிற ரீ சேட்டை இந்த வருடம் எறிந்து விடுவதென முடிவெடுத்தேன்...

முகவரி தொலைத்த முகங்கள்

எழுதிய காலம் 03/06/2015

ஸ்பெயின் நாட்டின் கலிலா என்கிற கடற்கரை நகரத்தின் அடுக்குமாடி குடியிருப்புக்களில் ஒன்றில்தான் வரதனின் வீடும் இருந்தது. அவரிற்கு இரண்டு பிள்ளைகள். மூத்தவன் வரதனைப் போலவே கப்பல் மாலுமி. ஆனால் ஒரு உல்லாசப் படகின் மாலுமியாக இருக்கின்றான். மகள் பாசிலோனா நகரில் தங்கியிருந்து உயர் கல்வி பயில்கிறாள். மனைவி இரண்டு வருடங்களிற்கு முன்னர் தான் நோய்வாய்ப்பட்டு இறந்து போயிருந்தாள். இப்போ இந்த வீட்டில் வரதனும் அவரது வளர்ப்பு நாயான "புலி" மட்டுமே. மகள் ஆசைப்பட்டு கேட்டதற்காக அந்த நாய்க்குட்டியை வரதன் வாங்கிக் கொடுத்திருந்தார். அதற்கு என்ன பெயர் வைக்கலாமென அனைவரும் ஆலோசித்தபொழுது மகள் "ரைகர்" என்று வைப்போம் என்றாள். அதென்ன ரைகர் பேசாமல் தமிழில் புலி என்றே வைப்போம் என்றார் வரதன். நாயைப்போய் புலி எண்டு கூப்பிட ஒரு மாதிரி இருக்கு என்றாள் அவரது மனைவி. அப்போ ரைகர் என்று கூப்புடேக்கை மட்டும் ஒரு மாதிரி இருக்காதா? என்று விட்டு புலி என்றே பெயரை வைத்து விட்டிருந்தார்.

அன்று காலை நித்திரையில் இருந்தவரை அவரது மகளின் தொலைபேசி அழைப்பு எழுப்பிவைக்க "அப்பா பிறந்தநாள் வாழ்த்துக்கள்" என்றுவிட்டு வைத்துவிட்டாள். அப்போதுதான் அவருக்கு தனது பிறந்தநாளே நினைவிற்கு வந்தது. ஆனால் அதைப்பற்றி அவரிற்கு மகிழ்ச்சியோ கவலையோ எதுவும் இல்லை. நேற்றிலிருந்து லேசாய் விட்டு விட்டு நெஞ்சு வலிக்கிறது. "இன்றைக்கு வைத்தியரிட்டை போகவேணும்..." என நினைத்தபடி கண்ணாடியை எடுத்துப் போட்டுக்கொண்டதுமே... அவர் எழுந்து விட்ட சத்தத்தைக் கேட்ட புலி வாலை ஆட்டிக்கொண்டு அவரிடம் ஓடிவந்து குழைந்து கொள்ள அதனது பாத்திரத்தில் உணவை நிரப்பிவிட்டு, தேனீரை தயார் செய்து கொண்டு வரவேற்பறைக்கு வந்த வரதன் தனது வழைமையான வேலைகளில் முதலாவதை தொடங்கியவர். தனது மனைவியின் படத்தை சிறிது நேரம்

உற்றுப்பார்த்து ஒரு பெரு மூச்சை இழுத்து விட்டவர், அடுத்த படத்திற்கு மாறினார்.

அவரிடமிருக்கும் அரிய படங்களில் அதுவுமொன்று. அதனை பெரிதாக்கி வரவேற்பறையில் மாட்டியிருந்தார். ஒரு தீவின் கடற்கரையோரத்தில் பெரிய பாறை ஒன்றில் இரண்டு கைகளையும் கட்டியபடி மாலுமி உடையில் கம்பீரமாக நடுவே வரதன் நின்றிருக்க. அருகில் பலர் நின்றிருந்தார்கள். குட்டி மட்டும் பெரியதொரு மீனை இரண்டு கைகளிலும் ஏந்தியபடி தேவாலயத்தில் மன்றாடுபவனைப்போல வரதனிற்கு முன்னால் முட்டுக்காலில் நின்றிருந்தான். அந்தப் படத்தில் இருப்பவர்களில் குட்டி மட்டுமல்ல றோகன், பத்தன், ராஜன் ஆகியோரும் இப்போ உயிருடன் இல்லை. ஆனால் வரதன் மீன் குழம்பு சாப்பிடும் போதெல்லாம் குட்டி கட்டாயம் நினைவிற்கு வருவான். காரணம் அவனது கைப் பக்குவம் அப்படி... குழம்பே தனி ருசியாக இருக்கும். அந்தப் படத்தை பார்த்துக் கொண்டிருக்கும் போதே நெஞ்சு இன்னமும் கொஞ்சம் அதிகமாக வலிப்பது போலிருக்க சோபவில் அமர்ந்தவர் அப்படியே அன்றைய நாளின் நினைவுகளிற்கு பயணிக்க ஆரம்பித்திருந்தார்.

1995 ஆம் ஆண்டு டிசம்பர் மாதம்23 ஆம் திகதி மாலை நேரம் வங்கக் கடலின் தெற்குப்பக்கமாக இந்து சமுத்திரத்தில் சர்வதேசக் கடல் எல்லையில் அலைகளின் தாலாட்டல்களோடு நங்கூரமிட்டிருந்தது றெஜினா என்கிற கப்பல். அன்று காற்று கொஞ்சம் அதிகமாகவே வீசிக்கொண்டிருந்தது. லோசான குளிரும் அடித்துக் கொண்டிருந்ததால் வேலைகளை வேகமாக முடித்தவர்கள் தங்கள் கைகளில் இருந்த கறுப்பு பெயின்ரை முடிந்தவரை ரின்னரில் தேய்த்துக் கழுவிவிட்டு கப்பலின் முதலாவது தளத்தில் அமைந்திருந்த சமையலறையில் ஆறுபேரும் குழுமியிருந்தார்கள். அனைவரது உடைகளிலும் கைளிலும் இன்னமும் கொஞ்சம் பெயின்ற் ஒட்டியிருக்கத்தான் செய்தது. குட்டியும், ராஜனும், சித்தாவும். அன்றைய இரவுச் சமையலிற்கான ஆயத்தங்களை செய்யத் தொடங்க... றோகனும், அன்ரனும் அன்றைய இரவு இசை நிகழ்ச்சிக்காக அவர்கள் பல நாடுகளிலும் வாங்கியிருந்த வாத்தியக் கருவிகளான மத்தளம், கித்தார், உடுக்கு என்பனவற்றை கீழ் தளத்திலிருந்து சமையலறைக்கு கொண்டு வந்து தரையில் வட்ட வடிவமாக அடுக்கி வைத்தார்கள். அவர்களிடம் ட்ரம் வாத்தியக் கருவி இல்லாததால் வழைமை போல நான்கு அலுமினிய சாப்பாட்டுக்கோப்பைகளை எடுத்து கவிழ்த்து வைத்தான் அன்ரன்.

இரண்டு விஸ்கிப் போத்தல்களை மார்போடு கட்டியணைத்தபடி வந்த பத்தன், "அப்பாடா ஒருமாதிரி பெயின்ற் அடிச்சு முடிச்சாச்சு ஒரு நாளைக்கு நல்லா காய விடவேணும் நாளைக்கு கனக்க வேலையிருக்காது அதாலை என்ஜோய் பண்ணுவம்..." என்றபடி அதனை கீழே வைத்துவிட்டு தனது பாக்கெற்றிலிருந்து சிகரற் பக்கற் இரண்டையும் எடுத்து கீழே போட்டு விட்டு அமர்ந்தான். அன்றிரவிற்கான சமையலை தயார் செய்து விட்டு ராஜனும், குட்டியும், சித்தாவும் வந்து அமர... றோகன் கித்தாரில் சுருதி சேர்க்கத் தொடங்கியிருந்தான். அன்றிரவு அன்ரன் தான் ட்ரம்மர். எந்த வாத்தியத்தை யார் வாசிப்பது என்கிற ஒழுங்குமுறையெல்லாம் அங்கு கிடையாது. யார் எதை வேண்டுமானாலும் வாசிக்கலாம். ஏனெனில் யாருமே முறையாக வாத்தியங்களை வாசிக்கத் தெரிந்தவர்கள் கிடையாது. சித்தா கொஞ்சம் நன்றாக மத்தளம் அடிப்பான். றோகனும் பத்தனும் இயற்கையாகவே நன்றாகப் பாடுவார்கள்... பத்தன் அங்கிருந்த பிளாஸ்ரிக் கோப்பைகளிற்குள் விஸ்கியை ஊற்றத் தொடங்க அவர்களது பாட்டுக் கச்சேரி ஆரம்பமானது.

இவர்களோடு சேராமல் வழமைபோல கப்பலின் மேல் தளத்தில் இருந்த தனது மாலுமிக்கான அறைக்குச் சென்ற வரதன் சிகரற் ஒன்றை எடுத்து பற்றவைத்து இழுத்து விட்டபடியே, தொலைத்தொடர்புக் கருவியின் சத்தத்தை குறைத்து வைத்து விட்டு கடலை வெறித்துப் பார்த்துக் கொண்டிருந்தார்... REGENA என்கிற பெயரோடு இதுவரை கடலில் பயணம் செய்துகொண்டிருந்த இந்தக் கப்பல் இன்று அதன் பெயர் அழிக்கப்பட்டு பெயரற்ற கப்பலாக வங்கக் கடலின் மேற்காக சர்வதேசக் கடல் எல்லைக்குள் ஏழு பேருடனனும் உள்ளே நவீன ஆயுதங்கள் ஏராளமான எறிகணைகள் மற்றும் துப்பாக்கி ரவைகள், வெடிபொருட்கள், இராணுவத் தொழில்நுட்ப உபகரணங்களோடும் அடங்கியகொள்கலன்களை தாங்கியபடி நங்கூரமிட்டிருந்தது. கப்பலின் தலைமை மாலுமி வரதன். அந்தக் கப்பலில் மற்றையவர்களை விட வயதில் அதிகமானவர் இவர்தான். அதனாலேயோ என்னமோ மற்றவர்களுடன் அதிகம் பேசவும் மாட்டார். பெரும்பாலும் தானுண்டு தன் வேலையுண்டு என்று தனியாகவே இருப்பார்.

நிறைய சிகரற் புகைப்பார். அவர் மது அருந்தியதை இதுவரை யாரும் கண்டதில்லை, அதே நேரம் கண்டிப்பானவரும்கூட. அடுத்ததாக உதவி மாலுமி பத்தன். றோகனும் சித்தாவும் கப்பலின் பொறியியலாளர்கள். கப்பலின் இயந்திரம் தொடக்கம் தொலைத்

தொடர்புக் கருவி சமையல் அடுப்பு திருத்துவது மட்டுமல்ல, சுட்டுப் போன பல்ப்பு மாற்றுவது வரை அந்தக் கப்பலின் அனைத்து திருத்த வேலைகளும் அவர்களுடையதுதான். மற்றும் இவர்களிற்கு உதவியாகவும் சமையல் போன்ற பணிகளை செய்பவர்களாக ராஜன், அன்ரன், குட்டி ஆகியோர் இருந்தார்கள். ஆனாலும் அனேகமாக அனைவருமே அனைத்து வேலைகளையும் செய்யக் கற்றுக் கொண்டிருந்தனர். வரதனும் சித்தாவும் கப்பலை எப்படி திசை பார்த்து செலுத்துவது என்று மற்றவர்களிற்கு சொல்லிக் கொடுப்பார்கள். றோகன் திருத்த வேலைகளை சொல்லிக் கொடுப்பான். நெருக்கடியான காலங்களில் கையிலிருக்கும் அல்லது கிடைக்கும் பொருட்களை வைத்து எப்படி ருசியாக சமைக்கலாம் என்று குட்டி சொல்லிக் கொடுப்பான். கப்பல் ஓட்டுவதை விட குட்டியின் சமையலை கற்றுக் கொள்வதுதான் கடினமாகவும் அதே நேரம் அனைவரிற்கும் ஆர்வமான ஒன்றாகவும் இருந்தது.

கப்பலின் இரு பக்கமும் நைலான் கயிறுகளும், கயிற்று ஏணிகளும் தொங்க விடப்பட்டு பலகைகளை இணைத்துக் கட்டி அதில் தொங்கிக்கொண்டு நின்றபடியே மூன்று நாளாக அனைவரும் சேர்ந்து அதில் எழுதப்பட்டிருந்த றெஜுனா என்கிற பெயரில் R எழுத்தை மட்டும் விட்டுவிட்டு மற்றையவற்றை காஸ் லாம்பு மூலம் சூடாக்கி அழித்து அவற்றின் மீது கறுப்பு பெயின்ரை அடித்து முடித்திருந்தார்கள்... நாளை ஒருநாள் பெயின்ற் நன்றாக க்காய்ந்ததும் ஸ்ரிக்கர்கள் போல வெள்ளைக் கலரில் தயாரிக்கப்பட்டிருக்கும் புதிய பெயரை அதில் ஒட்டிவிட்டு அதன் மேல் வெள்ளைப் பெயின்ரை அடித்து முடித்து விட்டு கப்பல் முல்லைத் தீவை நோக்கி தொடர்ந்து பயணிக்கவேண்டும். எல்லாமே நன்றாக நடந்து முடிந்து விட வேண்டும் என்கிற தவிப்பு வரதனிற்கு. இரண்டாவது சிகரற்றையும் பற்றவைத்து இழுக்கத் தொடங்கியிருந்தார்.

ஒவ்வொருத்தரும் ஒவ்வொரு பாடலை வரிசையாய் பாடி முடித்து றோகன் தனது அபிமான பாடலான "சுறாங்கனியை" படித்து முடித்திருந்தான்... இப்போ குட்டியின் முறை. குட்டி தனது கரகரத்த குரலில் "தோல்வி நிலையென நினைத்தால் மனிதன் வாழ்வை நினைக்கலாமா...டெய்ங் டொய்ங்..."என்று பாடத் தொடங்க... யாரும் இசையமைக்ககாமல் குட்டியைப் பாத்து கையெடுத்துக் கும்பிட்டபடி இருந்தார்கள். "தயவு செய்து நீ பாட்டு படிக்கக் கூடாது எண்டு எத்தனை தரம் சொல்லியிருக்கிறம்.

அதுவும் இந்தப் பாட்டுக்கு எப்பிடியடா மேளம் அடிக்கிறது ராசா... பாடாதை ராசா" என்றான் றோகன்.

"சரி பாட்டுத்தானே படிக்கக் கூடாது பொறுங்கோ வாறன்" என்றபடி மடமடவென படிகளில் கீழ்த் தளத்திற்கு இறங்கி அவனது அறைக்குப் போய் மடித்த ஒரு கடதாசியை கொண்டு வந்தவன் "இது என்ரை ராசாத்திக்காக எழுதின கவிதை ஒண்டு வாசிக்கிறன் எல்லாரும் கேட்டிட்டு எப்பிடியிருக்கு எண்டு சொல்லுங்கோ" என்றவன் தொண்டையை செருமி சரி செய்தபடியே நான்காய் மடித்திருந்த கடதாசியைப் பிரித்து படிக்கத் தொடங்கினான்.

அவ்வப்போது
வட்டமிடும்
மீன் கொத்திகளிடமும்
அலையிடையை
துள்ளிப்போகும்
மீன்களிடமும்
தூரத்தே
மிதந்து போகும்
கடல் செடிகளிடமும்
சிறு புள்ளியாய்
ஆகாயத்தில்
மறைந்து போகும்
விமானத்திடமும்
உன் மூக்குத்தியைப் போலவே
இரவில்
மின்னும் நட்சத்திரங்களிடமும்
ஆழ்கடலில்
பொழுது போக்காக
நான் செய்து போடும்
கடதாசிக்
கப்பல்களிடமும்
உனக்காக ஒரு சேதி
சொல்லியனுப்பியிருக்கின்றேன்

அவை உனக்குக் கிடைக்காது என்று

தெரிந்திருந்தும் கூட

ஏன் தெரியுமா??

என்னைப் போலவே

அவைகளிடம் நீயும்

எனக்காக

சேதிகள் சொல்லியனுப்பியிருப்பாய்

என்று எனக்குத் தெரியும்.

என்... ராசாத்தி...

படித்து முடித்து நிமிர்ந்த குட்டியின் கண்கள் நிரம்பியிருந்தது. மற்றைய அனைவரிடமும் ஓரே மௌனம். ஒருவரையொருவர் பார்த்துக் கொண்டார்கள். அந்த சில செக்கன் மௌனத்தை உடைப்பதற்காக சாப்பாட்டுக் கோப்பைகளில் ட்ரம் வாசித்துக் கொண்டிருந்த அன்ரன் ஒரு ட்ரம் வாத்திய கலைஞனைப் போல மடமடவென அவற்றில் தட்டிவிட்டு,

“குட்டியின் ராசாத்திக்கான கவிதையைத் தொடர்ந்து இப்பொழுது றோகன் அவர்கள் எங்கள் சமையல் சக்கரவர்த்தி குட்டிக்காக ராசாத்தி உன்னைக் காணாத நெஞ்சு என்கிற பாடலைப் பாடுவார்” என்று அறிவித்ததும் றோகன் கிட்டாரை தட்டியபடி பாடத் தொடங்கியிருந்தான். பாடலின் முடிவில் அங்கு வந்த வரதன் பாடல் முடியும் வரை காத்திருந்து விட்டு...

“பெடியள் எல்லாரும் சாப்பிட்டு படுங்கோ நாளைக்கு கப்பலை கொஞ்சம் துப்பரவு செய்யவேணும்” என்றபடி ஒரு கோப்பையை எடுத்து தனக்கான சாப்பாட்டைப் போட்டவர், பத்தனைப் பார்த்து “நீ இரவுக்கான சென்றியை பிரிச்சக் குடு” என்றபடி சாப்பாட்டோடு தனது மாலுமி அறைக்கு ஏறிப் போகத் தொடங்கியிருந்தார்.

“இந்த உலகத்திலேயே நடுக்கடலிலை நிக்கிற கப்பலுக்கு சென்றி போடுறவர் நம்ம வரதன் அண்ணை மட்டும்தான். இவருக்கு முதல்லை தண்ணியடிக்கப் பழக்கவேணும் அப்பதான் நாங்கள் நிம்மதியாய் இருக்கலாம்...” என்றபடி றோகன் கித்தாரை அதன் உறைக்குள் போட மற்றவர்களும் சிரித்தபடி வாத்தியக் கருவிகளை ஒழுங்குபடுத்திவிட்டு சாப்பிடத் தயாரானார்கள்.

அன்று வானிலை கொஞ்சம் மோசமாகவே இருந்தது அலைகள் பெரிய மலைப்பாம்புகள் போல வளைந்து நெளிந்து கப்பலில் மோதி அசைத்துக்கொண்டிருக்க வரதன் கப்பலை அலைகளின் போக்கிற்கு ஏற்ப திசை திருப்பி அதன் அசைவை குறைத்துவிட்டு வரும்போது மற்றையவர்கள் கப்பலிற்கு புதிதாக ஒட்டுவதற்காக ஸ்ரிக்கர்கள் போல தயாரிக்கப்பட்டு வைத்திருந்த R.SAMIR என்கிற பெயரை கப்பலின் மேல் தளத்தில் வரிசையாக அடுக்கிமுடித்திருந்தார்கள். அதனை வரதன் ஒரு தடைவை சரி பார்த்துக் கொண்டிருக்கும் போதே...

“சரி நான் முதல் இறங்குறன்” என்றபடி கயிற்று ஏணியில் குட்டி இறங்கத் தொடங்கியிருந்தான். ஐயோ... என்கிற சத்தத்தைக் கேட்டு அனைவரும் ஓடிப்போய் கீழே எட்டிப் பார்த்தபோது கடல் நீரில் மெல்லிய வட்ட வடிவ நீர்த்திவலைகளில் சிகப்பு நிறம் விரிந்து சென்று கொண்டிருந்தது. வட்டமாய் சுற்றிவைக்கப் பட்டிருந்த கயிற்றை இடுப்பில் கட்டி விட்டு கடலில் குதிக்கத் தயாரான பத்தனை தடுத்து நிறுத்திய வரதன் ராஜனோடு சேர்ந்து கயிற்றைப் பிடித்து மெதுவாக கடலில் இறக்கியதும், கை கால்களை அடித்து தத்தளித்தபடி கடலின் மேல் மட்டத்திற்கு வந்த குட்டியை எட்டிப் பிடித்த பத்தன், அவனது கைகளை தனது தோளில் போட்டு முதுகோடு இணைத்து வரதன் எறிந்த இன்னொரு கயிற்றால் கட்டிக்கொள்ள அனைவருமாக சேர்ந்து அவர்களை கப்பலிற்குள் இழுத்த எடுத்து கப்பலின் மேல் தளத்தில் குட்டியை கிடத்தினார்கள். அவன் முனகியபடியே மயக்க நிலைக்கு போய்க்கொண்டிருந்தான்.

அவசரமாக முதலுதவிப் பெட்டியை துக்கிக் கொண்டு ஓடிவந்த றோகன் குட்டியை புரட்டிப் போட்டு இரத்தம் வழிந்துகொண்டிருந்த அவனது பிடரிப் பகுதியில் ஒரு துணியை வைத்து அழுத்திப் பிடித்துக்கொண்டிருக்க. அன்ரன் காயப்பகுதியை சுற்றியிருந்த தலைமுடிகளை மள மளவென கத்தரிக்கோலால் வெட்டியபடியே “டேய்..சேவிங் றேசர் ஒண்டு கொண்டு வாங்கோடா”, என கத்தவே கப்பலின் படிகள் வழியே கீழே ஓடிப்போன பத்தன் தனது தாடி வழிக்கும் சேவிங் றேசரை கொண்டு வந்து நீட்டினான். தலைமுடி குட்டையாய் வெட்டிய பகுதி முழுவதையும் மெதுவாக ராஜன் வழித்து முடித்ததும் காயத்தில் அழுத்திப் பிடித்திருந்த துணியை விலக்கிய றோகன் காயத்தின் மீதும் இருந்த முடிகளை வெட்டிவிட்டு இரண்டு அங்குலம் அளவிற்கு கிழிந்து போயிருந்த அவனது காயத்தை விரல்களால் அழுத்தி இணைத்துப் பிடித்து

தையல் போடத் தொடங்கியபோது அவனது பெரு விரல் குட்டியின் தலையில் உள்ளே அமிழ்வதை உணர்ந்தவன் நிமிர்ந்து வரதனைப் பார்த்து,

"மண்டையோடு உடைஞ்சிருக்கு. கீழை விழேக்குள்ளை தலை பலகையிலை அடிபட்டிருக்கு,"

என்றபடி தைத்து முடித்து அதன் மீது மருந்து போட்டு துணியால் தலையை சுற்றிக் கட்டுப் போட்டு முடிக்கும் போதே குட்டி முழுவதுமாய் மயங்கிப் போயிருந்தான்.

குட்டி மோசமாக காயமடைந்த விடயம் உடனடியாக தாய்லாந்திலிருந்த தலைமையகத்திற்கு தெரிவிக்கப்பட்டது. கப்பல் தரித்து நிற்கும் திசையை சரியாக கேட்டு அறிந்து கொண்டவர்கள் அடுத்ததாக என்ன செய்யலாமென்பதை மீண்டும் அறிவிப்பதாக சொல்லியிருந்தார்கள். அன்று பகல் முழுதும் ஒருவரோடு ஒருவர் அதிகம் பேசிக்கொள்ளாமலேயே ஒரு பக்கம் முழுதுமாக பெயர் மாற்றும் வேலையை முடித்திருந்தார்கள். அன்றிரவு குட்டி கண் விழித்துப் பார்த்தான். தலையை அசைக்க முயன்றான் முடியவில்லை. கழுத்திற்கு மேலே தலை வீக்கமடைந்திருந்தது .

"என்ன செய்யுதடா" என்று அவனது முகத்திற்கு நேரே குனிந்து கேட்ட றோகனிடம்,

"முடியேல்லையடா...தலை சரியா வலிக்குதடா"என்றபடி எழுந்திருக்க முயன்றான். அவனால் முடியவில்லை."டேய்.. காலை அசைக்க ஏலாமல் இருக்கடா... கை மட்டும் அசைக்கிற மாதிரி இருக்கடா.. வலிக்குதடா..." என்று சத்தமிடத் தொடங்க, அவனது தலையில் போடப்பட்டிருந்த துணிக் கட்டையும் மீறி காயத்திலிருந்து இரத்தம் கசியத் தொடங்கியிருந்தது.

றோகன் அவசரமாக முதலுதவிப் பெட்டியில் இருந்து வலி மருந்து ஊசியை எடுத்து குட்டிக்கு ஏற்றிவிட்டு, அவனது கைகளை இறுக்கமாக பிடித்துக் கொண்டிருந்தான். சிறிது நேரத்தில் குட்டிக்கு வலி குறைந்திருக்கவேண்டும் "டேய் எல்லாரும் சாப்பிட்டிங்களாடா யார் சமைச்சது?" என்று கேட்டதும்,

"நான் தான் சமைச்சனான். சாப்பிடவேண்டியது இவங்கடை தலைவிதி" என்ற ராஜனிடம்...

“டேய் என்ரை உடுப்பு பையிலை ஒரு பர்ஸ் இருக்கு அதை ஒருக்கா எடுத்துத்தாடா” என்றான் குட்டி.

ராஜன் எடுத்துக் கொடுத்த பர்சை சிரமப்பட்டு வலக்கையால் வாங்கிப் பிரித்துப் பார்த்தவன் கண்களில் ஒரு மகிழ்ச்சியோடு, “இத்தனை நாளா நீங்கள் கேட்ட என்ரை ராசாத்தி இதுதான்ரா” என்று காட்டினான். பாஸ்போட் அளவு கறுப்பு வெள்ளை புகைப்படத்தில் இரட்டைப் பின்னலோடு சிரித்துக்கொண்டிருந்தாள்..அந்தப் படத்தையே உற்றுப் பார்த்தக் கொண்டிருந்தவன்,

“டேய் ஆறு வருசமா காதலிக்கிறம். இந்த வருசம் கப்பல்லை இருந்து இறங்க அனுமதி கேட்டிருக்கிறன். அப்பிடி அனுமதி கிடைச்சால் என்ரை ராசாத்தியை கலியாணம் கட்ட முடிவெடுத்திருந்தனான். சில நேரம் நான் செத்துப் போயிட்டால் தயவு செய்து பாரமான பெரிய இரும்பு ஒண்டோடை என்ரை பிணத்தை கட்டி கடல்லை போட்டு விடுங்கோடா. ஏனெண்டால் என்ரை பிணம் மிதந்து போய் சில நேரம் இலங்கை கரையிலை கிடந்து அது செய்தியா வந்து நான் செத்திட்டன் என்கிற செய்தி அவளிற்கு தெரியவேண்டாம் அவள் தாங்கமாட்டாள்...” என்றபோது கன்னங்கள் வழியே வழிந்த கண்ணீர் படுக்கையில் விழத் தொடங்க “சே... உனக்கு ஒண்டும் இல்லையடா. கெதியா சுகமாயிடும் திரும்பவும் நீ சமைச்ச சாப்பாட்டை நாங்கள் சாப்பிடவேணும்...” றோகன் ஆறுதல்படுத்தினான். மீண்டும் குட்டிக்கு வலியெடுக்கத் தொடங்க இந்தத் தடைவை றோகன் மயக்க மருந்தை செலுத்தினான்.

கப்பலில் இருக்கும் உதவிப் படகு ஒன்றின் மூலம் மேலும் பர்மாவின் ஒரு கரையோர நகரத்திற்கு அனுப்பி வைக்கும்படியும் அங்கு வைத்தியத்திற்கான ஏற்பாடுகள் செய்து விடுவதாகவும் அதே நேரம் குறித்த நாள் குறித்த நேரத்திற்கு கப்பல் முல்லைத் தீவுக் கடலிற்குள் நுழைந்து விடவேண்டும் என்கிற உத்தரவோடு அன்றிரவு தாய்லாந்திலிருந்து பதில் வந்திருந்தது.

மறுநாள் சித்தாவும் றோகனும் படகு மூலம் குட்டியை பர்மாவிற்கு கொண்டுபோய் சேர்த்துவிட்டு வருவதாக முடிவெடுத்திருந்தார்கள். அன்றிரவு ஒருவரோடு ஒருவர் பேசாமல் மௌனமாகவே கழிந்து கொண்டிருந்தது. ராஜனே குட்டிக்கு பக்கத்திலிருந்து கவனித்துக்கொண்டிருந்தவன் அசதியில் தூங்கிப் போய் விட்டிருந்தவன் அதிகாலையளவில் திடுக்கிட்டு கண்விழித்து குட்டியைப் பார்த்தவன் திடுக்கிட்டவனாய், அவனது மூக்கில்

கையை வைத்துப் பார்த்துவிட்டு இதயத்தில் காதையும் வைத்துப் பார்த்தவன். அடுத்த அறையில் நித்திரையிலிருந்த றோகனை அவசரமாக தட்டியெழுப்பிக் கூட்டி வந்தான். ஓடிவந்த றோகன் குட்டியின் கையில் நாடி பிடித்துப் பார்த்து விட்டு கைகளை குறுக்காக அவனது இதயத்தில் வைத்து பலமாக விட்டு விட்டு அமுக்கியவன் ராஜனைப் பார்த்து தலையை மெதுவாக இடம் வலமாக அசைத்தான்.

குட்டி இறந்து விட்ட செய்தியை தாய்லாந்து தலைமையகத்திற்கு வரதன் அறிவித்தார். உடலை கடலில் வீசி விட்டு பயணத்தைத் தொடருமாறு கட்டளை வந்திருந்தது. குட்டியின் உடலைச் சுற்றி நின்றவர்களிடம் வந்த வரதன் விடயத்தை சொன்னதும்... முடியாதென றோகனும் சித்தாவும் எதிர்த்ததோடு கப்பல் பயணிக்கின்ற வழியில் கப்பலை நிறுத்தி படகில் உடலை எடுத்துச் சென்று எங்காவது ஒரு நாட்டுக் கரையிலோ அல்லது தீவில் புதைத்துவிடலாமென்று வாதிட்டார்கள்.

மற்றையவர்கள் மௌனமாக நின்றிருந்தனர். கப்பலில் உள்ள பொருட்களின் பெறுமதி என்பது மட்டுமல்லாமல் அது குறித்த நேரத்திற்கு கொண்டு போய் சேர்க்கவேண்டிய கட்டாயம்... கப்பல் சர்வதேச எல்லையில் இருந்து விலகி வேறு பாதையில் பயணித்தால் இந்திய இலங்கை கடற்படையால் வரக்கூடிய ஆபத்துகள் என்ன என்று எல்லாமே வரதன் சொல்லிப் பார்த்தார். ஆனால் றோகனும் சித்தாவும் விடுவதாக இல்லை.

பொருட்களை இறக்கி விட்டு திரும்பும்வரை 12 நாட்களிற்கு குட்டியின் உடலை சமையலறையில் உள்ள குளிர்சாதனப் பெட்டிகளில் பாதுகாக்கலாமா? என்றும் ஆலோசித்தார்கள். ஆனால் அவை ஒரு உடலைப் புகுத்த முடியாத சிறிய சதுரவடிவங்களாக வடிவமைக்கப்பட்டிருந்தது. அப்போதுதான் ஏதோ யோசித்தவனாக சித்தா அனைவரையும் மாலுமி அறைக்குள் அழைத்துப் போனவன் அங்கிருந்த கணினியில் கப்பலின் பயணப் பாதையை வரதனிற்கு காட்டியபடி..

“அண்ணை இங்கை பாருங்கோ... நாங்கள் போற பகுதியிலை இந்தப் பக்கமா நிக்கோபர் தீவுகள் இருக்கு. கப்பலை கிழக்குப்பக்கமா E 51 கோட்டிலை கொஞ்சம் நகர்த்தினால் போதும். இந்த இடத்திலை இருந்து நாங்கள் வழக்கமா போகிற நாவல்த்தீவு கிட்டத்தான் இருக்கு. நாங்கள் படகிலை உடலைக்

கொண்டுபோய் இங்கை புதைச்சிட்டு வந்திடுவம். கப்பலும் சொன்ன நேரத்துக்கு சொன்ன இடத்திற்கு போய் சேர்ந்திடும் ஒரு பிரச்சனையும் இல்லை. குட்டியை வைத்தியத்திற்கு பர்மாவிற்கு கொண்டு போறதுக்கும் நாங்கள் இவ்வளவு தூரம் போய் இதேயளவு றிஸ்க் கட்டாயம் எடுத்திருக்கத்தான் வேணும் நீங்கள் மனம் வைச்சால் செய்யலாமண்ணை" என்று மடமடவென்று பேசிவிட்டு அனைவரையும் பார்த்தான்.

தனது குறுந்தாடியை சில வினாடிகள் சொறிந்தபடி யோசித்த வரதன் "சரி...கெதியா பேர் மாத்திற வேலையளை முடிப்பம் சித்தா சொன்ன இடத்திற்கு போறதுக்கு மூன்று நாள்பயணம் செய்யவேணும் உடலைக் கொண்டு போய் புதைச்சிட்டு வாறதுக்கு ஆறு மணித்தியலம் தரலாம் அதுக்குள்ளை எல்லாத்தையும் முடிச்சிட்டு வந்திடவேணும். அதே நேரம் குட்டியின்ரை உடலை நாலு நாளைக்கு இப்பிடியே வைச்சிருக்க ஏலாது. அதை ஒரு போர்வையாலை நல்லா சுத்தி அதுக்கு மேலை பொலித்தீன் ஒன்றாலையும் முழுதா மூடி சுத்திக்கட்டி கப்பலின்ரை அடித்தளத்திலை கொண்டு போய் வையுங்கோ. அங்கை குளிரா இருக்கும் அதாலை லேசிலை பழுதாகாமல் இருக்கும்" என்று சொன்னதும் அனைவரும் ஒரு நிம்மதிப்பெருமூச்சோடு மிகுதி வேலைகளைத் தொடருவதற்காக அங்கிருந்து கிளம்பிப் போனார்கள்.

கப்பல் பெயர் மாற்றும் வேலைகளை முடித்துக்கொண்டு தொடர்ந்த பயணத்தின் நான்காவது நாள் அதிகாலை சூரியன் லேசாய் சோம்பல் முறித்து கடற்போர்வையை விலக்கி எழத் தொடங்கியிருந்த நேரம். நங்கூரம் இடப்பட்டிருந்த கப்பலில் பரபரப்பாக இயங்கிக் கொண்டிருந்தார்கள். உதவிப் படகில் குட்டியின் உடலும் பள்ளம் தோண்டுவதற்கு வேண்டிய உபகரணங்களும் ஒரு நீலக் கலர் பிளாஸ்ரிக் பேப்பரால் மூடப்பட்டிருந்தது. சித்தாவும், றோகனும், அன்ரனும் படகில் போய் குட்டியின் உடலைப் புதைத்துவிட்டு வருதாக முடிவெடுத்திருந்தார்கள். சித்தா உதவிப் படகில் எரிபொருளை சரிபார்த்ததோடு மேலதிகமாகவும் இரண்டு எரிபொருள் கேன்களை எடுத்து வைத்து விட்டு திசை காட்டி, தொலைத் தொடர்புக் கருவி பைனாக்குலர் என வேண்டிய அனைத்தையும் தயார் செய்து வைக்க, கப்பலின் சமயலறைப் பகுதிக்கு சென்ற றோகனும் அன்ரனும் அங்கு மறைத்து வைக்கப்பட்டிருந்த கைத் துப்பாக்கிகளை எடுத்து சரிபார்த்து இடுப்பில் செருகிக் கொண்டு படகில் ஏறி அமர்ந்தார்கள். படகு மெதுவாக கடலில் இறங்கியதும் கப்பலுடனான அதன்

இணைப்பை அன்ரன் எடுத்துவிட சித்தா படகை இயக்கினான். கப்பலில் நின்றவர்களைப் பார்த்து றோகன் கை கட்டை விரலை உயர்த்திக் காட்டினான். படகு நாவல்த்தீவை நோக்கி பயணிக்க ஆரம்பித்திருந்தது.

நாவல்த்தீவு என்பது அதன் உண்மையான பெயர் அல்ல. நிக்கோபர் தீவுக் கூட்டத்தில் மனிதர்கள் வாழாத ஒரு அழகான தீவு. மலைக்குன்றுகளோடு ஒரு ஏரியும், காடுகளையும், விலங்குகளையும், பறவைகளையும் கொண்ட இந்தப்பூமியில் உள்ள சொர்க்கம் என்று அந்தத் தீவைச் சொல்லலாம். கடற்கரையிலிருந்து இரண்டு கிலோ மீற்றர் தூரம் காட்டினூடாக பயணம் செய்தால் அந்த அழகான ஏரியை அடையலாம். அந்தத் தீவு நாவல் மரங்களை அதிகமாகக்கொண்டுள்ளதால் அதற்கு இவர்களாகவே வைத்தபெயர்தான் நாவல்த்தீவு.

வேலைகள் எதுவும் இல்லாத தருணங்களில் கப்பலை பாதுகாப்பான சர்வதேசக்கடல் பகுதியில் நங்கூரமிட்டுவிட்டு படகு மூலம் இந்தத் தீவிற்கு வந்து ஏரிக் கரையோரம் கூடாரம் அமைத்து தங்கி மனப்பாரங்கள் அனைத்தையும் இறக்கி வைத்து உலகத்தையே மறந்து அங்குள்ள தென்னை மரங்களின் இளநீரும் வழுக்கையும் சூரை, நாவல் பழங்களை ரசித்தும், மிருகங்களை வேட்டையாடி சமைத்துண்டு சில நாட்கள் மகிழ்ச்சியாய் இருப்பது இவர்களது வழைமை. அந்தத் தீவிற்கு இவர்களைத் தவிர வேறு யாருமே வந்து போனதற்கான தடயங்கள் எதனையும் அதுவரை அவதானித்திருக்கவில்லை. அந்த நாவல்த்தீவில் ஏரிக்கரையோரம் பரந்து விரிந்து வளர்ந்திருந்த ஆலமரத்தடியில் குட்டி சமைத்த உணவை இரசித்து உண்டு அவனோடு அனைவரும் மகிழ்ச்சியாக இருந்த இடத்திலேயே அவனது உடலைப் புதைப்பதாக முடிவெடுத்திருந்தான் றோகன்.

படகு சுமார் இரண்டு மணிநேரப் பயணத்தின் பின்னர் சித்தா துல்லியமாக அவர்கள் வழைமைபோல் நாவல்த்தீவில் கரையிறங்கும் இடத்திற்கு படகினை கொண்டு வந்து சேர்த்திருந்தான். யாருடையதாவது நடமாட்டம் இருக்கிறா எனக் கவனித்தவர்கள் படகை தள்ளி கரையில் ஏற்றியதும் குட்டியின் உடலைத் தூக்கி கடற்கரையில் கிடத்தினார்கள். அதிலிருந்து துர் நாற்றம் வீசத்தொடங்கியிருந்தது. எனவே அதனை அப்படியே தூக்கிக் கொண்டு போக முடியாது என்பதால் அன்ரன் பெரியதொரு தடியை வெட்டி எடுத்துவர. அந்தத் தடியோடு குட்டியின் உடலை

சேர்த்துக் கட்டி சித்தாவும் அன்ரனும் தோளில் தூக்கிக் கொள்ள. றோகன் மற்றைய பொருட்களை தூக்கியபடி ஏரிக்கரையை அடைந்திருந்தார்கள்.

அங்கு நின்றிருந்த குரங்குகள் அவர்களைக் கண்டு பயந்தபடி ஓடிப்போய் மரங்களில் ஏறிக்கொள்ள, உடலை ஆலமரத்தின் அடியில் வைத்துவிட்டு அன்ரனும் சித்தாவும் கிடங்கை வெட்டியபடியே... எகிப்திய மம்மி போல் சுற்றிக் கட்டப்பட்டிருந்த குட்டியின் உடலையே வெறித்துப் பார்த்தபடி நின்றிருந்த றோகனிடம்...

“டேய் அங்கையே நிக்காமல் சாப்பாட்டிற்கு ஏதாவது வழிபண்ணு. பண்டி, முயல் எதையாவது கொண்டுவா” என்றதும்.

பார்வையை விலக்கிய றோகன் “பண்டி, முயல் தேடிப் பிடிக்க நேரமாகும் இண்டைக்கு தொங்குமான்தான்” என்றவன் இடுப்பில் செருகியிருந்த துப்பாக்கியை உருவியபடி பயந்தோடிப்போய் மரங்களில் ஏறியிருந்த குரங்கு ஒன்றைக் குறிபார்த்தான். அதன் மடியில் ஒரு குட்டி கட்டிப் பிடித்திருந்ததை கவனித்தவன் கையை தாழ்த்தி மறுபக்கம் சலசலப்பு வந்த இன்னொரு மரத்திற்கு பார்வையை திருப்பியிருந்தான். அங்கு இரண்டு குரங்குகள் சண்டை பிடித்துக் கொண்டிருந்தன. இரண்டையும் மாறி மாறி குறிபார்த்துக் கொண்டிருந்தான்.

சண்டை பிடித்துக் கொண்டிருந்த குரங்குகளில் ஒன்று மற்றொன்றை அடித்து அதன் காதினை கடித்து விட்டு பல்லை இளித்து உறுமி மரக் கிளையை வேகமாய் உலுப்பிக் கொண்டிருக்க, அடி வாங்கிய குரங்கு காது பிய்ந்து இரத்தம் ஒழுகியபடி ஓடிப்போய் மரக்கிளைக்கு பின்னால் பதுங்கியபடியே வழிந்த தனது இரத்தத்தை கையால் தொட்டு நக்கிக் கொண்டிருக்க அந்தக்குரங்கை நோக்கி றோகன் குறிவைத்தான்.

“டுமீல்” என்கிற வெடிச் சத்தத்தைக் கேட்ட குரங்குகள் பறவைகள் பற்றைகளிற்குள் இருந்த ஊர்வன என அனைத்துமே அந்தத் தீவையே அதிர வைக்கும் அளவிற்கு சத்தமிட்டபடி எல்லாப் பக்கமும் சிதறியோடின.

“எதுக்கடா அடிச்ச குரங்கை விட்டிட்டு அடிவாங்கின குரங்கை சுட்டனி” என்கிற ராஜனின் கேள்விக்கு,

“என்னைப் பொறுத்தவரை தோற்றுப் போனதுக்கு பிறகு உயிர் வாழுறதிலை அர்த்தம் இல்லை அது குரங்காயிருந்தாலும் சரி”

என்றபடி குண்டடிபட்டு தெப்பென விழுந்த குரங்கை போய் எடுத்து வந்த றோகன் ஒரு மரக்கிளை இடுக்கில் அதன் தலையை செருகிவிட்டு அதற்கு கீழே நிலத்தில் சவளால் கிடங்கை தோண்டியவன். இடுப்புப் பட்டியின் கூட்டில் மடித்து செருகி வைக்கப்பட்டிருந்த கத்தியை எடுத்து விரித்து குரங்கை உரித்து அதன் தோல், குடல் அனைத்தையும் அந்தக் கிடங்கிற்குள் போட்டு மூடி முடித்தான். அங்கு எழுத்த பெரும் சத்தம் கொஞ்சம் கொஞ்சமாய் குறைய ஆரம்பித்திருந்தது. உரித்து முடித்த குரங்கு பார்ப்பதற்கு அப்போதுதான் பிறந்த ஒரு குழந்தையைப்போல இருந்தது. காட்டு இலைகளை வெட்டி அதன் மீது வைத்து விட்டு காய்ந்து போயிருந்த தடிகளைப் பொறுக்கி ஒரு இடத்தில் குமித்து நெருப்பை மூட்டியவன், ஒரு தடியை வெட்டி அதன் ஒரு முனையை சீவி கூராக்கி அதில் குரங்கை குத்தி நெருப்பில் பிடித்து வாட்டத் தொடங்கியிருந்தான்.

கிடங்கை வெட்டி முடித்திருந்த சித்தாவும் அன்ரனும் றோகனை அழைக்க, மூவருமாகச் சேர்ந்து குட்டியின் உடலை கிடங்கில் போட்டு மண்ணால் மூடிவிட்டு குரங்குகள் மீண்டும் அந்தக் குழியை தோண்டி விடாமல் இருக்க அதன் மீது அங்கிருந்த கற்களையும் மரக் கிளைகளையும் எடுத்து அதன் மீது அடுக்கினார்கள். அதன் பின்னர் தென்னையில் ஏறிய அன்ரன் சில இளம் தேங்காய்களை உதைத்து வீழ்த்தினான். குடிப்பதற்கு வசதியாக சீவியிருந்த ஒரு தேங்காயையும் வாட்டிய குரங்கின் ஒரு தொடையையும் குட்டி புதைக்கப்பட்ட குழியின் கால்பகுதியில் ஒரு இலையில் சித்தா வைத்ததும், மூவருமாக அங்கு தலைகுனிந்து சில வினாடிகள் மௌன அஞ்சலி செலுத்தியவர்களின் கண்கள் கலங்கியிருந்தது.

அதன் பின்னர் ஒருவரோடு ஒருவர் அதிகம் பேசிக் கொள்ளாமல் வாட்டிய குரங்கு இறைச்சியை உண்டு இளநீரை குடித்து விட்டு நாவல்த்தீவை விட்டு புறப்படும்போது “டேய்…நேரம் கிடைக்கிற ஒரு நாளைக்கு குட்டியை புதைச்ச இடத்திலை ஒரு சமாதி கட்டவேணும்” என்று விட்டு கடலையே வெறித்தக்கொண்டிருந்தான் றோகன். தீவு அவர்களை விட்டுத் தூரமாகிக் கொண்டிருந்தது.

அன்றிரவு கப்பலின் மேல்தளத்தில் றோகன் கையில் விஸ்கி போத்தலை வைத்தபடி சிகரற்றை புகைத்தபடியிருந்தான். மாலுமி அறைக்குள் சென்ற ராஜன் வரதனிடம் மெதுவாக...

"அண்ணை...றோகன் கனக்க குடிச்சிருக்கிறான். சொன்னாலும் கேக்கிறான் இல்லை. நீங்கள் கொஞ்சம் போய் சொல்லிப் பாருங்கோ" என்றான்.

றோகனின் அருகில் வந்த வரதன் கையிலிருந்த பிளாஸ்ரிக் கிண்ணத்தை நீட்டினார். போதையில் சுருங்கியிருந்த றோகனின் கண்கள் ஆச்சரியமாக விரித்தபடி "என்ன ?...விஸ்கி வேணுமா" என்றதும்,

தலையை மெதுவாக மேலும் கீழுமாக ஆட்டிய வரதன் றோகன் கிண்ணத்தில் ஊற்றிய விஸ்கியை தண்ணீர் கலக்காமலேயே ஒரு மடக்கில் குடித்தவர்.

"நானும் தண்ணியடிக்கிறனான்தான். ஆனால் எங்கடை வேலையளை முடிச்சிட்டு ஓய்வா இருக்கிற நேரத்திலை மட்டும். இந்த தண்ணியடிக்கிறது மட்டுமில்லை உணர்ச்சிவசப்படுறது. பாட்டுப் படித்து கும்மளம் அடிக்கிறது, அழுகிறது எல்லாமே எனக்கு தந்த வேலையை முடிச்சிட்டுத்தான். இதுகளிலை கவனத்தை சிதற விட்டால் எங்கடை வேலை செய்ய முடியாமல் போயிடும். இப்ப கப்பல்லை இருக்கிற பொருள்களையெல்லாம் பத்திரமா கொண்டு போய் சேர்க்கவேண்டியதுதான் எங்கடை முதல் வேலை. பிறகுதான் மிச்சமெல்லாம்... நல்லா பழகிட்டு இப்பிடி இழப்பு வரேக்கை கஸ்ரமாயிருக்கும். அதாலைதான் நான் உங்களோடையே அதிகமா கதைக்கிறேல்லை. இதெல்லாம் உனக்கும் போகப் போக பழகிடும். போய்ப் படு..."

என்று றோகனின் தோளில் தட்டி விட்டு வரதன் மீண்டும் மாலுமி அறைக்குள் போய்விட எதையோ நினைத்த றோகன் அவசரமாய் கீழ்தளத்திற்குச் சென்று படுக்கையறையில் குட்டியின் பயணப்பையை திறந்து ஆராய்ந்தான். அதற்குள் எதுவுமே எழுதப்படாத வெற்று டயறி ஒன்றும் அவனது கடவுச்சீட்டு, கப்பலில் வேலை செய்வதற்கான ஆவணங்கள், அடையாள அட்டை என்பனவற்றை எடுத்துப் பார்த்தான். அவற்றில் எழுதப்பட்டிருந்த பெயர் விலாசங்கள் எல்லாமே போலியானதாகத்தானிருக்கும் என்பது றோகனிற்கு தெரியும். அவனது பர்சைத் திறந்து பார்த்தான்.

ராசாத்தியின் சிரித்த கறுப்பு வெள்ளை புகைப்படமும் மடித்து வைக்கப்பட்டிருந்த குட்டி எழுதிய கவிதையும் இருந்தது.

அவற்றை எடுத்துக்கொண்டு மீண்டும் கப்பலின் மேற்தளத்திற்கு வந்தவன் போத்தலில் கொஞ்சமாய் மீதமிருந்த விஸ்கியையும் குடித்து முடித்துவிட்டு அந்தப் போத்தலிற்குள் குட்டி எழுதிய கவிதைக் கடதாசியில் ராசாத்தியின் புகைப்படத்தையும் சுருட்டி போத்தலிற்குள் போட்டவன். அதனை நன்றாக இறுக்கி மூடிவிட்டு கடலிற்குள் வீசியெறிந்தான்... குட்டியின் கவிதை வரிகளைப் போலவே அந்தக் கவிதையும் ராசாத்தியின் கைகளிற்கு போய் சேராது என்பதும் றோகனிற்கு தெரியும். முழங்கால்களை மடித்து தலையைத் தொங்கப்போட்டபடி அங்கேயே அமர்ந்திருந்தான். வரதன் கப்பலை முல்லைத் தீவுக் கடலை நோக்கி செலுத்திக்கொண்டிருந்தார்.

தொலைபேசி மணியடித்துக் கொண்டிருந்தது. வரதன் அதனை எடுப்பதற்கு முயற்சித்தார். முடியவில்லை. புலி வழமைக்கு மாறாக அவரைப் பார்த்து குரைத்துக் கொண்டேயிருந்தது. இப்பொழுது வரதனிற்கு நெஞ்சு வலி இல்லை. அவர் பஞ்சைப்போன்று அந்தரத்தில் மிதப்பதைப் போன்றதொரு உணர்வு. ஒரு ராக்கெற்றின் வேகத்தை விட அதிகமாய் காற்றைக் கிழித்தக் கொண்டு வானத்தில் பறந்தார். இன்னொரு சூரியக்குடும்பம் முன்னாலும் நட்சத்திரக் கூட்டங்கள் அவர் பின்னாலும் தெரிந்தது. அதேயளவு வேகத்தில் மீண்டும் கீழே இறங்கினார். அந்தப் படத்தில் இருந்த அதே தீவின் கடற்கரையோரத்தில் பெரிய பாறை ஒன்றின் முன்னால் அவரது மனைவியும் றோகன், சித்தா, குட்டியுடன் வேறு நண்பர்களும் அவரைப்பார்த்து கையசைத்தனர்.

கடற்கரையோரத்தில் தடிகள் நடப்பட்டு கலர் கலராக பலூன்கள் பறக்கவிடப்பட்டு அங்கு ஒரு மேசைமேல் வர்ணக்கலரில் ஒரு கேக்கும் வைக்கப்பட்டிருந்தது. அந்தரத்தில் பறந்துகொண்டிருந்த வரதன் அவர்களருகே சென்று தரையிறங்கினார். மனைவி அவரை அழைத்து கேக்கை வெட்டவைத்து ஒரு துண்டினை அவரிற்கு ஊட்டிவிடும்போது சுற்றி நின்று அனைவரும் கைதட்ட றோகன் தனது கித்தாரை வாசித்தபடி “பிறந்தநாள் இன்று பிறந்தநாள் நாம் பிள்ளைகள் போலே தொல்லைகள் எல்லாம் மறந்த நாள்” என்று பாடிக்கொண்டிருந்தான். ஆனால் வரதனின் காதுகளில் புலி குரைக்கும் சத்தம் ஒலித்துக்கொண்டேயிருந்தது...

புரட்...சீ

எழுதிய காலம் 06/11/15

காலை நித்திரையை விட்டெழுந்த கட்டிலில் இருந்து இறங்குவதற்குள், அருகில் கீழே படுத்திருந்த கார்க்கி துள்ளி எழுந்து மல்லிகா மீது பாய்ந்து வாலையாட்டியபடி முகத்தை நக்கத் தொடங்க... அதன் தலையை மெதுவாய் தடவிக்கொடுத்தவள், தனது கண்ணாடியை எடுத்துப்போட முயற்சிக்கும் போது மீண்டும் கார்க்கி அவள் மீது பாயவே... கை தவறி கொஞ்சம் நிலை தடுமாறியவள். கார்க்கியை அதட்டியபடி கீழே விழுந்த கண்ணாடியை எடுத்து அணிந்து கொண்டு கார்க்கியின் உணவை எடுத்து அதன் கிண்ணத்தில் போட்டுவிட்டு தேநீரை தயாரித்த மல்லிகா அதை எடுக்கும் போது கை தவறி தேநீர் கோப்பை கீழே விழுந்து உடைந்து போக... திடுக்கிட்ட கார்க்கி மல்லிகாவை பார்த்து குரைத்து விட்டு மீண்டும் கிண்ணத்தில் தலையை விட்டு கொறிக்கத் தொடங்கியது.

"என்ன இண்டைக்கு எல்லாமே அபசகுனமாவே இருக்கு" என்று நினைத்தபடி நிலத்தை துப்பரவு செய்து சிதறிப் போயிருந்த தேனீர் கோப்பையை பொறுக்கி குப்பைக் கூடையில் போட்டுவிட்டு சிறிது பதட்டத்தோடு மகன் டிராஸ்கிக்கு போனடித்தாள். இன்று வார விடுமுறை. டிராஸ்கி குடும்பத்தோடு அவளின் வீட்டுக்கு வரவேண்டிய நாள். போனை எடுத்த டிராஸ்கி "அம்மா...எதுவும் சமையல் செய்ய வேண்டாம் நானே சாப்பாடு கொண்டு வருகிறேன்" என்றதும் மகனுக்கு ஒன்றும் பிரச்சனையில்லை என்கிற மன நிம்மதியோடு அடுத்த தேநீரை தயார் செய்யத் தொடங்கியிருந்தாள். ஆனாலும் யாருக்கோ எதோ நடந்துவிட்டது என்று மனதில் லேசான ஒரு சஞ்சலம் இருந்தாலும் இப்போதெல்லாம் அவளது உலகத்தில் அவளும் அவளது மகன், மருமகள், பேரன், கார்க்கி. இவை மட்டுமே...

இவை தவிர்த்த வெளிஉலகம் என்றால் தொலைக்காட்சி, செய்திகள், சீரியல்கள் என்பதோடு சரி... எனவே மனதைத் தேற்றிய

படி அடுத்த தேநீரை தயாரித்து கவனமாக கையில் எடுத்தபடி வழமை போல அவளது பன்னிரண்டாவது மாடியின் பால்கனி கதவை திறந்ததும் பாரிஸ் நகரத்தின் சித்திரை மாதத்து சில்லென்ற காற்று முகத்தில் அடிக்க, லேசான பனி மேக கூட்டத்தில் கான்கிரீட் காடுகளை தாண்டி உயரமாக இரும்பு மரமாக உயர்ந்து நின்ற ஈபிள் கோபுரத்தை வழமை போலவே எரிச்சலோடு பார்த்தபடி தேநீரை உறுஞ்சவும், வீட்டுத் தொலைபேசி ஒலித்தது. வீட்டிற்குள் வந்து தொலைபேசியை எடுத்து காதில் வைத்தாள் "கலோ மல்லிகா தோழர் சுரேந்தர் இறந்துவிட்டார்..." என்றது அவளது தோழியின் குரல்...மல்லிகாவின் கைகள் நடுங்கத் தொடங்கியது போல இருந்தது. தலை லேசாய் சுற்றவே காதில் போனை வைத்தபடி ம்...ம்...மட்டும் சொல்லிக்கொண்டு சோபாவில் சாய்ந்தாள்.

காலம் 1972 ஆம் ஆண்டின் ஒரு அதிகாலைப் பொழுது. முருங்கையில் படுத்திருந்த சேவல் கூவிக்கொண்டிருக்க வெளிச்சம் லேசாய் பரவத் தொடங்கியிருந்தது. ஊரின் ஒதுக்குப்புறமான பெரிய பனங்காணியின் ஓரத்தில் இருந்த சிறிய குடிசை வீடொன்றில் கண்விழித்த நல்லம்மா, தன்மீது காலைப் போட்டபடி படுத்திருந்த மாயவனின் காலை விலக்கியதும் அவன் விரலை சூப்பியபடி சுருண்டு படுக்க, போர்வையால் அவனை போர்த்திவிட்டு மறு பக்கம் பார்த்தவள். "குமாரகிட்டுது இன்னும் ஒழுங்கா படுக்கத் தெரியேல்லை" என்று புறுபுறுத்தபடியே பக்கத்தில் படுத்திருந்த மல்லிகாவின் பாவடையை சரி செய்தவள். எரிந்து கொண்டிருந்த அரிக்கன் லாம்பை ஊதி அணைத்துவிட்டு காலைக் கடனை முடிப்பதற்காக வாளித் தண்ணீரோடு பக்கத்திலிருந்த பனை வளவுக்குள் போகும்போது ஒரு உருவம் அசைவதை கவனித்தாள் .

அந்தப் பகுதியில் பலரின் கழிப்பிடம் அந்த பனங்காணிதான் என்பதால் யாரோ ஒருவர் ஒதுங்குகிறார் என நினைத்தபடி கொஞ்சம் தூரமாக போய் குந்தியபோது அந்த உருவம் "ஐயோ அம்மா" என முனகுவது கேட்டது. முக்குகிற இடத்தில யாரோ ஒருத்தன் முனகுகிறானே என்று நினைத்தவள் வந்ததை அடக்கியபடி எழுந்து மெதுவாக போய் பார்த்தவள் அதிர்த்து போய் வீட்டுக்கு ஓடிப்போய் மகள் மல்லிகாவை தட்டி எழுப்பி டாச் லைட்டையும் எடுத்துக் கொண்டு மீண்டும் பனங்காணியை நோக்கி ஓடினாள் .

பனையோடு சாய்ந்திருந்தபடி முனகிக் கொண்டிருந்தவன் மீது நல்லம்மா டாச் வெளிச்சத்தை அடித்ததும், இருபதுகள் மதிக்கத்தக்க ஒருவன் தனது மேல் சட்டையை கழற்றி இடக்கால்

தொடையை சுற்றிக் கட்டியிருந்தான். அதிலிருந்து இரத்தம் கசிந்துகொண்டிருந்தது... முகத்தில் விழுந்த டாச் வெளிச்சத்தை முகத்தில் படாதவாறு கையால் மறைத்தபடி முனகலோடு தண்ணி என்றான். அதுவரை அம்மாவுக்கு பின்னால் அரைத் தூக்கத்திலிருந்த மல்லிகாவுக்கு அவனைப் பார்த்ததும் தூக்கம் பறந்து போய் பயம் பிடித்துக்கொள்ள அம்மாவின் கையை இறுக்கிப் பிடித்துக்கொண்டாள்.

நல்லம்மா அவனிடம் “தம்பி... நீங்கள் யார் ? எந்த ஊர் ? என்ன பெயர்?” என்கிற விசாரணைகளுக்கு எந்தப் பதிலும் சொல்லாமல் மீண்டும் “தண்ணீ ” என்று மட்டுமே முனகினான். நல்லம்மாளும் மல்லிகாவுமாக சேர்ந்து அவனை கைத்தாங்கலாக பிடித்து வீடிற்கு அழைத்து வந்தவர்கள் வெளியே சாத்தி வைக்கப்பட்டிருந்த கயிற்றுக்கட்டிலை எடுத்து உள்ளே போட்டு அதில் அவனை இருத்திவிட்டு பானையில் இருந்த தண்ணீரை ஒரு செம்பில் அள்ளிக் கொடுத்தும் குடித்து முடித்துவிட்டு அவர்களையும் வீட்டுச் சூழலையும் கவனித்தவன் அந்த இடம் தனக்கு பாதுகாப்பாக இருக்கும் என உறுதி செய்துவிட்டு...

“நான் மக்கள் புரட்சி இயக்கத்தை சேர்ந்தவன் ரவிக்குமார். இரவு நாங்கள் பிரச்சார நோட்டீஸ் ஒட்டிக்கொண்டிருக்க ரோந்து வந்த போலிஸ் எங்களை பிடிக்கப் பார்த்தாங்கள். நாங்கள் ஓடத் தொடங்க சுட்டிட்டங்கள். எனக்கு காலிலை சன்னம் பட்டிட்டுது ஓட முடியேல்லை. என்னோட வந்த மற்றாக்கள் ஓட்டிடான்கள்” என்று சொல்லி முடித்துவிட்டு அவர்களைப் பார்த்தான்.

போலிஸ்காரன்... சுட்டது... என்பதை தவிர நல்லம்மாவுக்கு வேறு ஒன்றும் புரியவில்லை. மல்லிகாவுக்கு கொஞ்சம் புரிந்தது. அண்மைக்காலமாவே “அரச அதிகாரிகள் மீது தாக்குதல் முயற்சி, அமைச்சரின் கார் மீது வெடிகுண்டு வீச்சு, போலீஸ் ஜீப்பை கொளுத்தினார்கள்” என்று ஊரில் மட்டுமல்ல பத்திரிகைகளிலும் மக்கள் புரட்சி இயக்கத்தைப் பற்றி பேச்சு அடிபடத் தொடங்கியிருந்தது. இதையெல்லாம் அவர்கள் ஏன் செய்கிறார்கள் என்று அவளுக்குத் தெரியாது. ஆனால் இரண்டு வருடங்களுக்கு முன்னர் அவர்கள் ஊரில் முருகன் கோவில் திருவிழா தொடங்கிய போது அவளது தந்தை கணபதி “முருகனை கும்பிட இந்த கணபதிக்கு உரிமையில்லையா” என்று கேட்டு கோவிலில் உள் நுழையும் போராட்டம் நடத்தியதால் உயர் சாதிக்காரர்கள் வெளியூர்

சண்டியன் ஒருவனைக் கொண்டுவந்து கணபதியை கோவில் வீதியில் வைத்தே வெட்டிக்கொலை செய்து விட்டார்கள்.

இதுவரை யாரும் கைது செய்யப்படவுமில்லை. நல்லம்மாவும் நியாயம் வேண்டி போலிஸ் நிலையத்துக்கும் அதிகாரிகளிடமும் அலைந்து களைத்துப்போய் இப்போ குடும்பத்தை கவனிக்க சந்தையில் வியாபாரம் செய்யத் தொடங்கிவிட்டாள். எனவே தங்களுக்கு நியாயம் பெற்றுத் தராத போலிசையும் அதிகாரிகளையும் மக்கள் புரட்சி இயக்கம் தாக்குவது சரியே என்கிற எண்ணம் மல்லிகவுக்குள் நிரம்பியிருந்தது. இன்று அந்த அமைப்பில் ஒருவனை சந்தித்ததும் அவளுக்கு மகிழ்ச்சி.

நல்லம்மா தேநீர் தயாரிக்கத் தொடங்கியிருந்தாள். அசையாமல் அவனையே பார்த்துக்கொண்டிருந்த மல்லிகாவிடம், "எனக்கு ஒரு உதவி செய்ய வேணும்..."

"என்ன உதவி?"

"நான் காயப்பட்டதை எங்கடை தோழர்களுக்கு தெரிவிக்க வேணும். அப்பதான் என்னை வந்து கூட்டிக்கொண்டு போய் வைத்தியம் செய்வினம்."

"அவையள எங்கை போய் சந்திக்கிறது?"

"அவர்களை சந்திக்க முடியாது எல்லாருமே தலைமறைவா இருக்கிற ஆக்கள். ஆனால் நாங்கள் பொதுவா தகவல் பரிமாறுகிற இடம் ஒண்டு இருக்கு. நான் ஒரு கடிதம் எழுதித் தாரன். அதை கொண்டு போய் குடுத்து உங்கடை வீட்டு விலாசத்தையும் அவரிட்டை சொல்லிவிட்டால் தோழர்கள் வந்து என்னை கூட்டிக்கொண்டு போவினம்."

மல்லிகா தனது பாடக்கொப்பி ஒன்றையும் பேனாவையும் அவனிடம் நீட்டியதும் அதில் ஒரு ஒற்றையை கிழித்து மளமளவென எதோ கிறுக்கி அவளிடம் நீட்டினான். அதை வாங்கிப் பார்த்தாள் எதுவும் புரியவில்லை.எதோ மந்திரம் போல இருந்தது. "இது என்ன எழுதியிருக்கு?"

"அது உனக்குப் புரியாது. இதைக் குடுத்தால் தான் நீ சொல்லுற தகவலை நம்புவாங்கள்."

"இதை எங்கை கொண்டு போய் குடுக்கிறது?"

"உரும்பிராய் சந்தியில ஒரு பலசரக்கு கடை இருக்கு. அங்க தாடி வளர்த்த ஒருவர் இருப்பார். பெயர் பாலா அவரிட்டை குடுத்தால் சரி."

கடிதத்தை வாங்கியவள் தனது பாடப் புத்தகத்தினுள் அதை வைத்துவிட்டு வேகமாக முகம் கழுவி பாடசாலை சீருடையை அணிந்து தயாராக நல்லம்மாவும் மாயவனை எழுப்பி பாடசாலைக்கு தயார்பண்ணி அனைவருக்கும் தேநீரை கொடுத்து விட்டு சந்தைக்கு போய் விட்டாள். மல்லிகா பெண்கள் கல்லூரி ஒன்றில் உயர்தரம் படித்துக்கொண்டிருந்தாள். மாயவனை அவனது பள்ளியில் கொண்டுபோய் விட்டு விட்டு தனது பாடசாலை ஆசிரியர்கள், மாணவர்கள் கண்ணில் படாமல் கடிதத்தை கொண்டுபோய் கொடுத்துவிட்டு ரவிக்குமாருக்கு சாப்பாடு வாங்கிக்கொண்டு மீண்டும் வீடு திரும்ப வேண்டும் என்று திட்டமிட்டவள். சாகசமான ஒரு வீரச்செயலை செய்யப் போவது போன்ற மன நிலையில் புத்தகப் பையை சைக்கிள் கரியரில் மாட்டிவிட்டு மாயவனையும் ஏற்றிக்கொண்டு சைக்கிளை மிதித்தாள்.

மதியமளவில் இருவர் இரண்டு சைக்கிள்களில் மல்லிகாவின் வீடிற்கு வந்தார்கள். வந்தவர்களில் ஒருவன் தன்னை சுரேந்தர் என்று மெதுவான குரலில் அறிமுகப்படுத்திக் கொண்டான். பார்ப்பதற்கு சாதுவானவன் போல இருந்தது. சற்று தூரத்திலேயே விறைப்பாக நின்றிருந்தவனைக் காட்டி அவன் பெயர் லெனின் என்று சொன்னவன் உங்கள் உதவிக்கு எங்கள் இயக்கம் சார்பாக நன்றி. தோழரை அழைத்துப் போகிறோம் என்றதும், "தேத்தண்ணி போடுறன் குடிச்சிட்டு போங்கோ" என்று அவசரமாக கேத்திலை தூக்கிய மல்லிகாவிடம் "வேண்டாம் இன்னொரு தடவை கட்டாயம் வருகிறோம்" என்றபடி ரவிக்குமாரை கைத்தாங்கலாக அழைத்துப்போய் சைக்கிளில் இருத்தியதும் ரவிக்குமாரும் நன்றி சொல்லி விடை பெற்றார்கள். அதன் பிறகு சுரேந்தர் அடிக்கடி தனியாகவும் வேறு சிலரோடும் மல்லிகா வீட்டிற்கு வந்து போவான் ரவிக்குமார் எப்போதாவது வருவான். மல்லிகாவின் வீடு ஒதுக்குப்புறமான இடத்தில் தனியாக இருந்ததால் மக்கள் புரட்சி இயக்கத்தினருக்கு பாதுகாப்பாக அவர்கள் சந்திக்கும் இடமாக மாறிப்போயிருந்தது. அங்கிருந்த மாமரத்தின் கீழேயிருந்து காரா சாரமாக விவாதிப்பார்கள். வருகிறவர்களுக்கு தேநீரோ சாப்பாடோ நல்லம்மா அவசரமாக தயாரித்துக் கொடுக்க அவர்கள் பேசுவதை கவனித்தபடியே மல்லிகா பரிமாறுவாள்.

அவலங்கள் | 165

சுரேந்தர் எப்போதுமே கையில் புத்தகங்களுடந்தான் வருவான். ஒருநாள் தனியாக அமர்ந்து படித்துக்கொண்டிருந்தவனின் முன்னால் போய் நின்ற மல்லிகா தயங்கியபடியே "எனக்கும் உங்கடை இயக்கத்தில சேர விருப்பம் சேர்த்துக்கொள்ளுவீங்களா?" என்றாள். தலையை நிமிர்த்தி அவளையே சிறிது நேரம் பார்த்தவன் "எங்கள் பாதை மிக மிக கடினமானது ஆனால் உன்னைப்போன்ற உழைக்கும் வர்க்கத்து துணிச்சலான பெண்ணை எங்கள் இயக்கத்தில் உள் வாங்காது பயணிப்பதும் தவறு. சரி எங்கள் அடுத்த கூட்டத்திற்கு உன்னை அழைத்துப்போய் எங்கள் மற்றைய தோழர்களுக்கும் அறிமுகம் செய்து வைத்துவிட்டு உன்னை இயக்கத்தில் இணைத்துக்கொள்கிறேன். ஆனால் ஒரு விடயம் இயக்கத்தில் இணையும்போது உனக்கு வேறு பெயர் வைக்கவேண்டும். எங்கள் இயக்கத்தில் எல்லோருக்கும் அப்படிதான்" என்றவனை இடை மறித்து,

"அப்போ உங்கடை பெயரும் பொய்ப் பெயரா?"

லேசாய் சிரித்தவன் "அப்படிச் சொல்லக்கூடாது. இது புரட்சியாளர்களுக்கான புனை பெயர். அவர்களின் பாதுகாப்புக்கானது."

"அப்போ எனக்கு என்ன பெயர் வைக்கப் போறிங்கள்?..."

கொஞ்சம் யோசித்தவன் .."ம்...நீலவ்னா"

தலையை சொறிந்தபடி, "என்ன நீல வண்ணவா. இது கண்ணன் பேரெல்லோ"

"நீல வண்ணா இல்லை நீலவ்னா."

"அப்பிடியெண்டால் என்ன அர்த்தம் ?"

ஒரு பெரிய புத்தகத்தை எடுத்து நீட்டியவன் "இதைப் படி நீலவ்னா என்கிற பெயரின் அர்த்தம் புரியும்" என்றவனிடம் புத்தகத்தை வாங்கிப்பார்த்தாள். அதன் அட்டையில் "தாய் மார்க்சிம் கார்கி" என்று எழுதியிருந்தது. சரி படிக்கிறன் என்று தலையாட்டிய படியே புத்தகத்தைவாங்கிப் போய்விட்டாள்.

லீவு நாளொன்றில் சுரேந்தர் மல்லிகாவை அவர்களது கூட்டத்திற்கு அழைத்துப் போனான் யாரோ ஒருவரின் வீடு. வயதானவர் ஒருவர் வரவேற்றார் உள்ளே போனதும் வீட்டின் அறையில் அப்போதுதான்

தாடியும் மீசையும் முளைக்கத் தொடங்கிய இளையவர் சுமார் இருபது பேர் வரை அமர்த்திருந்தார்கள். சுரேந்தரைக் கண்டதும் எழுந்து வணக்கம் சொல்லிவிட்டு அமர்ந்தாலும் அனைவரது கண்களும் மல்லிகா மீதே இருந்தது. சிலர் தங்களுக்குள் குசுகுசுத்தார்கள். சிறிது நேரத்தில் ரவிக்குமாரும் லெனினும் வந்து சேர்ந்ததும் மீண்டும் அனைவரும் எழுந்து வணக்கம் சொல்லி அமர்ந்ததும் ரவிக்குமார் வணக்கம் சொன்னபடியே கையை உயர்த்தி அனைவரையும் அமரச் சொன்ன பின்னர் மல்லிகாவைப் பார்த்து கையை நீட்டி "தோழர்களே இவர்தான் நீலவ்னா. நான் காயமடைந்த வேளை இவர்கள் வீட்டில் தான் தஞ்சமடைந்திருந்தேன் . நமது அரசியல் பிரிவு பொறுப்பாளர் சுரேந்தர் மூலமாக நீலவ்னா இப்போ எமது இயக்கத்தில் இனைய வந்துள்ளார். சமூகப் புரட்சியையோ வர்க்கப் புரட்சியையோ பெண்களின் பங்களிப்பின்றி வென்றடைய முடியாது. அவர்களையும் சமமாக எம்மோடு இணைத்துப் போராடவேண்டும்.

எமது இயக்கத்தின் முதலாவது போராளி நீலவ்னாவை வரவேற்பதோடு மேலும் பெண்களை எமது இயக்கத்தில் உள்வாங்க வேண்டும்" என்று சொல்லி முடித்ததும் சிலர் கை தட்ட முயற்சித்த போது... "வேண்டாம் தோழர்களே யாரும் கை தட்ட வேண்டாம் நாம் அரசியல்வாதிகளின் பேச்சைக் கேட்டுக்கேட்டு கை தட்டியே களைத்து தட்டுக்கெட்ட இனமாகிப்போய் விட்டோம். இனியும் கையைத் தட்டாமல் கைகளை எமது இனத்தின் விடுதலைக்காக உயர்த்துவோம். தாக்குதல்களை தீவிரப்படுத்துவோம். எமது இராணுவப் பிரிவு பொறுப்பாளர் லெனினின் திட்டங்களை செயல்ப்படுதுவோம்" என்று ஆவேசமாகப் பேசி முடித்ததும் அந்த இடம் அமைதியானது.

ரவிக்குமார்தான் அந்த இயக்கத்தின் தலைவர் என்பது அப்போதுதான் மல்லிகாவிற்கு தெரியவந்தது. அப்போது கூட்டத்தில் ஒருவன் கையை உயர்த்தி "புதிதாக இணைத்த நீலவ்னாவை தோழர் என்று அழைப்பதா அல்லது தோழி என்று அழைப்பதா" என்றன்.

ரவிக்குமார் சுரேந்தரை திரும்பிப் பார்க்க அனைவருக்கும் முன்னால் வந்த சுரேந்தர் "தோழர்களே பெண்களும் எமக்கு சமமானவர்கள். அவர்களை தோழி என்றழைப்பது அவர்களை சிறுமைப்படுத்தும். எனவே அவர்களையும் தோழர் என்றே அழைப்போம் என்றபடி தனது பேச்சைத் தொடர்ந்தான். அவனது பேச்சில் இலயித்து நின்ற மல்லிகாவின் முகத்தில் மாஸ்கோவின் சில்லென்ற காற்று முகத்தில் லேசாய் அறைந்து போனது.

ஸ்டாலின் கிராட்டின் வீரம் நரம்புகளில் பாய்ந்தது. இரஷ்ய தெருக்கள் மனக்கண்ணில் விரிய செம்படை வீரர்கள் விறைப்பாய் நடந்து திரிந்தார்கள். அவன் பேசி முடிக்கும்போது எப்படியும் எமக்கான ஒரு நாடு கிடைத்து எமது முதலாவது தூதரகத்தை மாஸ்கோவில் திறந்துவிடுவோம்... என்கிற நம்பிக்கை மல்லிகா வைப்போலவே அங்கிருந்த அனைவருக்கும் வந்திருக்க வேண்டும். தங்களை மறந்து கை தட்டினார்கள். அதன் பின்னர் சுரேந்தரின் பேச்சைக் கேட்பதற்காகவே அவள் கூட்டங்களுக்கு போகத் தொடங்கியிருந்தாள்.

சில நாட்கள் கழிந்த காலைப்பொழுதொன்றில் பாடசாலைக்குப் போய்க் கொண்டிருந்த மல்லிகா சந்திக்கடையில் தொங்கவிடப்பட்டிருந்த பத்திரிகைகளில் ரவிக்குமாரின் படம் இருப்பதைப் பார்த்து அவசரமாக வாங்கிப் பிரித்தாள். "மக்கள் புரட்சி இயக்கத்தைச் சேர்ந்தவர்கள் மானிப்பாய் மக்கள் வங்கிக் கிளையை கொள்ளையிட முயற்சித்தபோது போலிசாருடன் நடந்த மோதலில் அதன் இயக்கத் தலைவர் ரவிக்குமார் கொல்லப்பட மற்றயவர்கள் தப்பிச் சென்றுவிட்டார்கள். அந்த அமைப்பைச் சேர்ந்தவர்களை இன்ஸ்பெக்டர் செபஸ்டியன் தலைமையிலான குழு தேடி வலை வீச்சு..." படித்ததும் மல்லிகாவின் தலை லேசாய் கிர்ர்ர்... ...தேடப்படுவோர் பட்டியலில் முதலாவதாக சுரேந்தர் பெயர் இருந்தது. அவளது பெயர் அதில் இல்லை என்கிற ஆறுதலோடு அவசரமாய் பத்திரிகையை மடித்து புத்தகப் பையில் செருகிவிட்டு பாடசாலைக்குப் போகாமல் வீட்டை நோக்கி சைக்கிளை மிதித்தாள். வீடு வந்தவளுக்கு இன்னொரு அதிர்ச்சி. அங்கே சுரேந்தர் சோகமாய் அமர்ந்திருந்தான். மல்லிகா அவனிடம் நீட்டிய பத்திரிகையை வாங்கிப் படிக்காமலேயே வானத்தை வெறித்தபடி "எங்கடை இயக்கத்தை வளர்கிறதுக்கான முதல் முயற்சி தோற்று விட்டது. தோழனையும் இழந்து விட்டோம். ஆனாலும் தோற்றுப் போகமாடோம் தொடர்வோம்" என்றான் .

சந்தைக்குப் போன நல்லம்மாவும் சங்கதி கேள்விப்பட்டு மாயவனையும் அழைத்துக்கொண்டு திரும்பி வந்திருந்தாள். அன்றைய பொழுது மௌனமாகவே மாலையகிக்கொண்டிருந்தது. அரிக்கன் லாம்பை துடைத்து எண்ணெய் விட்டுக்கொண்டிருந்த நல்லம்மாவின் காதுக்குள் வாகன சத்தம் கேட்டு தலையை நிமிர்த்தும் போதே போலிஸ் ஜீப் ஒன்று அந்த காணிக்குள் நுழைந்து கொண்டிருந்தது.ஓடத் தயாரான சுரேந்தரின் கைப்பிடித்து இழுத்து நிறுத்திய மல்லிகா வேகமாக அங்கு சாத்தி வைக்கப்பட்டிருந்த

சாக்குக் கட்டிலை எடுத்து குடிசைக்குள் போட்டவள் சுரேந்தரை அதன்மீது தள்ளிவிட்டு "அம்மா எனக்கு காச்சல்"என்றபடி கழுத்துவரை போர்த்தபடி கட்டிலில் படுத்துவிட்டாள். விளக்கை கொளுத்தி முடித்த நல்லம்மாவுக்கு முன்னால் வந்த அதிகாரி "அம்மா இங்கை மக்கள் புரட்சி இயக்கத்தை சேர்ந்த பெடியள் வாறவங்களா?"

"ஐயா இயக்கப் பெடியங்களை எனக்கு தெரியாது. நாங்கள் தனியா இருக்கிற படியாலை பொதுவாவே எந்தப் பெடியளையும் வீட்டை கூப்புடுறேல்லை."

அவள் பதிலை அதிகமாய் ரசிக்காத அந்த அதிகாரி குடிசைக்குள் நுழையப் போகும்போது .."ஐயா...உள்ளை மகள் படுத்திருக்கிறாள் அம்மை போட்டிருக்கு" என்றதும் நல்லம்மா கையிலிருந்த லாந்தரை வாங்கி குடிசைக்குள் உயர்த்திப்பிடித்து கண்களால் துளாவ... மல்லிகா லேசாய் தலையைத் திருப்பி யாரது...என்று கேட்கவும் திரும்பி வந்து லாந்தரை கீழே வைத்து விட்டு "அம்மா உங்கடை நன்மைக்குத்தான் சொல்லுறன். இயக்கப் பெடியள் யார் வந்தாலும் பாதுகாக்க வேண்டாம் பிறகு குடும்பத்தோடை உள்ளை போக வேண்டி வரும்" என்று கடுமையாக சொல்லிவிட்டு போவதற்குப் புறப்பட்டவர் எல்லாவற்றையும் பார்த்து பயந்து போய் நின்றிருந்த மாயவனின் தலையை லேசாய் தடவியபடி இங்கை யாராவது அண்ணைமார் வந்தாங்களா? "இல்லை" யென்று தலையசைத்தான். என்னுடைய பெயர் என்ன தெரியுமா ?..மீண்டும் "இல்லை"யென்று தலையசைதவனிடம்... இன்ஸ்பெக்டர் செபஸ்டியன் என்று விட்டு அங்கிருந்து போய் விட்டார்.

இன்ஸ்பெக்டர் செபஸ்டியன் என்கிற பெயரைக் கேட்டதுமே மல்லிகாவின் இதயத் துடிப்பு அதிகமாகி..கொட்டிய வியர்வையில் மொத்தமாக நனைந்து போயிருந்தவள் காதோரம் உரசிச் சென்ற சுரேந்தரின் மூச்சுக்காற்றின் சத்தம் சுயத்துக்கு கொண்டு வரவே அவன் தனது இடையை கையால் வளைத்து இறுக்கி தலையை தோளில் புதைத்திருந்ததை உணர்ந்தாள். சட்டென்று அவனை விலக்கி எழுந்துவிட நினைத்தாலும் அதுவரை அவள் அறியா அந்த அணைப்பில் அமிழ்ந்து போய்க் கிடந்தாள். அவனுக்கும் அப்படித்தான். "மல்லிகா அவங்கள் போயிட்டங்கள்" என்கிற நல்லம்மாவின் சத்தத்தைக்கேட்டு சுரேந்தர் சட்டென்று அவளிடமிருந்து பிரித்துக்கொண்டு எழுந்துவிட்டாலும், "சே இன்னும் கொஞ்ச நேரம் இன்ஸ்பெக்டர் செபஸ்டியன் இங்கை

நின்றிருக்கலாமே” என்று அவள் மனது அலையானது. அதன் பின்னர் பல பொழுதுகள் போலிஸ் வராமலேயே அவர்கள் சாக்குக் கட்டிலில் போர்த்திக்கொண்டு பதுங்குவது பழகிப்போனது.

இயக்கத்தை வளர்க்க வேண்டும். அதில் மாற்றங்கள் கொண்டுவர வேண்டும். அதற்கு கிழக்கு மலையகம் எல்லாம் போய் பிரசாரம் செய்துவிட்டு வருகிறேன் .அப்போ இங்கு போலிஸ் கெடுபிடிகளும் குறைந்துவிடும். நான் திரும்ப வந்ததும் எமது இயக்கத்துக்கு புதிய தலைவரை தெரிவு செய்ய வேண்டும். அதுவரை இங்கு லெனின் பொறுப்பாக இருப்பான் பத்திரமாக இரு என்று விட்டு சுரேந்தர் போய் விட்டான். மல்லிகாவில் மாற்றங்கள் தெரிந்தது. சுரேந்தரின் புரட்சி அவள் வயிற்றில் வளரத் தொடங்கியிருந்தது. நல்லம்மாவுக்கும் லெனினுக்கும் மட்டுமே இவர்களது காதல் கதை தெரிந்திருந்தது. சுரேந்தர் போன பிறகு லெனினும் வேறு சிலரும் அடிக்கடி அங்கு வந்து போவர்கள். அவர்களிடம் சுரேந்தர் பற்றி விசாரிப்பாள்.

மூன்று மாதங்கள் கழிந்த ஒரு நாளில் வளர்ந்த தாடியும் பரட்டைத் தலையுமாய் தோளில் தொங்கும் சிகப்பு பையோடு மல்லிகாவைத் தேடி வந்திருந்த சுரேந்தரிடம்...

“இது என்ன கோலம்?”

“இதுதான் புரட்சியாளர்களின் கோலம். அக்கம்பக்கம் பார்த்து விட்டு மல்லிகாவை இழுத்து அணைத்து, “நான் மிக மகிழ்ச்சியாக இருக்கிறேன்...”

“நானும்தான்...”

“என்ன சொல்லு?”

“நீங்கள் முதலில் சொல்லுங்கள்”

“எமது இயக்கத்திற்கு நிறையப்பேரை சேர்த்து விட்டேன். அடுத்த வாரம் இயக்கத்தின் மத்தியகுழு கூடப் போகின்றது. புதிய தலைவரை ஓட்டுப் போட்டு தேர்ந்தெடுக்கப் போகிறார்கள். அடுத்த தலைவர் பதவிக்கு எனக்கும் லெனினுக்குமிடையில் தான் பலத்த போட்டியாக இருக்கப் போகின்றது. நீ யாருக்கு ஓட்டுப் போடுவாய்?”

“வேறை யாருக்கு...உங்களுக்குத் தான்”

அவளின் மீதான அணைப்பை மேலும் கொஞ்சம் இறுக்கியவன் "எனக்குத் தெரியும் அடுத்த தலைவன் நான் தான்... இது எனது இலட்சியம். எனது தலைமையில் தான் இந்த தேசத்துக்கு விடியல் கிடைக்கும். எல்லாமே நான் நினைத்தபடி தான் நடக்கும். சரி உனது மகிழ்ச்சிக்கு காரணம் என்ன?"

வெட்கத்தோடு தலையைக் குனிந்தபடி..."நீங்கள் இயக்கத்துக்கு தலைவராக மட்டுமல்ல குழந்தைக்கு அப்பாவாகவும் போகிறீர்கள்."

சட்டென்று அவளை விடுவித்தவன் .."வேண்டாம்...அழிச்சிடு."

"ஏன்?"

"எமது புரட்சிப் பாதைக்கு இது தடைகள்... தடைக்கல். தேசத்தின் விடியலுக்காக போராடும் நாம் குடும்ப பாசத்தில் முழுகி விடக் கூடாது."

"தடைக்கல் என்பதை நீங்கள் தழுவும் போதே நினைத்திருக்க வேண்டும்".

"அதுக்கு நான் மட்டும் பொறுப்பல்ல. நீயும்தான்...என்னை மட்டும் குற்றவாளியாக்காதே. இந்த விசயம் வெளியே தெரிந்தாலே எனது தலைவராகும் கனவே பாழாகி விடும். வேண்டாம்"

"உங்கள் தலைவர் பதவியாசைக்காக என் குழந்தையை பலி குடுக்க முடியாது."

கொஞ்சம் யோசித்தவன் .."சரி மத்திய குழுக் கூட்டம் முடியட்டும் அதுவரை கொஞ்சம் பொறுமையாக இரு" என்று விட்டு போய்விட்டான்.

இரண்டு நாட்கள் கழித்த அதிகாலையில் போலிஸ் ஜீப் ஒன்று வேகமாக மல்லிகாவின் காணிக்குள் நுழைந்தது. ஜீப் சத்தத்தில் நித்திரையிலிருந்த மல்லிகா விழித்து கண்களை கசக்கி பாக்கும்போதே இன்ஸ்பெக்டர் செபஸ்டியன் அவள் முன்னால் நின்றிருந்தார். அவரோடு வந்த பொலிசார் வீட்டை சோதனை போடத் தொடங்கியிருந்தனர்.

"எங்கயடி அவங்கள்? எத்தனை நாளாய் இங்கை வந்து போறாங்கள். உனக்கு எவ்வளவு காலம் அவங்களோடை தொடர்பு" என்கிற அவரது கேள்விகளில் திகைத்து நின்ற மல்லிகாவை

அவலங்கள் | 171

ஓங்கி அறைந்தவர், “வா உன்னைக் கொண்டுபோய் விசாரிக்கிற முறையிலை விசாரிக்கிறன்” என்றபடி கொத்தாய் அவளது தலை முடியை பிடித்து இழுத்துக்கொண்டு போகவே மாயவன் வீரிட்டுக் கத்தி அழத்தொடங்க காலைக் கடனை கழிக்கப் போயிருந்த நல்லம்மா சத்தம் கேட்டு அவசரமாக ஓடிவந்தாள். அதற்கிடையில் மல்லிகாவின் கைகளுக்கு விலங்கை மாட்டிய செபஸ்டியன் “அம்மாவும் மகளும் சேர்ந்து புரட்சியாடி பண்ணுறிங்கள்” என்று ஓடி வந்த நல்லம்மவை எட்டி உதைக்கவே கீழே விழுந்தவள் “ஐயா எங்களுக்கு யாரோடையும் தொடர்பு இல்லை. எந்தப் புரட்சியும் செய்யேல்லை” என்று அழுது புலம்பிக் கொண்டிருக்க சோதனை போட்ட ஒரு போலிஸ்காரர் கையில் ஒரு சிகப்புப் பையை கொண்டு வந்து “சேர்...”என்று செபஸ்டியனிடம் நீட்ட, அதை வாங்கிப் பிரித்து அதிலிருந்த பிரசுரங்களை எடுத்தவர் சிரித்தபடியே “இது போதும் எனக்கு” என்றபடி மல்லிகாவை நோக்கி “பொய்யா சொல்லுறாய்” என்றபடி எட்டி உதைக்கப் போகவே கீழே விழுந்து கிடந்த நல்லம்மா “ஐயா என்னை என்ன வேணுமெண்டாலும் செய்யுங்கோ மகள் பாவம் பிள்ளைத்தாச்சி அவளை ஒண்டும் செய்ய வேண்டாம்” என்று ஓடிப்போய் செபஸ்டியனின் கால்களை கட்டிப் பிடித்துக்கொள்ள “...ஓ அது வேறை நடக்குதா?” என்றபடி மீண்டும் நல்லம்மாவை உதைத்தவர் மல்லிகாவை ஜீப்பினுள் இழுத்துப் போட ஜீப் அங்கிருந்து கிளம்பிப்போய் விட்டது... நல்லம்மாவும் மாயவனும் ஜீப்பின் பின்னாலேயே ஓடிக் களைத்துப்போக ஊரே கூடி வேடிக்கை பார்த்துக்கொண்டு நின்றிருந்தது.

மக்கள் புரட்சி இயக்கத்தின் மத்தியக் குழு கூட்டம் புதியதொரு இடத்தில் கூடியிருந்தது. சுமார் முப்பது பேர்வரை கூடியிருந்தார்கள். அவர்களுக்கு முன்னால் சுரேந்தரும் அருகில் இடுப்பில் செருகிய ரிவால்வரோடு லெனினும் விறைப்பாக நின்றிருக்க, கூட்டத்திலிருந்த ஒருவனை அழைத்த சுரேந்தர் லெனினிடமிருந்த துப்பாக்கியை வாங்கிக் கொண்டு போய் வெளியே காவல் நிக்கும்படி சொல்லவே லெனினும் துப்பாக்கியை எடுத்துக் கொடுத்து விட்டு மீண்டும் கைகளைக் கட்டியபடி விறைப்பாக நின்றிருந்தான். சுரேந்தர் பேசத் தொடங்கினான்... “தோழர்களே இன்று முக்கியமான நாள் இது முக்கியமான கூட்டம். எங்களையெல்லாம் வழி நடத்திய தோழன் ரவிக்குமாரின் வீர மரணத்தின் பின்னர் எமது இயக்கத்துக்கான அடுத்த தலைவரை இல்லையில்லை அப்படிச் சொல்லக்கூடாது வழிகாட்டியை தேர்ந்தெடுக்க நாங்கள் ஒன்றாக கூடியிருக்கிறோம். அதற்கு முன்னர் தோழன் ரவிக்குமாருக்கு ஒரு நிமிட மௌன

அஞ்சலி செலுத்துவோம்" என்றவன் தனது வலக்கை விரல்களை மடித்து இறுகப் பொத்தி தோளுக்கு மேலாக உயர்த்தி தலையை குனித்து கொள்ள அனைவரும் அதைப்போலவே அஞ்சலி செலுத்தி முடிந்ததும், கையை இறக்கி தலையை நிமிர்த்தியவன், "தோழர்களே புதிய வழிகாட்டியைத் தேர்தெடுக்க முன்னர் உங்களுக்கு முக்கியமான அதிர்ச்சி தரும் சோகமான ஒரு செய்தியை சொல்லவேண்டும். எமது தோழர் நீலவ்னா காவல்துறையால் கைது செய்யப்பட்டு விட்டாள் இப்போ அவள் கொடும் சித்திரவதைகளுக்கு உள்ளாக்கப்பட்டுக் கொண்டிருப்பாள்.

அவள் மூலமாக எங்கள் இரகசிய சந்திப்பு இடங்கள் தெரிய வந்திருக்கலாம் என்பதால்தான் இன்று புதிய இடத்தில் கூடியிருக்கிறோம். ஆனால் நீலவ்னா எமது அமைப்பில் ஒருவனாலேயே காட்டிக் கொடுக்கப்பட்டு கைது செய்யப் பட்டுள்ளாள்" என்று சொல்லி நிறுத்தினான். எங்களில் ஒருவனா? அனைவரும் ஒருவரையொருவர் பார்த்து விட்டு யாரவன்? யாரவன்? என்கிற கேள்வி கூச்சலாக மாறியது. அனைவரின் இரத்தமும் சூடாகத் தொடங்கியிருந்தது. சொல்லுங்கள் தோழர் யாரவன் என்று சத்தமாகவே சிலர் கத்தினார்கள். கையை உயர்த்திய சுரேந்தர் "அமைதி தோழர்களே" என்றவன் தலையை லேசாய்த் திருப்பி எனக்குக் கிடைத்த நம்பிக்கையான தகவல்களின் படி அந்தத் துரோகி இவன்தான் என்று அருகில் நின்றிருந்த லெனினைப் பார்த்துக் கையை காட்டவும், உணர்ச்சிக் கொந்தளிப்பில் நின்றிருந்த அனை வரும் லெனின் மீது வேகமாகப் பாய்ந்து அடித்துத் துவைக்கத் தொடங்கினார்கள்.

"தோழர்களே நான் காட்டிக் கொடுக்கவில்லை. நம்புங்கள். நான் நிரபராதி. துரோகியில்லை" என்று கத்திய குரலை யாரும் அங்கு கேட்பதற்குத் தயாராக இல்லை. "ஊர் புத்தியைக் காட்டிட்டான்" என்றபடியே ஓங்கி முகத்தில் குத்த மூக்கும் முன்னம் பற்களும் உடைத்து. லெனின் மயங்கிப் போயிருந்தான். ஒருவன் அவனது ஆடைகளை கழற்றி கை கால்களை கட்டிவிட ஜட்டியோடு இரத்தம் கசிய மயங்கிக் கிடந்தவனை ஓங்கி மிதித்து விட்டு சுரேந்தரிடம், "தோழர் இவன் துரோகி இவனுக்கு மரண தண்டனை கொடுக்க வேண்டும்" என்றான். "அமைதி தோழர்களே மரண தண்டனை எல்லாவற்றுக்கும் தீர்ப்பாகாது. எமது இயக்கத்துக்கு அடுத்த வழிகாட்டியாக தேர்ந்தெடுக்கப்பட வேண்டிய ஒருவனே இப்படிச் செய்தது கவலையான விடயம். ஆனால் மரண தண்டனை வேண்டாம். இவனது துரோகத்தை ஊர் அறியச் செய்வோம்.

அதுவே இவனுக்கான தண்டனை. ஆனால் எமது இயக்கத்தின் அடுத்த வழிகாட்டி யார்?" சுரேந்தர் அனைவரையும் பார்த்தான். துரோகியையும் மன்னிக்கும் உங்களுக்கு பெரிய மனது தோழர். நீங்கள் தான் எமது இயக்கத்தின் அடுத்த வழிகாட்டி இதை நான் முன் மொழிகிறேன் என்று ஒருவன் சொன்னதும், "வழி மொழிகிறோம்...வழி மொழிகிறோம்...வழி மொழிகிறோம்..." அனைத்துக் குரல்களும் ஒலித்தது.

சைக்கிளில் வாழைக்குலையை கட்டியபடி அதிகாலை சந்தைக்கு போய்க்கொண்டிருந்த அருணாசலம் சந்தியைக் கடக்கும் போதுதான் கவனித்தான் சந்தியின் தந்திக் கம்பத்தில் ஒருவன் ஜட்டியோடு தொங்கிக்கொண்டிருந்ததை. சைக்கிளை அவன்பக்கமாக கொண்டுபோய் நிறுத்திப் பார்த்தான். அவனை யாரென்று தெரியவில்லை. ஜட்டியோடு தொங்கிக் கொண்டிருந்தவனின் கழுத்தில், துரோகத்துக்கான தண்டனை. மக்கள் புரட்சி இயக்கம். என்று எழுதிய மட்டை ஒன்று தொங்கவிடப்பட்டிருந்தது.அருகில் சென்ற அருணாசலத்திடம் "அண்ணை என்னை அவிழ்த்து விடுங்கோ...நான் துரோகியில்லை" என்று முனகினான்.இயக்கத்தின் பெயர் எழுதியிருப்பதால் எனக்கேன் தேவையில்லாத வம்பு. போகிற வழியில் சுன்னாகம் போலிஸ் நிலையத்தில் சொல்லிவிட்டுப் போகலாம் என்று நினைத்து சைக்கிளை மிதித்தான். "அண்ணை அவிழ்த்து விடுங்கோ... தண்ணி..."என்று அவனின் குரல் முனகிக்கொண்டேயிருந்தது.

நேரம் செல்லச் செல்ல வேலைக்கு பாட சாலைக்கு செல்பவர்கள் என கூட்டம் அதிகரித்து அனைவரும் கம்பத்தில் கட்டியிருந்தவனை சுற்றி நின்று வேடிக்கை பார்த்தபடி அவன் யாராயிருக்கும் என ஆராச்சி செய்துகொண்டிருந்தனர். கொஞ்ச நேரத்தில் உள்ளூர் சண்டியன் மணியம் "யாரடா அது"என்று சத்தமாகக் கேட்டபடி அங்கு வர பலர் அவனுக்கு மரியாதையாக வழி விட்டு ஒதுங்கினார்கள். பந்தாவாக வந்த மணியம் மட்டையில் மக்கள் புரட்சி இயக்கம் என்கிற பெயரைப் பார்த்ததும் பம்மியபடி அங்கிருந்து மறைந்து போனான். வேகமாக வந்த விதானை நடராசா கம்பத்தில் தொங்கிக் கொண்டிருந்தவனை மேலும் கீழுமாய் பார்த்துவிட்டு "நானொரு விதானை எனக்கே இவன் யாரெண்டு தெரியேல்லையே"என்று தாடையை சொறிந்தபடி யாராவது போலிசுக்கு போய் தகவல் குடுங்கோ என்று சொல்லும்போதே தூரத்தில் போலிஸ் ஜீப்பின் சத்தம் கேட்கத் தொடங்க அங்கிருந்த அனைவரும் வேகமாக கலையத் தொடங்கினார்கள். அங்கு வந்த

போலிஸ்காரர்கள் கம்பத்தில் கட்டப்பட்டிருந்தவனை அவிழ்த்து ஜீப்பில் போட்டுக்கொண்டு போய்விட்டார்கள்.

சுன்னாகம் காவல் நிலையம். இன்ஸ்பெக்டர் செபஸ்டியனுக்கு முன்னால் விலங்கோடு கொண்டு வந்தவனை இரண்டு போலிஸ் காரர்கள் இருத்தினார்கள். அவன் தலையை நிமிர்த்தி செபஸ்டியனிடம் “தண்ணீ” என்றான். செபஸ்டியன் அருகில் நின்றிருந்த போலிஸ் காரரைப் பார்க்க அவர் வேகமாக ஓடிப்போய் ஒரு செம்பில் தண்ணி கொண்டுவர அவனின் விலங்கை கழற்றி விடச் சொன்ன செபஸ்டியன்... முன்னால் இருந்த பைலை பிரித்து மெதுவாக ஒவ்வொரு பக்கங்களாக புரட்டிக் கொண்டிருந்தார். தண்ணியை வாங்கிக் கடவாய் வழியே வழிந்தோட மடக் மடக்கென குடித்தவன் செம்பை மேசையில் வைத்து விட்டு “நன்றி” என்றான். மெதுவாகப் புன்னகைத்த செபஸ்டியன், உன்னுடைய சொந்தப் பெயர் டேவிட் அன்டனி. இயக்கப் பெயர் லெனின். பிறந்த இடம் மட்டக்களப்பு நிந்தாவூர். மக்கள் புரட்சி இயக்கத்தின் இராணுவப் பிரிவு பொறுப்பாளர். காவல்துறை அரச அதிகாரிகளை தாக்கிய... கொலை செய்ய முயற்சித்ததாக... இருபத்தி நான்கு வழக்கு இதுவரை பதியப்பட்டிருக்கு. இலங்கையில் தேடப்படும் முக்கியமான குற்றவாளிகளில் நீயும் ஒருவன். பல காலமாக காவல்துறைக்கு தண்ணி காட்டியிருக்கிறாய். இன்றைக்கு நீ வளர்த்த இயக்கமே உன்னை துரோகி என்று தொங்கவிட்டிருக்கிறார்கள்.” சொல்லி முடித்து லெனினை உற்றுப் பார்த்தார் .

சட்டென்று வேகமாக எழுந்த லெனின் அருகில் நின்றிருந்த போலிஸ்காரரின் 303 ரைபிளை பிடுங்கியவன் “நான் தியாகியாக சாகாது விட்டாலும் பரவாயில்லை ஆனால் துரோகியில்லை” என்று கத்தியவன் தன் வாயில் துப்பாக்கியை வைத்து அதன் விசையை அழுத்தினான். அவனது உச்சந்தலையில் ஊடுருவி காவல் நிலையத்தின் கூரை ஓட்டையும் உடைத்து வெளியேறியது துப்பாக்கியின் குண்டு. துப்பாக்கியைப் பறிகொடுத்த போலிஸ் காரரோ பயத்தில் நடுங்கியபடி “சார் தெரியாமல் நடந்திட்டுது. ஒரு செக்கனிலை இப்பிடி பண்ணிட்டான். சார் மன்னிச்சு கொள்ளுங்கோ” என்று செபஸ்டியனிடம் கெஞ்சிக்கூத்தாடிக் கொண்டிருக்க, சத்தம் கேட்டு எல்லா போலிஸ்காரர்களும் அங்கு ஓடி வந்து விட்டிருந்தார்கள். சாவகாசமாய் கதிரையை விட்டு எழும்பிய செபஸ்டியன் பயத்தில் நடுங்கியபடி மன்னிப்புக் கேட்டுக்கொண்டிருந்த போலிஸ்காரரின் முதுகில் தட்டி, “இது நடக்குமெண்டு உனக்குத் தெரியாமல் இருந்திருக்கலாம். ஆனால்

எனக்குத் தெரியும்.'' பிணத்தை வைத்திய சாலைக்கு அனுப்பிட்டு உள்ளூர் பத்திரிகைக்கு செய்தி குடுத்து விடுங்கள். சொந்தமென்று யாரவது தேடி வந்தால் எந்தக் கெடுபிடியும் இல்லாமல் பிணத்தை ஒப்படைக்க வேணும். நாங்கள்தான் இவனை சுட்டுக் கொன்றதாய் மக்கள் புரட்சி இயக்கம் பிரசாரம் செய்வார்கள். இனித்தான் நிறைய வேலையிருக்கு...'' என்று விட்டு பைலை எடுத்துக்கொண்டு அங்கிருந்து போகப் புறப்பட்டவர் இரத்தத்தில் சரிந்து கிடந்த லெனின் மீது உடைந்த ஓட்டின் ஊடாக சூரியஒளி விழுந்து கொண்டிருக்கவே கூரையை அண்ணாந்து பார்த்து விட்டு ''யாரையாவது கூபிட்டு கூரையையும் திருத்துங்கள் மழை நாள் வருகிது''என்று விட்டுப் போய் விட்டார் .

நாட்டுக்கு எதிராக கிளர்ச்சி செய்தவர்களுக்கு அடைக்கலம் கொடுத்ததோடு மட்டுமல்லாது அவர்களோடு தொடர்புகளை பேணியதாலும் மல்லிகாவுக்கு நான்காண்டு சிறைத்தண்டனை கிடைத்தது. சிறையில் பிறந்த அவளது குழந்தை காப்பகத்தில் வளர்த்து கொண்டிருந்தது. அவள் சிறையில் இருந்தபோதே அடிக்கடி பார்க்கப் போகும் நல்லம்மா மூலமும் பத்திரிகைகளிலும் மக்கள் புரட்சி இயக்கத்தைப் பற்றி அறிந்து கொண்டிருந்தாள். லெனின் தன்னைக் காட்டிக் கொடுத்திருந்தான் என்கிற செய்தி அவளுக்கு அதிர்ச்சியாகவும் நம்பமுடியாமலும் இருந்தது. அவள் சிறைக்கு வந்த அடுத்த வருடமே சுரேந்தர் தலைமையில் யாழ்ப்பாணத்தில் தேசிய வங்கிக் கிளை ஒன்றைக் கொள்ளையடித்திருந்தனர். கொள்ளையடிக்கப்பட்ட பணம் நகைகளோடு சுரேந்தரும் வேறு சிலரும் நாட்டை விட்டுத் தப்பியோடி விட்டதாக செய்தித்தாள்கள் முன் பக்கத்தை நிரப்பியிருந்தன. மக்கள் புரட்சி இயக்கத்தை சேர்ந்த பலர் கைது செய்யப்பட்டு சிறைகளில் அடைக்கப்பட வசதியான சிலர் வெளிநாடுகளுக்கு தப்பியோடிவிட எந்த வசதிகளும் அற்றவர்கள் வேறு இயக்கங்களில் அடைக்கலமானார்கள்.

அத்தோடு சுரேந்தர் பற்றிய செய்திகளும் மல்லிகாவுக்கு கிடைக்காமல் போய் விட்டிருந்தது. நான்கு வருடங்கள் கழித்து மல்லிகாவின் விடுதலை நாள். வெளியே போனதும் எப்படியும் சுரேந்தரை தேடிப் பிடிப்பதுதான் முதல் வேலை. மகன் டிராஸ்கியோடு திடீரென அவன் முன் போய் நின்றால் எப்படியிருக்கும்? இன்னமும் என்னையே நினைத்துக்கொண்டிருப்பானா? தாடி வழித்திருப்பானா? இப்படியாக ஆயிரம் கேள்விகளோடு சிறையை விட்டு வெளியே வந்தாள். டிராஸ்கியோடு வந்திருந்த நல்லம்மாவை கட்டியணைத்து ஒருவர் மாறி ஒருவர் கண்ணீரை துடைத்து விட்டுக்

கொண்டிருக்கும்போது அங்கு வந்த ஜீப்பில் இருந்து செபஸ்டியன் இறங்கி வந்து கொண்டிருந்தார். அவரைப் பார்த்ததும் மல்லிகாவுக்கு லேசாய் உதறல் எடுத்தபடி "நாலு வருசம் அனுபவிச்சது போதும் எதுக்கு இவன் திரும்பவும் இங்கை வாறான்" என்று மனதுக்குள் திட்டிக் கொண்டிருக்கும் போதே அருகில் வந்தவர் "மல்லிகா உன்னை எப்பிடி இருக்கிறாய் என்று சுகம் விசாரிக்க வரவில்லை. வெளியிலை போய் இனியும் புரட்சி செய்யுறேன் என்று கிளம்பி திரும்பவும் இங்கை வரவேண்டாம். உனக்கு இப்போ ஒரு குழந்தை வேறை இருக்கு அதை வளர்க்கிற வழியைப்பார்."குனிந்தபடி தலையை ஆட்டினாள். "உன்னை எனக்கு காட்டிக் கொடுத்தது யார் தெரியுமா?"

"லெ...னி...ன்..." இழுத்தாள்.

சிரித்தவர் "இல்லை அப்பிடிதான் எல்லாரும் நினைத்தவை. உன்னை காட்டித் தந்து வீட்டிலை பிரசுரங்கள் இருக்கெண்டு மேலதிக தகவலும் தந்தது சுரேந்தர் தான். நீ நினைக்கிற மாதிரி அவன் போராளியில்லை துரோகி."

அதிர்ச்சியில் அவளுக்குள் மொஸ்கோ நகரம் வெடித்துச் சிதறியது. தாய் நாவல் பக்கம் பக்கமாக கிழிந்து காற்றில் பறந்து கொண்டிருந்தது. லியோ டால்ஸ்டாய், பியோதர், தஸ்தாயெவ்ஸ்கி, குப்ரின், கார்க்கி, கோகல், துர்கனேவ் என்று சுரேந்தர் அறிமுகம் செய்து வைத்த அனைத்து ரஷ்ய நாவலாசிரியர்களையும் சபித்தபடி தலையை நிமிர்த்தி செபஸ்டியனைப் பார்த்தாள். "நான் சொன்னால் நம்ப மாட்டாய் அம்மாவிட்டையே கேட்டுப் பார்" என்றதும் தன் பக்கம் திரும்பிய மல்லிகாவிடம் "எல்லாம் உண்மை தானம்மா நீ மோசம் போயிட்டாய்" என்று நல்லம்மா விம்மியள, எதுவுமே புரியாமல் பேந்தியபடி நின்றிருந்த டிராஸ்கியின் கையில் கொண்டுவந்த சாக்லேட்டை கொடுத்துவிட்டு செபஸ்டியன் போய் விட்டார்.

நண்பர்களின் உதவியோடு பிரான்சிற்கு மகனோடு வந்து சேர்ந்த மல்லிகாவுக்கு அவள் சிறையில் இருந்த ஆதாரங்கள் உதவியதால் இலகுவாக நிரந்தர வசிப்பிட உரிமையும் அரச உதவியும் கிடைக்கத் தொடங்கியிருந்தது. சுரேந்தர் இந்த உலகில் எந்த மூலையில் இருந்தாலும் ஒரேயொரு தடவை நேரில் சந்தித்து "எதுக்கடா இப்படி செய்தாய்" என்று மட்டும் கேட்டு விடவேண்டும் என்கிற கோபம் கொழுந்து விட்டுக் கொண்டிருந்தாலும்,நாளாந்த

வாழ்க்கைப் போராட்டமும் மகனை நல்லபடியாய் வளர்த்து விடவேண்டும் என்கிற சிந்தனையும் மெதுவாக கோபத்தை குறைந்து விட்ட்டிருந்தது. ஆனால் வளர்ந்து கொண்டிருந்த டிராஸ்கி அப்பா எங்கே என்று கேட்கத் தொடங்கி அப்பா யாரம்மா? என்று கேட்ட கேள்விகளை அவர் ஊரில் இருக்கிறார் என்று எப்படியோ சமாளித்துக் கொண்டிருந்தாள். அவன் வளர வளர அப்பாவைப் பற்றிய ஒரே கேள்வி பல வடிவங்களில் வந்து கொண்டிருந்தது. ஒரு நாள் அவன் “அம்மா அப்பாவின் ஒரு படம் கூட இல்லியா ? இல்லை அப்பா யாரெண்டு உனக்கே தெரியாதா?” என்று அவன் முடிக்கு முதலே அவனை கன்னத்தில் ஓங்கி அறைந்தவள் “உங்கப்பா செத்துட்டாரடா” என்று விட்டு சத்தமாய் அழத் தொடங்கியவளை அறை வாங்கிய எந்த உணர்வுமின்றி கட்டியணைத்து “அம்மா இனிமேல் அப்பாவைப் பற்றி கேட்கவே மாட்டேன். இது சத்தியம் நீ அழாதை” என்றவனை இழுத்து அணைத்து அன்று முழுதும் அழுது தீர்த்து விட்டிருந்தாள்.

அதன் பின்னர் டிராஸ்கியும் அப்பா என்கிற வார்த்தையே பாவிப்பதில்லை. சில வருடங்கள் கழிந்த நிலையில் பிரான்சில் ஒரு தமிழ் வானொலி தொடங்கியிருக்கிறார்கள் என்கிற செய்தியறிந்து சாட்டிலைட் அன்டெனா வாங்கிப் பொருத்தி அலை வரிசையை தேடித் பிடித்தபோது மீண்டும் இலங்கை வானொலி கேட்ட மகிழ்ச்சி மல்லிகாவுக்கு. அப்படியான ஒரு இரவுப் பொழுதின் கவிதை நேரத்தில் “வணக்கம் நேயர்களே இன்றைய கவிதை நேரத்தினை அலங்கரிக்க வருகிறார் யேர்மனியிலிருந்து தோழர் சுரேந்தர். மக்கள் புரட்சி இயக்கத்தினை நிறுவியவரும் ஆயுதப் போராட்டம் மூலமே எமக்கு தனி நாடு கிடைக்கும் என முதன் முதலில் முழங்கியவரும் இவரே... இப்பொழுது எமக்கு ஏன் தனி நாடு தேவை என்பதை கவிதையாய் வடிப்பார். வாருங்கள் தோழர் சுரேந்த” என்றதும் “வணக்கம்” என்று விட்டு.

எழுவோம் .
நிமிர்வோம் .
சிவப்பு என்பது
நிறமல்ல .
உதிரம்...

வேகமாய் வானொலிப் பெட்டியின் வயரைப் பிடுங்கிய மல்லிகா வானொலி நிலையத்துக்கு போனடித்து சுரேந்தரின் இலக்கத்தை வாங்கியிருந்தாள். போனடிக்கலாமா என பல

தடவை யோசித்திருந்தாலும் மகனைப் பற்றிக் கேட்டு சொந்தம் கொண்டாடுவானோ என்கிற பயத்தில் போனடிக்காமலேயே விட்டு விட்டது மட்டுமல்ல வானொலி கேட்பதையும் விட்டு விட்டாள். இப்போ சுரேந்தர் மாரடைப்பில் இறந்து விட்டான் என்கிற செய்தி யேர்மனியில் இருந்த தோழி சொன்னதன் பின்னர் பல வருடங்கள் கேட்காமலேயே விட்டிருந்த தமிழ் வானொலியை தேடிப் பிடித்தாள். தமிழ் தேசியத்தின் ஒரேயொரு வானொலி என்கிற விளம்பரத்துடன் சுரேந்தருக்கான அஞ்சலிக் கவிதைகள் உலகெங்குமிருந்து குவிந்து கொண்டிருந்தது. இன்று மகனுக்கு அப்பா யார் அவன் எவ்வளவு துரோகி என்று சொல்லி விடலாம் என்று முடிவு செய்திருந்தாள். கார்க்கி வாசலையும் பால்கனியையும் மாறி மாறி பார்த்து குரைத்துக்கொண்டு ஓடிக்கொண்டேயிருந்தது.

வழக்கத்துக்கு மாறான கார்கியின் குரைப்பு எரிச்சலைக் கொடுக்க அதை அதட்டி படுக்க வைத்தவள், மகன் வருகிற நேரமாகிவிட்டது இன்னமும் காணவில்லையே ஒரு போனடித்துப் பார்க்கலாம் என நினைத்து போனை எடுக்கப் போகும் போது அதுவே ஒலித்தது. எடுத்து காதில் வைத்தாள். மறுமுனையில் பிரெஞ்சு மொழியில் தன்னை ஒரு போக்குவரத்து போலிஸ் அதிகாரி என்று அறிமுகம் செய்தவர் “BZ 176 CS இலக்க பச்சை நிற ரெனோல்ட் மெகான் வண்டி உங்களுடையதா?” தட்டுத் தடுமாறியபடி “வண்டி என்னுடைய பெயரில்தான் உள்ளது மகன்தான் அதனைப் பாவிக்கிறார். ஏன் ஏதும் பிரச்சனையா” என்றதும் “ஒ... மன்னிக்கவும் அந்த வண்டி விபதுக்குள்ளாகி விட்டது. அதில் இருந்த குழந்தை மட்டும் சிறு காயத்தோடு தப்பி விட்டது உடனடியாக மருத்துவமனைக்கு வாருங்கள்” என்று விட்டு மருத்துவமனை விலாசத்தை சொல்லிக் கொண்டிருக்கும் போதே மல்லிகாவுக்கு எல்லாமே மங்கலாக தெரியத் தொடங்கி தொலைபேசி நழுவி கீழே விழ கார்க்கி மீண்டும் குரைக்கத் தொடங்கியிருந்தது.

அஞ்சலி

வழக்கம் போல இன்றும் காலை கடையைத் திறந்து விட்டு... பத்திரிகை போடுபவன் எறிந்து விட்டுப் போகும் பத்திரிகையைத் தேடினேன். நல்ல வேளையாக அது சுவரின் ஓரத்தில் கிடந்தது. போகிற போக்கில் எறிந்து விட்டுப் போகும் பத்திரிகையை சில நேரங்களில் கடையின் கூரையிலும் தேடிப்பிடித்திருக்கிறேன். கடையின் உள்ளே நுழைந்ததும் ஒரு கோப்பியை போட்டு கையில் எடுத்தபடி சுருட்டியிருந்த பத்திரிகையைப் பிரித்து தலைப்புச் செய்திகளை ஒரு தடவை மேலாக நோட்டம் விட்டேன். "ஆறாவது மாடியில் தீப்பிடித்தது. வீட்டில் இருந்த அனைவரும் தீயணைப்புப் படையினரால் காப்பாற்றப்பட்டனர்". "விபத்து...கடற்கரை வீதியில் காரோடு மோட்டர் சைக்கிள் மோதியது". "காணவில்லை. அஞ்சலி சிறிதரன்" என்கிற தலைப்புச் செய்தியில் கொஞ்சம் நிறுத்தி அதைத் தொடர்ந்து படித்தேன். இளந்தாயான அஞ்சலி சிறிதரன் வயது பதினேழு. நேற்றுக் காலையிலிருந்து காணவில்லையென அவரது குடும்பத்தினரால் காவல்துறைக்குத் தெரிவிக்கப்பட்டுள்ளது. அனைத்துக் காவல் நிலையங்களும் தீயணைப்பு நிலையங்களும், கடலோரக் காவல் நிலைகளும் உசார்ப்படுத்தப்பட்டுத் தேடுதல் நடவடிக்கை இடம்பெற்று வருகின்றது. 'இவரைப் பற்றிய தகவல் தெரிந்தவர்கள் உடனடியாகக் காவல் துறையினருக்குத் தெரிவியுங்கள்.'

என்கிற செய்தியின் கீழே புன்னகைத்தபடி அஞ்சலியின் படம்.

உறிஞ்சிய கோப்பியை அவசரமாக விழுங்கவே... தொண்டை வழியே அது சூடாக இறங்கிய தாக்கத்தைக் குறைக்கக் கொஞ்சம் தண்ணீரையும் குடித்து விட்டுக் கைத்தொலைபேசியை எடுத்து சிறி அண்ணரின் இலக்கத்தைத் தேடினேன். 'எஸ்' வரிசையில் ஏகப்பட்டவர்களின் பெயர்களில் சிறிதரன் என்கிற பெயரை மட்டும் காணவில்லை. சிறி அண்ணரோடு இரண்டு வருடங்களுக்கு மேலாகத் தொடர்பு விட்டுப் போயிருந்தது, அதற்குக் காரணமும் அஞ்சலிதான். அதனால் நோக்கியாவிலிருந்து ஐ.போனுக்கு மாறும்போது அவரது இலக்கத்தை பதிவு செய்யாமல் விடுபட்டிருந்தது நினைவுக்கு

வந்தது. வேலை முடிந்ததும் சிறியண்ணாவின் கபே பாருக்கு போய் அஞ்சலிக்கு என்ன நடந்தது என்று கேட்க வேண்டும் என்று நினைத்தபடியே வேலையைத் தொடங்கி விட்டிருந்தேன்.

பிட்சா போடுகிறவன் ஒரு நாள் லீவு வேண்டுமென்று கேட்டு போனவன்தான் மூன்று நாட்களாகி விட்டன இன்றும் வேலைக்கு வரமாட்டான். அவன் கேட்கும் போதே கொடுத்து விடவேண்டும். லீவு தரமுடியாது என்று சொன்னாலும் அவன் வரப்போவதில்லை. அவ்வப்போது தண்ணியடித்துவிட்டு லீவு போடுபவன். எனவே அவனது பிட்சா போடுகிற வேலையையும் நான்தான் கவனிக்க வேண்டும். பிட்சா மாவை உருட்டியபடியே அஞ்சலியின் நினைவுகளையும் உருட்டி விட்டேன்.

காலை நித்திரை விட்டெழும்பிய மிசேல் வழமைக்கு மாறாகக் கட்டிற்காலில் கட்டிப் போட்டிருந்த லொக்கா படுத்திருக்கிறதாவெனப் பார்த்தான். எப்போதுமே அதுதான் மிசேலை கால்களாற் பிராண்டி, நக்கி, குரைத்து எழுப்பும். ஆனால் இன்று அவனை லேசாய் திரும்பிப் பார்த்து விட்டுப் படுத்துக் கொண்டது.

‘அதைக்கட்டிப் போட்டிருந்ததால் அப்படி செய்ததா அல்லது இன்று தன்னை கொல்லப்போகிறார்கள் என்பது அதற்குத் தெரிந்திருக்குமா’ என்று யோசித்தபடி அதன் தலையை தடவிக் கொடுத்தான். லொக்காவை ஊசி போட்டுக் கொல்வதற்காக நாள் குறித்து அதற்குப் பணமும் கட்டிவிட்டிருந்தான். அவனது வாழ்நாளில் சந்திக்கும் இரண்டாவது மிக மோசமான துயரமானநாள் இது. முதலாவது துயரம் சரியாக பத்தாண்டுகளுக்கு முன்னர் பிரான்ஸின் வடக்கு பகுதியில் அவனது சொந்தக் கிராமமான குய்னேசில் நடந்தது. வழமை போல தொழிற்சாலை வேலை முடிந்து நகர மத்தியில் இருந்த மதுச்சாலையில் நண்பர்களோடு மது அருந்திவிட்டு மிதமான போதையில் இரவு வீடு திரும்பியபோது அவனது மனைவி லூசியா அவனது துணிகளைப் பெட்டிகளில் அடைத்து வெளியே வைத்துவிட்டு “இனிமேல் உன்னோடு வாழப்பிடிக்கவில்லை நீ போகலாம்” என்று சொன்ன நாள். அப்போது லூசியாவுக்குப்பின்னால் பதுங்கித் தலையைக் குனிந்தபடி அவனது நண்பன் அலெக்ஸ் ஜட்டியோடு நின்றிருந்தான். இப்போதெல்லாம் அலெக்ஸ் தன்னோடு மதுச்சாலைக்கு வராத காரணம் அப்போதான் புரிந்தது. காதல் மனைவியையும் ஆறு வயது மகனையும் பிரிந்து அந்த ஊரில் வாழப்பிடிக்காமல் லூசியா கட்டிவைத்த பெட்டியோடு

தெற்கு பிரான்ஸிற்கு ரயிலேறி வந்தவனுக்கு இப்போ லொக்காதான் எல்லாமே. அதனைக் குளிப்பாட்டி துடைத்து மடியில் தூக்கிவைத்து வேகவைத்த கோழியிறைச்சியை துண்டுகளாக வெட்டி ஊட்டி விட்டான்.

நான் இருபதாண்டுகளுக்கு முன்னர் இந்த நகரத்துக்கு வந்தபோது இங்கிருந்த ஒரு சில தமிழர்களில் சிறி அண்ணையும் ஒருவர். சிறியதாய் ஒரு கடை வைத்திருந்தார். அப்போதுதான் அவருக்கு திருமணமாகியிருந்தது, கணவன் மனைவி இருவருமே கடின உழைப்பாளிகள். காலை ஒன்பது மணிக்குத் திறக்கும் கடை இரவு ஒரு மணிவரை ஏழு நாட்களும் திறந்திருக்கும். பொருட்கள் வாங்கவும் தமிழில் கதைத்துப் பேசவும் அவரது கடைக்கு அடிக்கடி நான் போய் வந்ததில் நல்ல நண்பராகிவிட்டிருந்தார். கதைத்தபடியே வாங்கும் பொருட்களுக்கு எப்பொழுதும் ஒரு பத்து சதமாவது அதிகமாகக் கணக்கில் அடித்துவிடுவார். கண்டுபிடித்துக் கேட்டால் "கதையிலை மறந்திட்டன்" என்று சிரித்தபடியே திருப்பித் தருவது வழமை. அவரின் மனைவி சுமதி மிக நேர்மையானவர், அதனால் சிறியண்ணை அவரிடம் அடிக்கடி பேச்சு வாங்குவதுண்டு. அவர்களுக்கு அஞ்சலி பிறந்த பின்னர் அவர் நகர மத்தியில் பெரிய கபே பார் ஒன்றை வாங்கி அதற்கு Angel bar என்று பெயரும் வைத்திருந்தார். மகள் பிறந்த ராசிதான் தனக்கு வாழ்கையில் முன்னேற்றம் கிடைத்தது என்று எல்லோரிடமும் பெருமையாய்ச் சொல்லிக்கொள்வார். அதன் பின்னர் கடைதான் அவர்களுக்கு வீடு. அஞ்சலி அங்கேயே தவழ்ந்தாள் அங்கேயே வளர்ந்தாள். அங்கு வந்து போகின்ற அனைத்து வாடிக்கையாளர்களுக்கும் அவள் செல்லப் பிள்ளையானாள்.

Angel bar நகர மத்தியில் அமைந்திருந்ததால் அங்கு போக வேண்டிய தேவை எனக்கு அதிகம் இருந்ததில்லை, அதைவிட கார் நிறுத்த இடம் கிடைப்பது சிரமம் எனவே எப்போதாவது வார இறுதி நாட்களில் நண்பர்களோடு கோப்பி அருந்தச் செல்வேன். அஞ்சலி வளர்ந்து பாடசாலைக்கு போகத் தொடங்கி விட்டிருந்தாள். லீவு நாட்களில் சிறி அண்ணருக்கு உதவியாக கடையில் வேலை செய்வாள். ஒரே செல்ல மகள் என்பதால் அவளே குடும்பத்தின் அதிகாரியாகவும் சுட்டித்தனம் மிகுந்தவளாகவும் மாறிவிட்டிருந்தாள். நான் கோப்பி அருந்தி விட்டு கிளம்பும் போதெல்லாம் "டேய் மாமா டிப்ஸ் தந்திட்டுப் போ " என்று பலவந்தமாகவே சில்லறைகளைப் பிடுங்கிவிடுவாள். "அப்பனுக்குத் தப்பாமல் பிறந்திருக்கிறாய்" என்று சொல்லி செல்லமாய் அவள் காதைப் பிடித்து ஆட்டி விட்டு

கிளம்பி விடுவேன். பின்னர் என் வேலையிடமும் மாறி விட்டதால் அங்கு போவதும் குறைந்துவிட்டிருந்தது.

"டேய் புகையிது புகையிது" என்று பக்கத்தில் நின்றவன் கத்தவே வெதுப்பியைத் திறந்து பார்த்தேன். ஓம குண்டத்தில் போட்ட அரிசிப் பொரிபோல எரிந்து கொண்டிருந்தது நான் வைத்த பிட்சா. எரியும் மணத்தில் எங்கேயோ நின்ற முதலாளி ஓடிவந்து "என்ன யோசனை"? என்றான்.

நான்.. "இல்லை அஞ்சலி" என்று சொல்லவும்,

"ஓ... அஞ்சலினா ஜோலியா? ஒழுங்கா வேலையைப் பார்" என்று முறைத்துவிட்டுப் போனான். எரிந்த பிட்சாவை எடுத்து குப்பைவாளியில் போட்டுவிட்டு அடுத்த பிட்சாவுக்கான மாவை உருட்ட ஆரம்பித்தேன்...

மிசேல் இந்த நகரத்துக்கு வரும்போது அவனுக்கு யாரையும் தெரியாது. மனைவியை விட்டுத் தொலைவாகப் போய்விட வேண்டும் என்கிற ஒரே நோக்கம் மட்டுமே அவனிடத்தில் இருந்தது. கிராமசபை உதவியோடு தங்குவதற்கு சிறிய அறை கிடைத்திருந்தது. வேலை வாய்ப்பு அலுவலகத்தில் பதிவு செய்துவிட்டு ஊர் சுற்றித்திரிந்தவனுக்கு உணவு விடுதி ஒன்றில் வேலையும் கிடைத்தது பெரும் ஆறுதலாக இருந்தது.

ஆனால் இரவு நேரத்தனிமையையும் மகனின் நினைவுகளையும் போக்குவதற்கு மதுவைத் தவிர வேறு வழி இருக்கவில்லை. மனைவி லூசியாவையும் நண்பன் அலெக்ஸையும் நினைத்து குடித்து முடித்த பியர் கேனை ஆத்திரம் தீர நசுக்கி எறிவான். எல்லோரையும் போலவே எல்லாவற்றையும் மறந்து விடுவதற்காக அளவுக்கதிகமாக் குடித்தாலும் மறக்க நினைத்த அத்தனையும் மீண்டும், மீண்டும் அவனது தலைக்குள்ளேயே சுற்றிவரத் தலை சுற்றிச் சுய நினைவிழந்துபோய் விடுவான்.

நினைவுகளை கொல்வதற்காக அடுத்த தெரிவாக கஞ்சா என்று முடிவு செய்தவன். நகரத்துக்கு வெளியேயிருந்த இரயில் நிலையத்தின் பின்னால் வாங்கலாமென அறிந்து கொண்டு இப்போதெல்லாம் வேலை முடிந்ததும் இரவில் இரயில் நிலையம் நோக்கி நடக்கத் தொடங்கி விட்டிருந்தான்.

அவலங்கள் | 183

அன்றும் வழமை போல கஞ்சாவை வாங்கி வந்து இரயில் நிலையத்தின் கார் நிறுத்துமிடத்தில் யாருமற்ற ஓரத்தில் அமர்ந்து பொட்டலத்தைப் பிரித்து இடது உள்ளங்கையில் கொட்டி, வலக்கை பெருவிரலை வைத்து பொத்திப் பிடித்து கசக்கி தயார்ப்படுத்தி வைத்திருந்த பேப்பரில் போட்டு உருட்டி அதன் நுனியை லேசாய் நாவால் நீவி ஒட்டி உதடுகளுக்கிடையில் பொருத்தி லைட்டரை உரசியதும் அந்த இருளில் அவன் முன்னால் தோன்றிய அந்த ஒளியில் கஞ்சாவைப் பற்ற வைத்தான். இப்போ ஒளி இடம் மாறிவிட்டிருந்தது. கண்ணை மூடி ஆழமாக உள்ளே இழுத்தான். பலருக்கு தலைக்கு பின்னால் தோன்றும் ஒளிவட்டம் அவனுக்கு முகத்துக்கு முன்னால் தோன்றியிருந்தது. கொஞ்சம் சிறியதாக உள்ளிழுத்த புகையில் பாதியை விழுங்கிவிட்டு மீதியை அண்ணாந்து ஓசோன் படலத்தை நோக்கி ஊதி விட்டுக் கொண்டிருந்தபோது மெல்லியதாய் அனுங்கும் சத்தம் கேட்டு குனிந்து பார்த்தான். தள்ளாடியபடியே ஒரு குட்டி நாய் அவனை நோக்கி வந்து கொண்டிருந்தது. அது குரைக்கிறதா, கத்துகிறதாவென்று தெரியவில்லை. அவனுக்கு அருகில் வந்து கால்களுக்கிடையில் படுத்துக்கொண்டது. “என்னைப் போலவே யாரோ வீதியில் எறிந்துவிட்டுப் போன இன்னொரு ஜீவன்” என்றபடி அதனை அணைத்துத் தூக்கியவன் ‘உனக்கு என்ன பெயர் வைக்கலாம்’ என்று யோசித்துக் கொண்டிருக்கும் போது இருமல் வரவே ‘லொக்கா’ என்று பெயரை வைத்துவிட்டு மறுபடியும் இழுத்த கஞ்சா புகையில் பாதியை விழுங்கிவிட்டு மீதியை லொக்காவின் முகத்தில் ஊதியவன் அதனை அணைத்தபடி வீட்டை நோக்கி நடக்கத் தொடங்கியிருந்தான். அன்றிலிருந்து அவனுக்கு எல்லாமே லொக்காதான்.

அடுத்தநாள் வேலைக்கு வரும்போது சிறி அண்ணரின் கடைக்குப் போய் விபரம் கேட்டு விட்டுப்போகலாம் என நினைத்து காரை நகர மத்தியை நோக்கித் திருப்பி விட்டிருந்தேன். நல்ல வேளையாக அவரது கடைக்கு அருகிலேயே ஒரு கார் நிறுத்துமிடம் கிடைத்துமிருந்தது. அவரது கடையில் கூட்டம் கொஞ்சம் அதிகமாகத்தானிருந்தது. என்னைப் போலவே அவர்களும் புதினம் அறிய வந்திருக்கலாம். யாரோ ஒரு பிரெஞ்சுப் பெண் பரிமாறிக் கொண்டிருந்தாள். சிறிய வியாபாரப் புன்னகையோடு என்னை வரவேற்று “ஏதாவது அருந்துகிறீர்களா” என்றவளிடம் ஒரு கோப்பிக்குச் சொல்லிவிட்டு நோட்டம் விட்டேன். சிறி அண்ணா பாரின் உள்ளே நின்றிருந்தார். மனைவியைக் காணவில்லை. என்னைக் கண்டதும் வேகமாக வந்தவர் என்னை சில வினாடிகள்

இறுக்கமாக கட்டியணைத்துக்கொண்டார். அவரின் லேசான விசும்பல் என் காதில், அங்கிருந்த அத்தனை கண்களும் எங்களை நோக்கியே திரும்பின.

“அண்ணை என்ன இது குழந்தை மாதிரி” என்றபடி அவரை என்னிடமிருந்து பிரித்தேன். என் கையைப் பற்றி வெளியே அழைத்து வந்தவர்.

“தம்பி நீ மகளைப்பற்றி சொல்லேக்குள்ளை அவளிலை இருந்த அளவு கடந்த பாசத்தாலயும் நம்பிக்கையாலையும் உன்னைக் கோவிச்சுப் போட்டன். அப்பவே கவனிச்சிருந்தால் இந்த நிலைமை வந்திருக்காது... எல்லாம் அந்த ரெமியாலை வந்தது.”

“சரியண்ணை நடந்தது நடந்து போச்சு, விடுங்கோ, போலிஸ்ல என்ன சொல்லுறாங்கள்.”

“அவங்களும் அந்தப் பெடியன் ரெமியையும் அவனின்ரை தாய், தகப்பன், சிநேகிதர்கள் என்று எல்லாரையும் விசாரிச்சுக் கொண்டிருக்கிறாங்கள். ஒரு விபரமும் தெரியேல்லை.”

“கடைசிவரை அந்த ரெமியோடை தான் சினேகிதமா...?”

“இல்லை தம்பி. அவனோடை பிரச்சனைப்பட்டு எங்களிட்டை வந்திட்டாள். நாங்களும் வைத்தியரிட்டை காட்டி போதைப் பழக்கத்துக்கு சிகிச்சை எல்லாம் செய்து ஒரு பிரச்சனையும் இல்லாமல் நல்லாத்தான் இருந்தவள். இப்ப ஆறு மாசமா எங்கேயும் போறேல்லை. சிகரெட் மட்டும் களவாய்ப் பத்துவாள். எங்களுக்கு தெரிஞ்சாலும் கண்டு கொள்ளுறேல்லை.”

“அப்போ என்னதான் நடந்தது?”

“முந்தா நாள் காலமை ஒரு சினேகிதியைப் பாத்திட்டு வாறதாச் சொல்லிட்டு போனவள்தான் வரவேயில்லை. இவ்வளவு நாளா ஒழுங்கா இருந்ததாலை நாங்களும் போயிட்டு வரட்டும் எண்டு விட்டிட்டம்.”

“பேப்பரிலை இளம் தாய் எண்டு போட்டிருக்கே” என்றதும் என் கையை பிடித்து மீண்டும் கடைக்குள் அழைத்துப் போனார். ஒரு ஓரத்தில் அஞ்சலி குழந்தையாய் இருந்தபோது படுத்திருந்த அதே தொட்டிலில் சாயலில் அஞ்சலியைப் போலவே ஒரு பெண் குழந்தை உறங்கிக் கொண்டிருந்தது.

“இதுதான் அவளின்ரை குழந்தை. அவந்திகா, அவள் எங்களிட்டைத் திரும்ப வரேக்குள்ளை ஏழு மாசம்.”

பணிப்பெண் கோப்பியை நீட்டினாள், அதனை அவசரமாக விழுங்கியபடி…

“எங்கை சுமதியக்கா?”

“போலிசிலை இருந்து போன் வந்தது, அவள் போயிட்டாள்.”

“சரியண்ணை எனக்கு வேலைக்கு நேரமாகுது” என்றபடி கோப்பிக்கான பணத்தை கொடுக்க பர்ஸை எடுத்தபோது என் கையைப் பிடித்துத்தடுத்து

“அதெல்லாம் வேண்டாம். கன காலத்துக்குப் பிறகு கண்டதே மகிழ்ச்சி. இனி அடிக்கடி வந்திட்டுப் போ தம்பி” என்றவரிடம் விடைபெறும்போது வெளியே என்னோடு வந்தவர் திடீரென என் இரண்டு கைகளையும் பிடித்து தனது கைகளுக்குள் பொத்திப் பிடித்தபடி,

“தம்பி சில நேரங்களிலை உங்களிட்டை 5… 10 சதம் கூடுதலா எடுத்திருப்பன். அற்பத்தனம்தான், இப்ப அனுபவிக்கிறன், என்னை மன்னிச்சுக்கொள்ளு” என்றவரின் கண்கள் மீண்டும் கலங்கின.

“போங்கண்ணே, அதெல்லாம் ஒண்டும் இல்லை” என்று அவரின் தோளில் தட்டிக் கொடுத்து விட்டு வேலையிடத்துக்கு வந்து முதல் நாள் பேப்பரில் அஞ்சலியின் “காணவில்லை” என்கிற அறிவித்தலை வெட்டியெடுத்துக் கடையின் முன் பக்கக்கண்ணாடியில் ஒட்டி விட்டு அன்றைய பேப்பரை எடுத்துப் புரட்டினேன். அஞ்சலியை இரயில் நிலையத்துக்கு அருகில் ஒருவர் பார்த்ததாகவும் தேடுதல் தொடர்கிறது என்றுமிருந்தது. பிட்சா போடுபவனுக்கு போன் போட்டுப் பார்த்தேன். போன் நிறுத்தி வைக்கப்பட்டிருந்தது. சரி இன்றைக்கும் நான்தான் பிட்சா போடவேண்டும்.

மதியத்துக்கு தேவையான உணவு, தண்ணீர், நிலத்தில் விரிக்கத் தடிப்பான துணி, லொக்கா விளையாட பந்து, இவைகளோடு ஒரு போத்தல் வைன் என்று ஒரு ‘பிக்னிக்’குக்குத் தேவையான பொருட்கள் அனைத்தையும் தனது காரில் எடுத்து வைத்தவன் லொக்காவையும் ஏற்றிக்கொண்டு ஊருக்குத் தொலைவாக இருக்கும் காட்டுப் பகுதியை நோக்கி வண்டியைச் செலுத்தினான். லொக்கா யன்னலுக்கு வெளியே தலையை விட்டபடி வெறித்துப்

பார்ப்பதும் மிசேலை பார்ப்பதுமாக இருந்தது. அப்பப்போ அவன் லொக்காவை தடவிவிட்டான்.

வண்டி காட்டுப் பகுதிக்குள் நுழைந்ததும் பாதை சீராக இருந்த வரை சென்றவன் வண்டியை நிறுத்திவிட்டு, ஒரு மரத்தின் கீழ் துணியை விரித்து, கொண்டு வந்த பொருட்களை எடுத்துத் துணியின் மீது வரிசையாக வைத்துக் கொண்டிருக்கும்போது, வண்டியை விட்டிறங்கிய லொக்கா மணந்த படியே சிறிது தூரம் சென்று காலைத் தூக்க முயன்று முடியாமல் மூத்திரம் பெய்து விட்டு வந்தது.

யாருமற்ற காடு, காற்று மரங்களில் மோதியதில் எழுந்த இலைகளின் ‘சல சல’ப்பைத் தவிர எந்த சத்தமும் இல்லை. பந்தைத் தூக்கி சிறிது தூரத்தில் எறிந்தான். மெதுவாகவே நடந்து சென்ற லொக்கா அதை கவ்விக்கொண்டு வந்து அவனது காலடியில் போட்டு விட்டு நிமிர்ந்து பார்த்தது. அதன் தலையைத் தடவி “நல்ல பையன்” என்று விட்டு மீண்டும் பந்தை எறிந்தான். இந்தத் தடவை லொக்கா பந்தையும் அவனையும் மாறி மாறிப் பார்த்து விட்டு அங்கேயே படுத்துவிட்டது.

“களைத்துப்போய் விட்டாயா?சரி” என்றபடி அவனே போய் எடுத்துக்கொண்டு வந்தவன் துணியின் மேல் அமர்ந்து வைன் போத்தலை எடுத்துத் திறந்து அப்படியே அண்ணாந்து விழுங்கிக்கொண்டிருக்கும் போது வண்டியொன்றின் இரைச்சல் கேட்கவே தலையைக் குனிந்து வாயிலிருந்தும் போத்தலை எடுத்து விட்டுப் பார்த்தான். பச்சை நிறக் கார் ஒன்று புழுதியைக் கிளப்பியபடி அந்தச் சூழலில் அமைதியை குலைத்து செல்ல லொக்கா அதனைப் பார்த்து குரைத்துக் கொண்டிருந்தது .

நான் வேலை முடிந்து போகும்போது பாடசாலை முடிந்து நகரத்து வீதியில் நண்பர்களோடு நடந்து செல்லும் அஞ்சலியை அடிக்கடி கடந்து போவதுண்டு. எனது கார் ஒலிப்பானை ஒலித்ததும் திருப்பிப் பார்த்து வயதுக்கேயான குறும்போடு துள்ளிக்குதித்து “மாமா” என்று கத்தியபடி கைகளையாட்டி ஒரு ‘ஃப்ளையிங் கிஸ்’ தந்து விட்டுப்போவாள். சில காலங்களின் பின்னர் நண்பர் கூட்டத்தைப் பிரிந்து தனியாக ஒருவனோடு மட்டும் திரிவதை கண்டிருக்கிறேன். அப்படியான ஒரு நாளில் வீதியில் என்னை கண்டவள் “மாமா இவன்தான் ரெமி என்னுடைய நண்பன்” என்று அறிமுகம் செய்தாள்.

வணக்கம் சொல்வதற்காக அவனிடம் கையை நீட்டிய போது அனாயாசமாக சிகரெட் புகையை இழுத்து விட்டபடி பதில் வணக்கம் சொன்னவிதமும், காவி படிந்த அவனது பற்களும், இடது தாடையில் இருந்த காயத்தின் தழும்பு என்று முதல் பார்வையிலேயே அவனை எனக்குப் பிடிக்கவில்லை. வேண்டா வெறுப்பாகவே வணக்கம் சொல்லி விட்டுக் கிளம்பிவிட்டிருந்தேன்.

சில நேரங்களில் அஞ்சலியின் தலைக்கு மேலாலும் புகை போவதை அவதானித்திருக்கிறேன். அது மட்டுமல்ல இரயில் நிலையத்தின் பின்னால் உள்ள கார் நிறுத்திடத்தில் அவளின் நண்பனோடு அமர்ந்திருப்பாள். “இந்தக் காலத்து பிள்ளைகள்” என்கிற ஒரு பெருமூச்சோடு கார் ஒலிப்பானை ஒலிக்காமலும் காணாததுபோலக் கடந்து செல்வதுண்டு.

அப்படியொரு மாலைப்பொழுதில் வேலை முடிந்து நான் இரயில் நிலையத்தை கடந்து கொண்டிருக்கையில் அங்கு இளையோர் கூட்டமொன்று தள்ளுமுல்லுப் பட்டு வாய்த்தர்க்கத்தில் ஈடு பட்டுக்கொண்டிருந்தார்கள். அவர்களோடு அஞ்சலியும் நின்றிருந்ததால் காரை ஓரங்கட்டி விட்டு அவதானித்துக்கொண்டிருந்தேன். திடீரென ஒருவன் அஞ்சலியைப் பிடித்து தள்ளிவிட நிலை தடுமாறிக் கீழே விழுந்தவளை வேடிக்கை பார்த்தபடி ரெமி நின்றிருந்தான். கோபமாக “ஏய்” என்று கத்தியபடி நான் காரை விட்டிறங்கிச் செல்ல அனைவரும் ஓடி விட்டார்கள்.

தட்டுத்தடுமாறி எழுந்த அஞ்சலியைத் தாங்கிப்பிடித்து காருக்குள் அழைத்துப்போய் ஏற்றினேன். கண்கள் சிவந்து, வாயிலிருந்து வாணீர் வடிய, நிறைந்த போதையில் இருந்தாள். “ச்சே என்னடி இது கோலம் இந்த வயசிலை? என்ன பிரச்னை?”என்றதும் “ஒண்டுமில்லை” என்றபடி சீற்றில் சாய்ந்து கொண்டாள். ஆசனப்பட்டியைப் போட்டுவிட்டு வண்டியைக் கிளப்பினேன்.

“எங்கை மாமா போறாய்?”

“உங்கடை கடைக்கு.”

“எதுக்கு?”

“உன்ரை அப்பாவோடை கொஞ்சம் கதைக்க வேணும்.”

“அதெல்லாம் வேண்டாம் எனக்கு 50 யூரோ தந்து இங்கை இறக்கி விடு.”

“பேசாமல் வா.”

“காசு தர முடியுமா முடியாதா?”

“முடியாது” என்றதும் அவள் ஆசனப்பட்டியை எடுத்து விட்டு ஓடிக் கொண்டிருந்த காரின் கதவை திறக்கவே, நான் சட்டென்று பிரேக்கை அழுத்த பின்னால் வந்த கார்கள் எல்லாம் ஒலிப்பானை ஒலிக்கத் தொடங்கின. ஒருவன் “ஏய்... பைத்தியக்காரா” என்று சத்தமாகவே கத்தினான்.

எதையும் பொருட்படுத்தாமல் அஞ்சலி காரை விட்டிறங்கி வேகமாக நடந்து போய்க்கொண்டிருந்தாள். “எடியே நில்லடி” என்று நான் கத்தவும் சட்டென்று திரும்பி வலக்கை நடு விரலை காட்டி விட்டுப் போய்விட்டாள். எனக்கு வந்த கோபத்திற்கு ஓடிப்போய் அவளுக்கு இரண்டு அடி போட்டு இழுத்துக்கொண்டு வந்து காரில் ஏற்றலாமா என்று யோசித்தாலும், பின்னாலிருந்த கார்களின் ஒலிப்பான்களின் சத்தம் எதுவும் செய்ய முடியாமல் பண்ணக் கோபத்தை அடக்கியபடி நேரே சிறியண்ணரின் கடைக்குப்போய் அவரிடம் விபரத்தை சொன்னதும் அவர் “தம்பி மகளை எப்பிடி வளர்க்கிறதெண்டு எனக்குத் தெரியும். நீங்கள் போகலாம்”என்றார். கோபத்தோடு எனக்கு அவமானமும் சேர்ந்து கொள்ள அங்கிருந்து போய் விட்டேன். அதுதான் நான் அவரோடும் அஞ்சலியோடும் பேசிய இறுதி நாட்கள்.

அந்த காட்டுப்பகுதியில் கரடு முரடான பாதைகளுக்குள்ளால் புகுந்து வந்த கார் ஒரு பெரிய மரத்தின் கீழ் நின்று கொள்ள, அதிலிருந்து இறங்கியவன் காரின் டிக்கியில் இருந்து நீல நிறத்திலான தடித்த பெரிய பாலித்தீன் ஒன்றை நிலத்தில் விரித்தான். காரிலிருந்து ஒரு சிறிய பையையும் எடுத்து அதன்மேல் வைத்து விட்டு “அஞ்சலி வா” என்று அழைத்தபடியே பையிலிருந்த வோட்கா போத்தலை எடுத்து இரண்டு பிளாஸ்டிக் கிண்ணத்தில் ஊற்றி அளவோடு கொஞ்சம் ஒரேஞ் ஜூசையும் கலந்து அருகில் வந்த அஞ்சலியிடம் நீட்டினான்.

அந்தக் காட்டுப் பகுதியை கொஞ்சம் அச்சத்தோடு சுற்றிவரப் பார்த்தபடியே அவன் நீட்டிய கிண்ணத்தை வாங்கி உறிஞ்சியபடியே விரித்திருந்த பாலித்தீன் மேல் அமர்ந்துகொள்ள, அவளருகே அமர்ந்தவன் அதிகமாக எதுவுமே பேசிக்கொள்ளாமல் அடிக்கடி காலியான கிண்ணங்களை நிரப்புவதிலேயே குறியாக இருந்தான். இருவருமே பல சிகரெட்டுகளை எரித்துச் சாம்பலாக்கி

யிருந்தனர். போத்தலின் கடைசித்துளி வொட்காவையும் அவன் இரண்டு கிண்ணத்திலும் சரி பாதியாக பகிர்ந்து முடித்தபோது இருவருக்குள்ளும் இருந்த இறுக்கம் குறைந்து நெருக்கம் கூடியிருந்தது.

சட்டைப்பையிலிருந்து எப்போதோ பார்த்த சினிமா டிக்கெட் ஒன்றையும் சிறிய பிளாஸ்டிக் கொக்கெயின் பொட்டலத்தையும் எடுத்தவன் சினிமா டிக்கெட்டை சுருட்டி பக்கத்தில் வைத்து விட்டு விரித்திருந்த பாலித்தீனில் ஒரு பகுதியை கையால் தேய்த்துத் துடைத்து துப்பரவு செய்தவன் அதில் பொட்டலத்தை பிரித்து கொட்டி சிகரெட் பெட்டியில் மூடியை கிழித்து அந்த மட்டையால் பவுடரை சரி சமமாக இரண்டாகப் பிரித்துவிட்டு அது காற்றில் பறந்து விடாதபடி மிகக் கவனமாக பொத்திப் பிடித்தபடி சுருட்டியிருந்த சினிமா டிக்கெட்டை எடுத்து "இந்தா அஞ்சலி" என்று நீட்டினான்.

"இல்லையடா எனக்கு வேண்டாம்."

"ஏன்?"

"நான் இதெல்லாம் விட்டுக் கனகாலமாச்சு. அப்பா, அம்மா, அவந்திகா எல்லாம் பாவமடா. எனக்காக எவ்வளவோ கஷ்டப் பட்டிட்டாங்கள். வேண்டாம்."

"இண்டைக்கு நான் எவ்வளவு மகிழ்ச்சியாக இருக்கிறேன் தெரியுமா, எனக்காக ஒரே ஒரு தடவை."

"அதில்லை அப்பா மேலை சத்தியம் பண்ணியிருக்கிறேன்."

"ஈ" என்று சிரித்தவன் எத்தனை தடவை நீ அப்பா, அம்மா மேல சத்தியம் பண்ணியிருப்பாய். இதெல்லாம் ஒரு காரணமா?"

"வேண்டாம் விட்டிடேன்."

"சரி எனக்கும் வேண்டாம்" என்றபடி பொத்திப் பிடித்திருந்த கையை எடுத்துவிட்டு காலியாய் இருந்த வொட்காப் போத்தலை எடுத்துச் சட்டென்று தன் முன் மண்டையில் அடித்தவன், உடைந்து கையில் மீதியாய் இருந்த பாதியால் இடக்கையை கீறிக் கொள்ள, பதறிப் போய் அஞ்சலி அதைப் பறித்தவள், அவனின் சட்டையைக் கழற்றி உடைந்த போத்தலால் அதைக் கிழித்து இரத்தம் வழிந்த

தலையிலும் கையிலும் கட்டுப்போட்டுவிட்டு “டேய் எதுக்கடா இப்பிடி” என்றாள்.

“அஞ்சலி நான் உன்னை எவ்வளவு காதலிக்கிறேன் தெரியுமா? எனக்கு நீ வேணும்” என்றபடி அவளின் மேல் சாய்ந்துகொண்டு அழுதவனை தேற்றியவள் “சரி உனக்காக ஒரேயொரு தடவை” என்றபடி சுருட்டியிருந்த டிக்கெட்டை எடுத்து வலப்பக்க மூக்குத் துவாரத்தில் செருகி மறுபக்கத் துவாரத்தை விரலால் அழுத்திப்பிடித்துக்கொண்டு கொஞ்சம் சிதறிப்போயிருந்த தன் பங்கை ஒரே மூச்சில் உறிஞ்சி முடித்து மூக்கை துடைத்து விட்டு நிமிந்தவளின் கண்கள் சிவந்து, கலங்கி நீர் வழியத்தொடங்கியிருந்தன.

அவன் தன் பங்கையும் உறிஞ்சி முடித்தவன் சிரித்தபடியே அவளை இழுத்தணைத்து சரித்தவன் உதட்டோடு உதடுவைத்து முத்தமிட்டபடியே ஆடைகளை அவிழ்த்து முடித்தவர்கள் முயங்கிக் கொண்டிருக்கும்போதே கையை நீட்டி சிறிய பையிலிருந்த கத்தியை எடுத்து கண் மூடிக் களித்திருந்தவளின் கழுத்தில் அழுத்தி “சரக்” என்று இழுத்து விட்டிருந்தான். அவள் கைகளை ஓங்கி நிலத்தில் அடித்த சத்தத்தில் மரத்திலிருந்த ஏதோவொரு பறவையொன்று அலறிப் பறந்து போனது. இறுதியாய் உள்ளிழுத்த மூச்சுக் காற்று அறுந்த கழுத்து வழியாக சீறிய இரத்தத்தோடு குமிழிகளாக வெளியேறிக்கொண்டிருந்தபோதே முயங்கிக் கொண்டிருந்தவன் முடிக்கும்போது அவளின் மூச்சும் அடங்கிவிட்டிருந்தது.

எழுந்து தனது ஜீன்ஸை அணிந்து கொண்டு தன் கையிலும் தலையிலும் கட்டியிருந்த சட்டைத் துணிகளை அவிழ்த்து அவளின் மீது வீசிவிட்டுக் காருக்குச் சென்றவன் காயங்களின் மீது பிளாஸ்டரை ஒட்டிக்கொண்டு இன்னொரு சட்டையை அணிந்தவன், திரும்பிவந்து இறந்து கிடந்தவளின் உடலை விரித்திருந்த பொலித்தீனால் இரத்தம் கொஞ்சமும் கீழே சிந்திவிடாமல் பக்குவமாக அப்படியே மடித்து, சுருட்டி நிதானமாக ஸ்கொச் போட்டு ஒட்டியவன் கார் டிக்கியினுள் தூக்கிப் போட்டுக்கொண்டு எல்லாவற்றையும் ஒரு முறை சரி பார்த்துவிட்டு வண்டியைக் கிளப்பிப்போய்க்கொண்டிருக்கும் போது வழியில் யாரோ ஒருவன் தன் நாயோடு செல்ஃபி எடுத்துக்கொண்டிருந்தான்.

வைனைக் குடித்துமுடித்துவிட்டு சிறிய சாண்ட்விச் ஒன்றைச் செய்து சாப்பிட்டு விட்டு லொக்காவை கட்டியணைத்தபடி குட்டித்தூக்கம் போட்டுக்கொண்டிருந்த மிசேல் ஒரு பறவையின்

அலறல் கேட்டுக் கண்விழித்தவன் நேரத்தைப் பார்த்தான். மாலை மூன்று மணியை நெருங்கிக்கொண்டிருந்தது. ஐந்து மணிக்கெல்லாம் மிருக வைத்தியரிடம் நிற்கவேண்டும். எல்லாப் பொருட்களையும் காரில் அள்ளிப் போட்டவன் புறப்படு முன்னர் லொக்காவோடு செல்பி எடுக்க நினைத்து அதனைத் தூக்கி காரின் மீது படுக்க வைத்துவிட்டு செல்ஃபி எடுத்துக்கொண்டிருக்கும்போது காலையில் காட்டுக்குள் வேகமாகச் சென்ற அதே கார் இப்பொழுது அதே வேகத்தோடு வெளியே சென்று கொண்டிருந்தது.

“இந்தக் காட்டுக்குள்ள அப்பிடி என்னதான் அவசரமோ” என்று நினைத்தபடியே அங்கிருந்து கிளம்பி வைத்தியரிடம் வந்து சேர்ந்து விட்டிருந்தான். லொக்கா காரை விட்டு இறங்க மறுக்கவே அதனை அப்படியே தூக்கிக் கொண்டு வைத்தியரிடம் போனவன் அவர் காட்டிய அறையினுள் புகுந்து அங்கிருந்த மேசையில் லொக்காவை படுக்க வைத்துத் தடவிக் கொடுத்தான். லொக்கா அவனது கையை சில தடவைகள் நக்கிவிட்டு பேசாமல் படுத்துகொண்டது.

கைகளுக்கு உறைகளை மாட்டியபடி அறைக்குள் நுழைந்த வைத்தியர் ஊசியை எடுத்து ஒரு மருந்துக் குப்பிக்குள் நுழைத்து மருந்தை இழுத்தெடுத்தவர் இரண்டு விரல்களால் லொக்காவின் கழுத்துப்பகுதியில் அழுத்தியபடி மருந்தை செலுத்தினார். மெல்லிய முனகலுடன் லொக்கா உயிரை விட்டுக் கொள்ள, அதற்கு மேலும் அங்கு நிற்க முடியாமல் வெளியேறிய மிசேல் வீட்டுக்குப் போகும் வழியிலேயே மலர்க்கொத்து ஒன்றும் விஸ்கிப்போத்தல் ஒற்றையும் வாங்கிச் சென்றவன் லொக்காவோடு எடுத்த செல்ஃபிகளில் தரமானதொன்றைப் பிரதி எடுத்துக் கணினி மேசைக்கு மேலே சுவரில் ஒட்டியவன் இரண்டு கிளாஸை எடுத்து ஒன்றில் தண்ணீரை நிரப்பி மலர்க்கொத்தைச் செருகி ஒட்டிய படத்தின் முன்னால் வைத்துவிட்டு இரண்டாவது கிளாஸில் விஸ்கியை நிரப்பத் தொடங்கியிருந்தான்.

யாருமற்ற அவர்களது பண்ணை வீட்டுக்குள் நுழைந்தவன் தோட்டவேலைக்கு பாவிக்கும் கருவிகள் வைத்திருக்கும் சிறிய கட்டடத்திற்குள் பொலித்தீனால் சுற்றப்பட்டிருந்த அஞ்சலியின் உடலை தூக்கி வந்தவன் அங்கிருந்த நீளமான மேசையில் கிடத்திப் பொலித்தீனைப் பிரித்தான். இரத்தம் உறைந்துபோயிருந்த ஆடைகளற்ற உடல் பொலித்தீனில் ஒட்டிப் போயிருந்ததால் சிரமப்பட்டே பிரிக்க வேண்டியிருந்தது.

ஒரு கிளாஸை எடுத்தவன் அங்கிருந்த சிறிய குளிர்சாதனப்பெட்டியைத் திறந்து கொஞ்சம் வொட்காவை ஊற்றிக்கொண்டு மேசைக்கருகே வந்து நின்று கண்கள் அகலத் திறந்திருந்த உடலையே சிறிது நேரம் பார்த்து விட்டு ஒரே மடக்கில் குடித்தவன் "என்னடி முறைக்கிறாய்" என்றபடி அங்கிருந்த மரம் வெட்டும் இயந்திர வாளை இயக்கியவன் வேகமான வெறித் தனத்தோடு ஒரே நிமிடத்தில் காலிலிருந்து தலைவரை அரிந்து முடித்து இயந்திர வாளை நிறுத்திவிட்டுப்பார்த்தான். ஒரு நீளமான மசாலாத்தோசையை அளந்து வெட்டியதைப்போலிருந்தது. சிறு துண்டுகளாக கிடந்தவற்றில் சிலவற்றை தனியாக எடுத்து வைத்தவன் மிகுதித்துண்டுகள் அனைத்தையும் ஒரு பிளாஸ்டிக் பீப்பாயில் போட்டுவிட்டு வெட்டும்போது சிதறிய தசைத் துண்டங்களைப் பொறுக்கி மேசையில் விரித்திருந்த பொலிதீனில் போட்டு அதை சுருட்டிப் பீப்பாயில் போட்டு மூடியவன் பண்ணையில் ஏற்கனவே வெட்டப்பட்டிருந்த குழியில் போட்டதோடு தனது உடைகள் அனைத்தையும் அவிழ்த்து உள்ளே போட்டுப் புதைத்துவிட்டுப் பண்ணை வீட்டுக் குளியலறைக்குள் நுழைத்து சவரை திறந்தபோது வெதவெதப்பாய் சீறி விழுந்த நீரில் அண்ணாந்து நின்றிருந்தான்.

அன்றும் வழமைபோல பத்திரிகையைத் தேடியெடுத்து விட்டுக் கடையைத் திறந்து கொண்டிருக்கும்போது தலையை தொங்கப் போட்டபடி மிசேல் வந்துகொண்டிருந்தான். "அப்பாடா இண்டைக்கு நான் பிட்சா போடத் தேவையில்லை" என்று நினைத்தபடி கொஞ்சம் கோபமாகவே "என்ன... ஒரு நாள்தானே லீவு கேட்டுப் போயிட்டு இப்போ நாலு நாள் கழிச்சு வாறியே" என்றதுக்கு கையைக் கொடுத்து சோகமாகவே வணக்கம் சொன்னவன் "லொக்காவுக்கு வாத நோய் வந்து பின்னங் கால்கள் இரண்டும் நடக்க முடியாமல் போய்விட்டது. அதுக்கு வயசாகி விட்டதால் கருணைக் கொலை செய்யும்படி வைத்தியர் சொல்லிவிட்டார், அதுக்கு ஊசி போட்டு" என்று சொல்லும்போதே அவனுக்குத் தொண்டை அடைத்து கண்கள் கலங்கின.

"சரி சரி கவலைப் படாதே" என்று அவனது தோளில் லேசாகத் தட்டி சமாதானப்படுத்திவிட்டு கதவு சட்டரை மேலே தள்ளி திறந்ததும் உட் கண்ணாடிக் கதவில் ஒட்டியிருந்த "காணவில்லை" என்கிற அஞ்சலியின் படத்தைப் பார்த்ததும் "ஏய், இந்தப் பெண், அண்டைக்குக் காட்டுக்குள்ளை, தெரியும், பச்சைக்கார்" என்றான்.

“ச்சே என்ன இவன். மணிரத்தினம் படம் எதையாவது பிரெஞ்சு மொழிபெயர்ப்பில் பார்த்திருப்பானோ...” என்று நினைத்தபடி “தெளிவா சொல்லடா” என்றதும் அவசரமாக தனது கைத் தொலைபேசியை எடுத்து அதில் இருந்த படம் ஒன்றை காட்டினான். அதில் அவன் லொக்காவோடு எடுத்த செல்பியின் பின்னணியில் ஒரு பச்சை நிறக் கார் மங்கலாகத் தெரிந்தது.

“அந்தப் பெண்ணை எனக்கு தெரியும், அடிக்கடி ரயில் நிலையப் பக்கம் கண்டிருக்கிறேன். கடைசியாக நான்கு நாளைக்கு முன்னர் இந்தக் காரில் ஒருவனுடன் காட்டுக்குள்ளே போய்க்கொண்டிருந்ததைக் கவனித்தேன். போலிஸிடம் எல்லாவற்றையும் சொல்லிவிட்டு வருகிறேன்” என்று வேகமாகப் போய்விட்டான்.

ச்சே ... இண்டைக்கும் நான்தான் பிட்சா போட வேண்டும் என்று அலுத்துக் கொண்டு வேலைகளைக் கவனிக்கத் தொடங்கினேன். மறுநாள் பத்திரிகையில் “காணாமல் போயிருந்த அஞ்சலி சிறிதரன் தொடர்பாக ஒருவர் கொடுத்த தகவல்களின் அடிப்படியில் அவளது முன்னைநாள் காதலன் விசாரணைகளின் பின்னர் கைது செய்யப்பட்டுள்ளான். அவன் கொடுத்த மேலதிக தகவல்களின் அடிப்படையில் துண்டு துண்டாக வெட்டப்பட்டு பிளாஸ்டிக் பீப்பாயில் போட்டுப் பண்ணை ஒன்றில் புதைக்கப்பட்டிருந்த உடல் எடுக்கப்பட்டு பகுப்பாய்வு சோதனைகளுக்காக அனுப்பி வைக்கப்பட்டுள்ளது. உடலின் சில பாகங்களை பண்ணை வீட்டின் குளிர்சாதனப்பெட்டியிலும் காவல்துறையினர் கண்டெடுத்தனர். அவற்றைத் தான் உண்பதற்காகப் பதப்படுத்தி வைத்திருந்ததாக விசாரணைகளின் போது கைதானவன் கூறியுள்ளான்.

அவன் உளவியல் பாதிப்புக்குள்ளானவனாக இருக்கலாம் என்பதால் காவல்துறையின் பாதுகாப்போடு உளவியல் பரிசோதனைகள் நடத்தவுள்ளது.”

“ம்... இந்த வெள்ளைக்காரங்களே இப்பிடித்தான் கொலை செய்தவனை பிடிச்சுத் தூக்கிலை போடுறதை விட்டிட்டு அவனுக்கு உளவியல் பிரச்சனை என்று சொல்லி வைத்தியம் பார்ப்பான்கள்” என்று அலுத்துக் கொண்டு நேரத்தைப் பார்த்தேன். ஒன்பதாகிவிட்டிருந்தது, மிசேலை காணவில்லை. அவன் போனை எடுக்கமாட்டான் என்று தெரிந்தும் ஒரு முறை அடித்துப் பார்த்தேன். அது நிறுத்தி வைக்கப்பட்டிருந்தது. இனி அவன் அஞ்சலியின் கவலையை மறக்க தண்ணியடித்துவிட்டு ஒரு வாரத்துக்கு வர

மாட்டான். எனக்கு வாய்க்கிறவன் எல்லாமே அப்படித்தான். பிட்சா மாவை உருட்டத் தொடங்கினேன்.

அடுத்தடுத்த நாட்களின் பின்னர் அஞ்சலியின் செய்திகளும் பத்திரிகையில் நின்று போயிருந்தது. ஒரு மாதம் கழித்து பத்திரிகையில் "நாளை காலை நகர மத்தியில் உள்ள பூங்காவில் அஞ்சலி சிறிதரனுக்கு நகர மேயர் தலைமையில் அஞ்சலி நிகழ்வுகள் நடைபெறும்" என்றிருந்தது. நானுங்கூட அஞ்சலியை மறந்து போயிருந்தேன். மறுநாள் வேலை முடிந்ததும் பூக்கடைக்குப்போய் வெள்ளை ரோஜாக்களால் செய்யப்பட்ட சிறிய மலர்க்கொத்து ஒன்றை வாங்கிக்கொண்டு பூங்காவுக்குச் சென்றிருந்தேன். பெரிய பைன் மரத்தின் கீழ் புன்னகைத்தபடி இருந்த அஞ்சலியின் படத்துக்கு மலர்களாலும் மெழுகுவர்த்திகளாலும் நகர மக்கள் அஞ் சலித்திருந்தனர்.

பல மெழுகுவர்த்திகள் இன்னமும் எரிந்தபடியிருந்தன. எனது மலர்க்கொத்தை படத்துக்கு முன்னால் வைத்துச் சில வினாடிகள் கண்ணை மூடி குனிந்து நின்றபோது "ச்சே சிறியண்ணர் இவளுக்கு அஞ்சலி எண்டு பெயரே வைச்சிருக்கக் கூடாது" என்று தோன்றியது. நிமிர்ந்தேன் "காதலே ஏன் இறந்தாய், என் காத்திருப்பை ஏன் மறந்தாய்" என்று எழுதிய கடதாசியில் ஒரு சிகப்பு ரோஜாவும் இணைத்து மரப்பட்டையில் செருகியிருந்தது. அஞ்சலியைக் காதலித்த யாரோ ஒருவனாக இருக்கலாம்.

ஒரு பெருமூச்சோடு அங்கிருந்து கிளம்பிய எனக்கு "மாமா டிப்ஸ் தந்திட்டு போடா" என்று அஞ்சலி கேட்பது போலிருந்தது. அண்டைக்கு அவள் கேட்கும்போது ஐம்பது யூரோவை கொடுத்திருக்கலாம் என்று நினைத்தபடி காற்சட்டைப் பையில் கையை விட்டு கிடைத்த சில்லறைகளை பொத்திஎடுத்து படத்துக்கு முன்னால் போட்டு விட்டு வந்து காரை இயக்கி வீதிக்கு இறக்கியபோதுதான் நான் போட்ட சில்லறைகளை ஒருவன் பொறுக்கிக்கொண்டிருப்பதைக் கவனித்தேன். கார்க்கண்ணாடியை இறக்கிவிட்டு "ஏய் " என்று கத்தவும் என்னைப் பார்த்துச் சிரித்து விட்டு பொறுக்கிய சில்லறைகளோடு போய்க்கொண்டிருந்தான். அதற்கிடையில் பின்னால் ஒரு வண்டிக்காரன் ஒலிப்பானை ஒலிக்கவே வேறு வழியின்றி அங்கிருந்து கிளம்பினேன். ஆனால் அவனை எங்கேயோ பார்த்த ஞாபகம். நெற்றியில் விரல்களை அழுத்தி யோசித்தேன். காவிப்பற்கள், இடது தாடையில் தழும்பு. ஆம் அவனேதான்.